'कथाकथनासाठी जर नोबेल पारितोषिक असतं, तर ते आर्चर यांनीच पटकावलं असतं.'

— डेली टेलिग्राफ

'सॉमरसेट मॉमकडूनही इतकं हजरजबाबी लिखाण झालं नाही.'

— पब्लिशर्स वीकली

'अप्रतिम... खिळवून ठेवणारा सस्पेन्स
रोल्ड डालचा खरा प्रतिस्पर्धी!'

— डेली एक्सप्रेस

'शैलीदार, खुमासदार आणि मनोरंजक... जेफ्री आर्चर यांना लघुकथा-लेखनाची नैसर्गिक देणगी आहे.'

— द टाइम्स

'जेफ्री आर्चर वाचकांबरोबर उंदरा-मांजराचा खेळ खेळतात आणि शेवटी आपल्या अंगावर आश्चर्यानं काटा आल्याशिवाय राहत नाही.'

— न्यू यॉर्क टाइम्स

'आर्चरनी अचूक नेम साधलाय.'

— डेली मेल

'त्यांची शब्दयोजना मोजकी आणि अचूक असते. गुन्हेगार नेहमीच मोकळा सुटत नाही, प्रत्येक वेळी न्यायाचाही विजय होत नाही; पण वाचक मात्र नेहमीच जिंकतात.'

— पब्लिशर्स वीकली

अभिप्राय

जेफ्री आर्चर यांनी स्वतःच्या आयुष्यात विविध कलाटणी देणाऱ्या घटना अनुभवल्या आहेत. त्यांनी जगभरातील अनेक देशात पर्यटनानिमित्त भटकंतीही केली आहे. 'ॲन्ड देअरबाय हँग्ज अ टेल' हे लघुकथेचे पुस्तक त्यांच्या पर्यटनातील विविध अनुभवांवर आधारीत आहे.

साप्ताहिक सकाळ, २०१३

आपल्या स्नेहीजनांना पुस्तके भेट द्या

ॲन्ड देअरबाय हँग्ज अ टेल

लेखक
जेफ्री आर्चर

अनुवाद
डॉ. देवदत्त केतकर

मेहता पब्लिशिंग हाऊस

- *या पुस्तकातील लेखकाची मते, घटना, वर्णने ही त्या लेखकाची असून त्याच्याशी प्रकाशक सहमत असतीलच असे नाही.*

AND THEREBY HANGS A TALE by JEFFREY ARCHER

Copyright © Jeffrey Archer 2010

First Published 2010 by Macmillan an imprint of Pan Macmillan,
A Division of Macmillan Publishers Limited, London
Translated into Marathi Language by Dr. Deodatta Ketkar

अॅन्ड देअरबाय हँग्ज अ टेल / अनुवादित कथासंग्रह
TBC

अनुवाद : डॉ. देवदत्त केतकर
केतकर हॉस्पिटल, टिळक रोड, अहमदनगर – ४१४००१.

मराठी अनुवादाचे व प्रकाशनाचे हक्क मेहता पब्लिशिंग हाऊस, पुणे.

प्रकाशक : सुनील अनिल मेहता, मेहता पब्लिशिंग हाऊस,
१९४१, सदाशिव पेठ, माडीवाले कॉलनी, पुणे – ४११०३०.

अक्षरजुळणी : स्वाती एंटरप्राइजेस, पुणे – ४११००९.

मुखपृष्ठ : चंद्रमोहन कुलकर्णी

प्रथमावृत्ती : ऑगस्ट, २०१३ / पुनर्मुद्रण : जून, २०१७

P Book ISBN 9788184984767
E Book ISBN 9789387789845
E Books available on : play.google.com/store/books
www.amazon.in

सायमन बेनब्रिज याला...

ग्रुमियो

पहिली गोष्ट म्हणजे माझा घोडा आता दमलाय,
आणि माझे मालक-मालकीण पडलेत.

कर्टिस

कसे?

ग्रुमियो

खोगिरावरून ते मातीत पडले. त्याची एक गोष्टच आहे.

कर्टिस

मग ग्रुमियो मित्रा, सांग ना!

द टेमिंग ऑफ द श्रू

(अंक ४, प्रवेश २, पान ४७-५२)

सहा

प्रस्तावना

गेल्या सहा वर्षांतल्या माझ्या जगभराच्या पर्यटनातून मला यातल्या अनेक गोष्टी गवसल्या आहेत. यांपैकी दहा गोष्टी सत्य घटनांवर आधारित आहेत. त्यांच्या समोर चांदणीची खूण आहे. बाकी माझ्या कल्पनेची निर्मिती.

या आपल्या कहाण्या ऐकवून मला प्रेरणा देणाऱ्या सर्वांचे आभार. आपल्यापैकी प्रत्येकाचे एक पुस्तक नसेल कदाचित; पण एखादी छानशी लघुकथा निश्चितच असते.

— जेफ्री आर्चर
मे, २०१०

अनुक्रमणिका

(* सत्य घटनेवर आधारित)

चिकाटी *

जेरेमीनं त्याच्यासमोर बसलेल्या ॲराबेलाकडे पाहिलं. तिनं त्याच्या लग्नाच्या मागणीला होकार दिला, यावर त्याचा अजूनही विश्वास बसत नव्हता. तो खरंच जगातला सर्वांत नशीबवान पुरुष होता.

तिनं त्याच्याकडे पाहून लाजरं स्मितहास्य केलं. त्यांच्या पहिल्या भेटीत तिच्या याच हास्यामुळे तो वेडावून गेला होता. तेवढ्यात एक वेटर तिथे आला. "मला एस्प्रेसो कॉफी", जेरेमी म्हणाला, "आणि माझ्या वाग्दत्त वधूसाठी" – अजूनही हे शब्द उच्चारताना त्याला संकोच वाटत होता – "एक मिंट चहा".

"जरूर, सर!"

जेरेमीनं त्या खोलीत असलेल्या इतर माणसांकडे पाहणं प्रयत्नपूर्वक टाळलं. ते सर्वजण या वातावरणाला सरावलेले होते. तिथं काय अपेक्षित आहे. तिथली वागणूक, रीत कशी असावी, याची त्यांना पूर्ण जाण होती. जेरेमी मात्र यापूर्वी 'रिझ' मध्ये कधीच आला नव्हता. तिथला जवळपास प्रत्येकजण ॲराबेलाला हात हलवून अभिवादन करत होता किंवा तिच्या दिशेनं उडतं चुंबन फेकत होता. तिथल्या प्रमुख वेटरसकट प्रत्येकजण तिला ओळखत असल्याचं स्पष्ट दिसत होतं. ती या लोकांना तिचं खास उच्चभ्रू 'वर्तुळ' म्हणत असे. जेरेमीनं शक्य तेवढ्या सहजतेनं बसायचा प्रयत्न केला.

त्यांची पहिली भेट ॲस्कॉट रेसकोर्सवर झाली होती. ॲराबेला त्या लॉनवरच्या कुंपण घातलेल्या शाही कक्षातून बाहेर पाहत होती, तर जेरेमी बाहेरच्या गर्दीत उभा राहून आत पाहत होता; पण तेवढ्यात ती त्याच्याकडे पाहून मोहक हसली. बाहेर येऊन ती त्याच्याजवळ कुजबुजली, "अंगावरच्या कपड्यांसकट सगळं 'ट्रंपेटर'वर लाव." आणि पुन्हा त्या खाजगी बॉक्सकडे निघून गेली.

जेरेमीनं तिचा सल्ला मानून 'ट्रंपेटर' घोड्यावर वीस पौंड लावले. तो घोडा पाच-एकच्या फरकानं सहज शर्यत जिंकला. तिचे आभार मानायला तो घाईघाईनं

रॉयल बॉक्सकडे गेला. पुढच्या रेससाठीही एखादी टिप मिळेल, अशी त्याला आशा वाटली; पण ती काही त्याला दिसली नाही. त्याची निराशा झाली. तरी त्यानं जिंकलेल्या रकमेपैकी पन्नास पौंड 'डेली एक्सप्रेस''च्या तज्ज्ञानं सुचवलेल्या घोड्यावर लावले. पण तो घोडा अगदीच फुसका निघाला. दुसऱ्या दिवशीच्या वृत्तपत्रात त्याची 'ऑल्सो-रॅन' म्हणून संभावना झाली.

ती दिसावी म्हणून तो तिसऱ्यांदा रॉयल बॉक्सकडे आला. कुंपणानं बंदिस्त केलेली ती हिरवळ रुबाबदार पुरुषांनी भरून गेली होती. सर्वांच्या अंगावर झकास सूट होते. प्रत्येकाच्या कोटावर प्रवेशिका लावलेली दिसत होती. त्यांच्या बायका आणि मैत्रिणींच्या अंगावरही उंची कपडे आणि डोक्यावर चित्रविचित्र हॅट्स दिसत होत्या. प्रत्येकीला आपलं वेगळेपण दाखवायचं होतं. अखेर ती त्याला दिसली. ती एका उंच खानदानी वाटणाऱ्या पुरुषाबरोबर उभी होती. तो खाली झुकून लाल-पिवळ्या कपड्यांतल्या एका जॉकीचं बोलणं लक्षपूर्वक ऐकत होता. तिला त्यांच्या संभाषणात विशेष रस असल्याचं दिसत नव्हतं. ती आजूबाजूला पाहत होती. जेरेमीशी नजरानजर होताच ती पुन्हा गोड हसली. तिनं त्या उंच माणसाला हलक्या आवाजात काहीतरी सांगितलं, आणि त्याला भेटायला कुंपणाजवळ आली.

"माझा सल्ला ऐकलास ना?'' ती म्हणाली.

"नक्कीच!'' तो म्हणाला, "पण तुला एवढी खातरी कशी होती?''

"कारण तो माझ्या वडिलांचाच घोडा आहे?''

"मग पुढच्या रेसमध्येही मी त्यांच्याच घोड्यावर पैसे लावू?''

"मुळीच नको. खातरी असल्याशिवाय पैज कधीच लावू नये. बरं, पण मला वाटतं, आज मला डिनरला नेण्याइतकी रक्कम तू नक्कीच जिंकला असशील.''

क्षणभर जेरेमी काहीच बोलला नाही, कारण त्याचा स्वत:च्या कानांवर विश्वासच बसेना. अखेर तो चाचरत म्हणाला, "कुठे जायला आवडेल तुला?''

'द आयव्ही.' रात्री आठ वाजता. आणि हो, माझं नाव ॲराबेला वॉर्विक आहे.'' एवढं बोलून ती तिच्या त्या उच्चभ्रू वर्तुळात निघून गेली.

ॲराबेलानं त्याच्याकडे दुसरी नजर टाकावी, हेच मोठं आश्चर्य होतं, मग डिनरच्या आमंत्रणाची गोष्ट तर लांबच! या भेटीतून फारसं काही निष्पन्न होईल, असं त्याला मुळीच वाटत नव्हतं. पण डिनरचे पैसे तिच्यामुळेच मिळाले होते, त्यामुळे त्याचं नुकसान होणार नव्हतं.

ॲराबेला ठरल्यापेक्षा काही मिनिटं उशिरा आली. तिनं रेस्टॉरंटमध्ये पाऊल ठेवल्यापासून जेरेमीच्या टेबलाजवळ पोचेपर्यंत अनेक पुरुषांच्या नजरा तिचा

पाठलाग करत होत्या. आधी जेरेमीला जागा नसल्याचं सांगण्यात आलं होतं; पण तिच्या नावाचा उल्लेख मात्र 'तिळा दार उघड' हा मंत्र ठरला.

ती त्याच्यापर्यंत पोचण्याआधीच जेरेमी तिच्या स्वागतासाठी उठून उभा राहिला. ती त्याच्या समोरच्या खुर्चीवर स्थानापन्न झाली.

"तुमचं नेहमीचं मॅडम?" वेटरनं विचारलं.

तिनं मान डोलावली. पण तिची नजर मात्र जेरेमीवर खिळली होती.

तिचं 'बेलिनी'' पेय येईपर्यंत जेरेमीवरचा ताण थोडा कमी झाला होता. ती त्याचं बोलणं लक्षपूर्वक ऐकत होती, त्याच्या विनोदांना हसत होती, त्याच्या बँकेच्या कामातही तिनं रस दाखवला. अर्थात, त्यानं त्याचं पद आणि केलेले आर्थिक व्यवहार जरा फुगवून सांगितले, हा भाग वेगळा.

बिल त्याच्या अपेक्षेपेक्षा जरा जास्तच आलं. त्यानं तिला तिच्या पॅव्हेलियन रोडवरच्या घरी सोडलं. तिनं त्याला कॉफीसाठी आत बोलावल्यावर त्याला पुन्हा आश्चर्य वाटलं. पण नंतर शेवटी तिच्या बिछान्यात आल्यावर मात्र त्याच्या आश्चर्याला पारावार राहिला नाही.

कोणत्याही मुलीबरोबरची त्याची पहिली संध्याकाळ अशी कधीच संपली नव्हती. पण तिच्या उच्चभ्रू 'वर्तुळात' अशीच पद्धत असेल, अशी त्यानं समजूत करून घेतली आणि सकाळी तिचा निरोप घेताना पुन्हा कधी तिच्याशी संभाषण होईल, असंही त्याला वाटलं नव्हतं. पण त्याच दुपारी तिनं त्याला फोन करून डिनरचं आमंत्रण दिलं. त्या क्षणापासून पुढच्या महिनाभर ते एकही दिवस वेगळे झाले नाहीत.

एका गोष्टीचा मात्र त्याला मनोमन आनंद झाला. तिची नेहमीची ठिकाणं त्याला परवडण्यासारखी नसल्यामुळे चायनीज किंवा भारतीय जेवण घ्यायलाही तिची ना नसे. अनेकदा ती हट्टानं निम्मं बिल द्यायची. तरीसुद्धा हे संबंध फार काळ टिकतील, यावर त्याचा विश्वास नव्हता. पण एका रात्री ती म्हणाली, 'जेरेमी, मी तुझ्या प्रेमात पडलेय, हे तुला कळतंय ना?''

जेरेमीनं ॲराबेलाजवळ त्याच्या खऱ्या भावना कधीच व्यक्त केल्या नव्हत्या. तिच्यासारख्यांची ही औट घटकेची मौजमजा असेल, असंच त्याला वाटत होतं. कारण तिनं तिच्या खास वर्तुळातल्या कोणाशीही त्याची ओळख करून दिली नव्हती. अखेर एका रात्री 'ॲनाबेल'च्या डान्स फ्लोअरवर त्यानं खास व्याकूळ प्रेमिकाच्या थाटात एक गुडघा टेकून तिला लग्नाची मागणी घातली. तिनं होकार दिल्यावर तर त्याचा विश्वासच बसेना.

"मी उद्याच अंगठी विकत घेतो", तो म्हणाला. त्या क्षणी बँकेतल्या त्याच्या रोडावलेल्या खात्याचा विचार तो दूर सारायचा प्रयत्न करत होता. ॲराबेलाची

भेट झाल्यानंतर तर आता त्यात पार खडखडाट झाला होता.

"जर तू माझ्यासाठी सर्वोत्तम अंगठी चोरू शकणार असलास, तर विकत घेण्याचा त्रास कशासाठी?" ती म्हणाली.

जेरेमी खळखळून हसला. पण ती थट्टा करत नसल्याचं त्याच्या लगेच लक्षात आलं. त्याच क्षणी त्यानं तिथून निघून जायला हवं होतं; पण मग त्यानं तिला गमावलं असतं. त्या सुंदर, नशिल्या स्त्रीबरोबर त्याला पूर्ण आयुष्य काढायचं होतं आणि त्यासाठी अंगठी चोरणं, ही फारच मामुली किंमत होती.

"कुठल्या प्रकारची चोरू?" त्यानं विचारलं. अजूनही ती गंभीर असल्याची त्याची खातरी पटेना.

"अगदी मौल्यवान!" ती म्हणाली, "खरं म्हणजे मी त्या अंगठीची निवडही केलीय." तिनं त्याच्या हातात 'डी बिअर्स' कंपनीचा कॅटलॉग दिला. "पान नंबर ४३", ती म्हणाली, "त्याला 'कँडिस' हिरा म्हणतात."

"पण मी ती कशी चोरायची, याबद्दल काही विचार केलायस का?" जेरेमीनं त्या अप्रतिम हिऱ्याच्या फोटोकडे पाहत विचारलं.

"ते अगदी सोप्पं आहे डार्लिंग", ती म्हणाली, "पण माझ्या सूचना नीट पाळ म्हणजे झालं."

जेरेमीनं शांतपणे तिची योजना ऐकून घेतली.

आणि म्हणूनच या सकाळी ते 'रिझ्'मध्ये बसले होते. जेरेमीच्या अंगावर त्याचा एकमेव शिवून घेतलेला सूट होता. हातात लिंक्स कंपनीच्या कफलिंक्स, कार्तिए टँक घड्याळ आणि प्रतिष्ठित ईटन शाळेचा टाय, असा त्याचा थाट होता. पण या सर्व वस्तू ॲराबेलाच्या वडिलांच्या होत्या.

"हे सगळं आज रात्रीच परत करावं लागेल हं!" ती म्हणाली, "नाहीतर या वस्तू जागेवर नसल्याचं बाबांच्या लक्षात येईल आणि त्यांचे प्रश्न सुरू होतील."

"नक्कीच!" जेरेमी म्हणाला. तोही आता या श्रीमंती थाटाला सरावला होता; मग तो औट घटकेचा का असेना!

वेटर चांदीचा ट्रे घेऊन आला. त्यानं ॲराबेलासमोर चहा आणि जेरेमीच्या पुढ्यात कॉफी-पॉट ठेवला.

"आणखी काही सर?"

"नको, थँक यू!" जेरेमी महिन्याभरात कमावलेल्या आत्मविश्वासानं म्हणाला.

"तू तयार आहेस ना?" ॲराबेलानं विचारलं. तिच्या गुडघ्याचा त्याच्या पायाला हळुवार स्पर्श होत होता. ती गोड हसली. तो पुन्हा वेडावला.

"तयार!" तो उसन्या अवसानानं म्हणाला.

"छान! मग मी इथेच तुझी वाट पाहत थांबते." पुन्हा तेच गोड हसू. "ही

गोष्ट माझ्या दृष्टीनं किती महत्त्वाची आहे, हे तुला ठाऊक आहेच.''

जेरेमी मान डोलावून उठला, काही न बोलता तो त्या खोलीबाहेर पडला आणि कॉरिडॉरचं दार उघडून बाहेर पिकॅडली भागात आला. मनावरचा ताण कमी करण्यासाठी त्यानं एक च्युइंग गमची गोळी तोंडात टाकली. एरवी ॲराबेलाला हे रुचलं नसतं; पण ही तिचीच कल्पना होती. तो अस्वस्थ होऊन फुटपाथवर उभा होता. रहदारीतून वाट मिळताच झटकन रस्ता ओलांडून तो 'डी बिअर्स' दुकानासमोर आला. डी बिअर्स जगातले सर्वांत मोठे रत्नांचे व्यापारी होते. आता तिथून काढता पाय घेण्याची अखेरची संधी होती. ती घेणंच बरं हे त्याला पटत होतं; पण मनात तिचा विचार येताच, आता ते त्याला अशक्य झालं.

त्यानं दारावरची बेल दाबली. तळहातांना घाम फुटल्याचं त्याला जाणवलं. ॲराबेलानं त्याला बजावलं होतं की, फिरत-फिरत एखाद्या सुपरमार्केटमध्ये शिरावं, तसं 'डी बिअर्स'च्या दुकानात जाता येत नाही. एखाद्याचा अवतार आवडला नाही, तर ते दारही उघडत नाहीत. त्यामुळेच आज त्याच्या अंगावर उंची सूट, पांढरा सिल्कशर्ट होता, शिवाय तिच्या वडिलांचं घड्याळ, कफलिंक्स आणि वडिलांचा प्रतिष्ठित ईटन शाळेचा टाय जोडीला होतेच. ''तो टाय पाहताक्षणी दरवाजा उघडला जाईल'', ॲराबेला म्हणाली होती, ''आणि तुझं घड्याळ आणि कफलिंक्स बघितल्यावर तर ते तुला त्यांच्या खास कक्षात घेऊन जातील; कारण त्यांचा माल परवडणारी ही असामी आहे, हे त्यांना पटेल.''

तिचं म्हणणं खरं होतं. कारण दरवानानं त्याच्याकडे एक नजर टाकून लगेच दार उघडलं.

''गुडमॉर्निंग सर! मी आपल्यासाठी काय करू शकतो?''

''मला साखरपुड्यासाठी अंगठी घ्यायची आहे.''

''जरूर, सर! प्लीज, आत या.''

जेरेमी त्याच्या मागोमाग एका लांब कॉरिडॉरमधून आत चालत गेला. दोन्ही बाजूच्या भिंतींवर फोटो होते. त्यात कंपनीच्या १८८८ साली झालेल्या स्थापनेपासूनचा इतिहास चित्रबद्ध केला होता. कॉरिडॉरच्या टोकाशी पोचल्यावर तो दरवान अदृश्य झाला आणि त्याच्या जागी काळा सूट, पांढरा रेशमी शर्ट आणि काळा टाय या वेशातला एक मध्यमवयीन माणूस अवतरला.

''गुडमॉर्निंग, सर!'' तो किंचित झुकून म्हणाला, ''माझं नाव क्रॉम्बी.''

तो जेरेमीला एका खाजगी दालनात घेऊन गेला. ती एक लहानशी प्रखर प्रकाश असलेली खोली होती. तिच्या मधोमध एक लंबगोल टेबल होतं. त्यावर काळं, मखमली कापड अंथरलं होतं. दोन्ही बाजूंना आरामदायी खुर्च्या होत्या. जेरेमी स्थानापन्न झाल्यावर क्रॉम्बी समोरच्या खुर्चीवर बसला.

"कॉफी घेणार सर?" त्यानं नम्रपणे विचारलं.

"नको, थँक य!" जेरेमी म्हणाला. त्याला हा प्रकार उगीच लांबवायचा नव्हता; अन्यथा आपण कच खाऊ, अशी त्याला भीती होती.

"मी आपल्यासाठी काय करू शकतो सर?" क्रॉम्बीनं विचारलं. जणू जेरेमी तिथला रोजचा ग्राहक होता.

"माझा नुकताच साखरपुडा झालाय."

"अभिनंदन, सर!"

"थँक यू!" जेरेमी म्हणाला. आता त्याचा ताण जरा कमी झाला होता.

"मी एका खास अंगठीच्या शोधात आहे." तो विषयाला धरून म्हणाला.

"मग आपण अगदी योग्य ठिकाणीच आला आहात, सर!" असं म्हणून क्रॉम्बीनं टेबलाखालचं बटन दाबलं.

लगोलग दार उघडलं गेलं आणि तशाच प्रकारचा सूट आणि काळा टाय घातलेला एक माणूस तिथं हजर झाला.

"पार्टिज, साहेबांना एंगेजमेंट रिंग्ज पाहायच्या आहेत."

"जरूर, मि. क्रॉम्बी." असं म्हणून तो सेवक निघून गेला.

"वर्षाच्या या वेळच्या मानानं हवा चांगली आहे." क्रॉम्बीनं शिळोप्याचं संभाषण सुरू ठेवलं.

"हं, ठीक आहे." जेरेमी म्हणाला.

"सर, तुम्ही विम्बल्डन पाहायला जाणार असालच."

"हो, आमच्याजवळ महिलांच्या उपांत्य फेरीची तिकिटं आहेत." जेरेमी स्वतःवरच खूश होत म्हणाला. त्यानं ठरलेल्या संभाषणात स्वतःचं वाक्य घुसडलं होतं.

काही वेळातच तो सेवक एक भक्कम लाकडी पेटी घेऊन आला. अत्यंत काळजीपूर्वक त्यानं ती टेबलावर ठेवली. तो गेल्यावर क्रॉम्बीनं कमरेच्या जुडग्यातून एक किल्ली निवडली आणि कुलूप उघडून तिचं झाकण अलगद उघडलं. आत तीन रांगांमध्ये वेगवेगळी रत्नं मांडून ठेवली होती. जेरेमी मंत्रमुग्ध होऊन पाहतच राहिला. त्याच्या नेहमीच्या एच. सॅम्युअलच्या दुकानात असलं काही पाहण्याची त्याला सवय नव्हती.

भानावर यायला त्याला काही क्षण लागले. त्याला ॲराबेलाचे शब्द आठवले. ती म्हणाली होती की, त्याचं बजेट स्पष्टपणे न विचारता ते अनेक प्रकारची रत्नं दाखवून त्याचा अंदाज घेतील.

जेरेमीनं पेटीतल्या सर्व वस्तू निरखून पाहिल्या. त्यानं सर्वांत खालच्या रांगेतली एक अंगठी निवडली. तिच्यावर पैलू पाडलेले तीन लहान पाचू जडवले होते.

"सुंदर!" अंगठी अतिशय बारकाईनं न्याहाळत तो म्हणाला. "हिची किंमत?"

"एक लाख चोवीस हजार पौंड, सर." क्रॉम्बी अशा अविर्भावात म्हणाला की, जणू ही किंमत त्याच्या दृष्टीनं फारशी महत्त्वाची नाही.

जेरेमीनं ही अंगठी पेटीत ठेवून वरच्या रांगेतली एक अंगठी निवडली. पांढऱ्या सोन्याच्या त्या अंगठीवर नीलमण्यांचं वर्तुळ जडवलेलं होतं. त्यानं ती अंगठी निरखून पाहिल्याचं नाटक केलं आणि किंमत विचारली.

"दोन लाख एकोणसत्तर हजार पौंड, सर." नम्र उत्तर आलं. क्रॉम्बीच्या चेहऱ्यावर मंद स्मित उमटलं. ग्राहकाचा प्रवास अतिशय योग्य दिशेनं चालला होता.

आता जेरेमीनं त्याची नजर सर्वांत वरच्या रांगेतल्या एकमेव मोठ्या हिऱ्याकडे वळवली. त्याच्या दर्जाबद्दल शंकाच नव्हती. त्यानं आधीप्रमाणेच तीही अंगठी काढून बारकाईनं पाहिली. "अप्रतिम रत्न आहे!" मग तो भुवया उंचावून म्हणाला, "याच्या खरेपणाबद्दल काही सांगू शकाल?"

"नक्कीच सर!" क्रॉम्बी म्हणाला, "हा 'निर्दोष' प्रकारचा हिरा आहे. अठरा पॉइंट चार कॅरटचा, खास पैलू पाडलेला हा हिरा आमच्याच ऱ्होड्स खाणीतून काढलेला आहे. अमेरिकेच्या रत्नपारखी संस्थेनं त्याचं 'फॅन्सी इंटेन्स यलो' असं वर्गीकरण केलंय. आमच्या ॲम्स्टरडॅमच्या तज्ज्ञानं पैलू पाडलेला हा हिरा प्लॅटिनमच्या कोंदणात बसवलाय. हा खरोखरच एक खास हिरा आहे, एका खास स्त्रीसाठी!"

हेच वाक्य क्रॉम्बी आधीही अनेकदा बोलला असणार, याची जेरेमीला खातरी होती. "किंमतही खासच असणार", असं म्हणून त्यानं ती अंगठी क्रॉम्बीकडे परत दिली. त्यानं ती पेटीत ठेवली.

"आठ लाख चोपन्न हजार पौंड". तो हलक्या आवाजात म्हणाला.

"तुमच्याकडे यासाठी खास भिंग – लूप – आहे?" जेरेमीनं विचारलं, "मला हा हिरा आणखी बारकाईनं तपासायचाय." ॲराबेलानं जवाहिऱ्यांच्या परिभाषेतले काही शब्द त्याला सांगितले होते, जेणेकरून अशा ठिकाणी नेहमी ये-जा असणारा हा ग्राहक आहे, याची त्यांना खातरी पटावी.

"जरूर, सर." क्रॉम्बीनं खाली वाकून टेबलाचा कप्पा उघडून एक लहान भिंग बाहेर काढलं. पण त्यानं वर पाहिलं, तेव्हा त्या कॅंडिस हिऱ्याचा पत्ता नव्हता. पेटीच्या वरच्या रांगेतली खाच रिकामी होती.

"तुमच्याजवळ अंगठी आहे ना?" त्यानं चलबिचल लपवत विचारलं.

"नाही." जेरेमी म्हणाला, "आताच तर मी ती तुमच्याकडे दिली."

एक शब्दही पुढे न बोलता क्रॉम्बीनं ती पेटी फटकन बंद केली आणि

टेबलाखालचं एक बटन दाबलं. या खेपेला तो शिळोप्याच्या गप्पा मारायच्या भानगडीत पडला नाही. क्षणभरातच दोन चपट्या नाकाची धिप्पाड माणसं आली. 'डी बिअर्स'च्या दुकानाऐवजी बॉक्सिंगच्या रिंगणात शोभतील, असा त्यांचा अवतार होता. त्यांतला एकजण दारात उभा राहिला, तर दुसरा जेरेमीच्या मागे काही इंचांवर.

"कृपा करून ती अंगठी परत द्याल का?" क्रॉम्बीनं निर्विकारपणे पण ठामपणे विचारलं.

"माझा असा अपमान कधीच झाला नव्हता." जेरेमी अपमानित दिसण्याचा प्रयत्न करत म्हणाला.

"आता एकदाच आणि शेवटचं सांगतो सर, जर तुम्ही ती अंगठी परत दिलीत, तर आम्ही हा विषय इथेच थांबवू; अन्यथा –"

"आणि मीही एकदाच सांगतो," जेरेमी खुर्चीवरून उठत म्हणाला, "तुमच्या हातात दिल्यानंतर मी ती अंगठी पाहिली नाही."

जेरेमी जाण्यासाठी वळला, पण त्याच्या मागे उभ्या असलेल्या धटिंगणानं त्याला खांदा दाबून खुर्चीत बसवलं. ॲराबेलानं त्याला सांगितलं होतं की, त्यानं त्या लोकांच्या सूचना तंतोतंत पाळल्या, तर त्याला कुठल्याही प्रकारची धक्काबुक्की किंवा मारहाण होणार नाही. जेरेमी निश्चलपणे बसून राहिला.

"माझ्याबरोबर या." क्रॉम्बी म्हणाला.

एक धटिंगण जेरेमीला घेऊन बाहेर आला. दुसरा एक पाऊल मागे होताच. कॉरिडॉरच्या शेवटी असलेल्या दाराजवळ ते थांबले. त्या दारावर 'प्रायव्हेट' अशी पाटी होती. पहिल्या रक्षकानं दार उघडल्यावर ते त्या खोलीत गेले. या खोलीतही एकच टेबल होतं; पण त्यावर मखमली कापड वगैरे नव्हतं. तिथं एक माणूस त्यांचीच वाट पाहत असल्यासारखा बसला होता. त्यानं जेरेमीला उभंच ठेवलं; कारण तिथं दुसरी खुर्चीच नव्हती.

"माझं नाव ग्रेंजर." तो थंडपणे म्हणाला, "गेली चौदा वर्षं मी डी बिअर्सचा सुरक्षाप्रमुख आहे. त्यापूर्वी महानगर पोलीस खात्यात इन्स्पेक्टर होतो. लक्षात ठेवा, मी न पाहिलेली एकही गोष्ट नाही आणि मी न ऐकलेली एकही कहाणी नाही; त्यामुळे तरुण माणसा, तू हे पचवू शकशील, या भ्रमात राहू नकोस."

लगेचच आता नम्र 'सर' ऐवजी 'तरुण माणसा' असा तुच्छतापूर्वक उल्लेख सुरू झाला होता.

ग्रेंजर प्रत्येक शब्दावर जोर देत म्हणाला, "एक गोष्ट आधीच स्पष्ट करतो, तुम्ही चौकशीत सहकार्य करणार आहात की, पोलिसांना बोलावू? पोलिसांना बोलावलं, तर तुम्ही तुमच्या वकिलाला बोलावू शकाल."

"माझ्याजवळ लपवण्यासारखं काहीच नाही." जेरेमी ताठ्यानं म्हणाला, "मी नक्कीच आनंदानं सहकार्य करीन." सगळं संभाषण नाट्यसंहितेला धरून चाललं होतं.

"ठीक आहे." ग्रेंजर म्हणाला, "मग प्लीज तुमची पँट, बूट आणि कोट काढाल का?"

जेरेमीनं लगेचच बूट काढले, ते ग्रेंजरनं टेबलावर ठेवले. मग जेरेमीनं कोट काढून नोकराच्या हातात द्यावा त्या रुबाबात ग्रेंजरकडे दिला. मग पँट काढली. मात्र या भयानक वागणुकीमुळे धक्का बसल्याचे भावही त्यानं चेहऱ्यावर आणण्याचा प्रयत्न केला.

ग्रेंजरनं सावकाशपणे सूटचा प्रत्येक खिसा उलटा करून तपासला. अस्तर आणि शिवणही बारकाईनं पाहिली. पण रुमालाशिवाय काहीच सापडलं नाही. पैशाचं पाकीट, क्रेडिट कार्ड किंवा त्याची ओळख पटवणारी एकही वस्तू सापडली नाही. त्यामुळे ग्रेंजरचा संशय जास्तच बळावला. त्यानं सूट टेबलवर ठेवला. "टाय?" ग्रेंजर अजूनही शांत होता.

जेरेमीनं तो ईटन टाय काढून टेबलवर ठेवला. ग्रेंजरनं तो चाचपून पाहिला पण काहीच सापडलं नाही. "शर्ट?" जेरेमीनं सावकाश शर्ट काढून दिला. आता अंगावर फक्त अंडरपँट आणि मोजे असल्यामुळे तो कुडकुडत उभा राहिला.

शर्ट तपासताना प्रथमच ग्रेंजरच्या सुरकुतलेल्या चेहऱ्यावर फिकट हसू उमटलं. त्यानं कॉलर ताठ ठेवणाऱ्या चांदीच्या पट्ट्या कॉलरमधून ओढून काढल्या. त्या टेबलावर ठेवताना ग्रेंजर निराशा लपवू शकला नाही. ॲराबेलाच्या या 'टच'चं जेरेमीला मनोमन कौतुक वाटलं.

ग्रेंजरनं शर्ट परत दिला. जेरेमीनं कॉलरमध्ये पट्ट्या घालून शर्ट अंगावर चढवला.

"अंडरपँट, प्लीज."

जेरेमीनं निमूटपणे अंडरपँट काढून दिली. त्यातही काहीच सापडले नाही.

"आणि आता सॉक्स."

जेरेमीनं मोजे काढून टेबलावर ठेवले. आता ग्रेंजरचा आत्मविश्वास डळमळीत होऊ लागला होता. तरी त्यानं मोजे तपासून बुटांकडे लक्ष वळवलं. त्यानं बूट उलटे-सुलटे करून, वाजवून, ओढून बारकाईनं तपासले. पण काही हाती लागलं नाही. पण त्यानं पुन्हा शर्ट आणि टाय काढायला सांगितलं, तेव्हा जेरेमीला आश्चर्य वाटलं. ग्रेंजर त्याच्या समोर उभा राहिला. आता हा आपल्याला मारतो की काय, अशी जेरेमीला क्षणभर भीती वाटली. पण त्यानं जेरेमीच्या

केसांत बोट खुपसली आणि डोकं चाचपून पाहिलं. वडिलांनी मायेनं मुलाचे केस विस्कटावेत तसे त्याचे केस विस्कटले. पण नखांना तेल लागण्यापलीकडे काहीच झालं नाही.

"हात वर करा." जेरेमीनं दोन्ही हात वर केले. पण ग्रेंजरला काखेत काहीच सापडलं नाही. तो जेरेमीच्या मागे आला. "एक पाय वर करा." त्यानं फर्मावलं. जेरेमीनं उजवा पाय कर केला. टाचेखाली किंवा बोटांच्यामध्ये काहीच चिकटवलेलं नव्हतं. डाव्या पायांवरही तेच सोपस्कर पार पडले. पुन्हा तो जेरेमीच्या समोर आला. "तोंड उघडा." जेरेमीनं दंतवैद्याच्या खुर्चीवर तोंड उघडतात, तसा आ वासला. ग्रेंजरनं टॉर्चनं दात तपासले. पण एखादा खोटा दातही सापडला नाही. त्यानं जेरेमीला शेजारच्या खोलीत बोलावलं. आता मात्र ग्रेंजर चांगलाच हैराण झाला होता.

"कपडे घालू?" जेरेमीनं विचारलं.

"नाही, आत्ताच नाही." पटकन उत्तर आलं.

जेरेमी त्याच्या बरोबर शेजारच्या खोलीत गेला. आता आणखी काय छळ होतो, या काळजीनं तो धास्तावला. तिथे एक लांब, पांढरा कोट घातलेला माणूस उभा होता. जवळच बीचवर असते तशी आडवी खुर्ची होती.

"इथं झोपता का, म्हणजे मला एक्स-रे घेता येईल?"

"आनंदानं!" असं म्हणत जेरेमी त्या खुर्चीवर आडवा झाला. 'क्लिक" असा आवाज झाल्यावर दोघांनी पडद्याकडे पाहिलं. तिथं काही दिसणार नाही, हे जेरेमीला ठाऊक होतं. कँडिस हिरा गिळण्याची त्यांची मुळी योजनाच नव्हती.

"थँक यू!" तो पांढरा कोटवाला सौजन्यानं म्हणाला.

"आता तुम्ही कपडे घालू शकता." ग्रेंजर अनिच्छेनं म्हणाला.

जेरेमी त्याचा टाय घालून ग्रेंजरच्या मागोमाग पुन्हा तपासाच्या खोलीत आला. क्रॉम्बी आणि ते दोन पहारेकरी वाटच पाहत होते.

"आता मला इथून जायचंय." जेरेमी ठामपणे म्हणाला.

ग्रेंजरनं नाइलाजनं होकार दिला. कारण आता त्याला थांबवायला सबळ कारणच उरलं नव्हतं. जेरेमी क्रॉम्बीच्या नजेरला नजर भिडवत म्हणाला, "आता तुम्हाला माझ्या वकिलाचं पत्र येईलच." त्याचा चेहरा वाकडा झाल्याचा जेरेमीला भास झाला. ॲराबेलाची नाट्यसंहिता बिनचूक ठरली होती.

त्या चपट्या नाकाच्या रक्षकांनी त्याला बाहेरपर्यंत पोचवलं. त्यानं पळून जाण्याचा प्रयत्न न केल्यामुळे त्यांची निराशा झालेली दिसली. फुटपाथवर आल्यानंतर जेरेमीनं खोल श्वास घेतला आणि हृदयाची धडधड पूर्णत: कमी झाल्यावरच तो रस्ता ओलांडून 'रिझ्'मध्ये आला आणि ॲराबेलासमोर बसला.

"डार्लिंग, तुझी कॉफी गार होतेय." ती अशा थाटात म्हणाली की, जणू तो बाथरूमलाच जाऊन आला होता. "दुसरी मागव आता."

"आणखी एक कॉफी." तो वेटरला म्हणाला.

"काही अडचण?" वेटर लांब गेल्यावर ॲराबेला कुजबुजली.

"नाही." जेरेमीला आता अपराधी वाटू लागलं होतं. पण मिळालेल्या यशामुळे तो हवेत तरंगूही लागला होता. "सगळं योजनेनुसार पार पडलं."

"छान! आता माझी पाळी." ॲराबेला उभी राहात म्हणाली, "ते घड्याळ आणि कफलिंक्स दे पाहू. संध्याकाळच्या आत डॅडींच्या रूममध्ये ठेवावे लागतील."

जेरेमीनं काहीशा नाराजीनं ते घड्याळ आणि कफलिंक्स काढून तिच्याकडे दिले.

"टायचं काय करू?" तो कुजबुजला.

"इथे रिझ्‌मध्ये काढू नकोस," तिनं वाकून त्याच्या ओठांचं चुंबन घेतलं. "रात्री आठला तुझ्याकडे येते, तेव्हा दे मला." ती पुन्हा शेवटचं गोड हसली अन् तिथून बाहेर पडली.

काही क्षणांतच ती 'डी बिअर्स'च्या दुकानासमोर उभी होती. तिचा व्हॅन क्लिफ, आर्पल नेकलेस, बॅलन्सियागा बॅग आणि चॅनल घड्याळ दिसताक्षणी दार उघडलं गेलं. अशा स्त्रियांना वाट पाहण्याची सवय नसते.

आत येण्यापूर्वी ती लाजत म्हणाली, "मला माझ्या साखरपुड्यासाठी अंगठी घ्यायची आहे."

"जरूर, मॅडम." दरवान तिला आत घेऊन गेला.

पुढच्या तासभर तिनं जेरेमीसारखेच सर्व सोपस्कार पार पाडले. बराच वेळ खाल्ल्यावर ती क्रॉम्बीला म्हणाली, "छे! मला एकटीला शक्य नाही. आर्चीलाच घेऊन यावं लागेल, कारण बिल शेवटी तोच भरणार आहे."

"अर्थात मॅडम."

"आम्ही ली कॅप्रिसमध्ये बरोबरच लंच घेणार आहोत. दुपारी चक्कर मारू."

"मी तुमची वाट पाहतो." क्रॉम्बी ती पेटी बंद करत म्हणाला.

"थँक यू, मि क्रॉम्बी."

तिला दरवाजापर्यंत सोडायला जाताना त्यानं तिला कपडे वगैरे काढायला सांगितलं नाही. पिकॅडिलीत आल्यावर तिनं टॅक्सी पकडली आणि ड्रायव्हरला लाउंड्स स्क्वेअरचा पत्ता सांगितला. वडील परतायच्या आत आपण फ्लॅटवर पोचू, अशी तिला खातरी होती. आपलं घड्याळ आणि कफलिंक्स काही काळापुरते उसने देण्यात आल्याचा त्यांना पत्तासुद्धा लागणार नव्हता. आणि ते शाळेचा जुना टाय कशाला शोधायला जातील?

टॅक्सीत बसल्यावर तिनं डोळे भरून त्या 'निर्दोष' हिऱ्याकडं पाहिलं. जेरेमीनं तिच्या सूचना तंतोतंत पाळल्या होत्या. साखरपुडा मोडल्याबद्दल तिला तिच्या मित्रमंडळींना काहीतरी कारण सांगावं लागणार होतं. नाहीतरी तो तिला साजेसा, तिच्या खास वर्तुळात बसणारा नव्हताच. मात्र आपल्याला त्याची आठवण येणार असल्याचं तिनं मनाशी कबूल केलं होतं. तिला तो आवडायला लागला होता. बिछान्यातही चांगलाच उत्साही होता. आणि एवढ्या सगळ्या कष्टाचं फळ त्याला काय मिळणार होतं? तर कॉलरमध्ये घालायच्या चांदीच्या पट्ट्या आणि एक जुना ईटोनियन टाय! रिझ्चं बिल देण्याइतपत तरी त्याच्याजवळ पैसे असावेत, एवढीच तिला आशा होती.

तिनं जेरेमीचे विचार दूर सारले आणि विम्बल्डनला जो माणूस तिची सोबत करणार होता, त्याचा विचार करू लागली. त्या हिऱ्याला मॅचिंग कानातल्या रिंग्ज मिळवण्यासाठी ती त्याची मदत घेणार होती.

त्या रात्री 'डी बिअर्स'मधून बाहेर पडताना क्रॉम्बीच्या मनात एकच प्रश्न होता- त्या माणसानं तो हिरा हातोहात कसा लांबवला असेल? तो खाली पाहत असताना त्याला काही सेकंदच वेळ मिळाला होता.

साफसफाई करणारी बाई व्हॅक्यूम क्लीनरनं कॉरिडॉर साफ करत होती. "गुडनाईट डोरिस!" क्रॉम्बीनं तिचा निरोप घेतला.

"गुड नाईट सर!" ती दार उघडून आतल्या खोलीत आली. याच खोलीत ग्राहक जगातल्या सर्वोत्कृष्ट रत्नांची निवड करतात, असं क्रॉम्बीनं तिला सांगितलं होतं. म्हणून ही खोली लखख असायला हवी, असा त्याचा आग्रह असे. तिनं मशीन बंद करून टेबलावरचं कापड काढलं, आणि टेबल पुसायला सुरुवात केली. आधी वरचा भाग आणि मग टेबलाच्या कडा. एक कड पुसताना तिच्या हाताला एक वेगळाच स्पर्श जाणवला.

तिनं वाकून ती जागा काळजीपूर्वक पाहिली. तिचा तिच्या डोळ्यांवर विश्वासच बसेना! टेबलाच्या कडेखाली च्युइंग गमचा एक भलामोठा तुकडा चिकटला होता. तिनं तो खरवडून काढला आणि तो भाग स्वच्छ केला. तिनं तो तुकडा ट्रॉलीवरच्या पिशवीत टाकून टेबलावर पुन्हा कापड नीट अंथरलं.

"किती भयानक सवय!" ती स्वत:शीच पुटपुटली आणि दार बंद करून तिनं कॉरिडॉरचा गालिचा साफ करायला सुरुवात केली.

राणीची तार *

'महामहिम राणीसाहेब आल्बर्ट वेबर यांचं त्यांच्या
शंभराव्या वाढदिवसानिमित्त अभिनंदन करीत आहेत. त्यांना
पुढील अनेक वर्षं उत्तम आरोग्य आणि आनंद लाभो, अशा शुभेच्छा!'

ती तार विसाव्या वेळेला वाचूनही आल्बर्टच्या चेहऱ्यावरचं हसू मावळत नव्हतं.

"आता पुढची तुझी पाळी, डक्स." असं म्हणत त्यानं ती शाही शुभेच्छेची तार त्याच्या पत्नीच्या हाती दिली. बेट्टीनं ती तार एकदाच वाचली. तिच्या चेहऱ्यावर प्रसन्न हसू उमटलं.

गेला आठवडाभर सोहळा चालू होता. टाउन हॉलमध्ये झालेल्या पार्टीनं त्याचा समारोप झाला. 'सॉमरसेट गॅझेट'च्या मुखपृष्ठावर त्याचा फोटो झळकला होता. बीबीसीच्या वार्ताहरानं त्याची मुलाखत घेतली होती, त्या वेळी शेजारी बसलेल्या बेट्टीचा चेहरा अभिमानानं फुलून आला होता.

स्ट्रीट गावचे महापौर टेड हार्डिंग, प्रमुख नगरसेवक ब्रॉकलबँक यांनी टाउन हॉलच्या पायऱ्यांवर या शतकवीराचं स्वागत केलं. आल्बर्टला ते स्वत: महापौरांच्या दालनात घेऊन गेले. तिथे त्यांची खासदार डेव्हिड हीथकोट–ॲमरी, यांच्याशी ओळख करून दिली गेली. तिथल्या महिला प्रतिनिधीही भेटल्या, पण आल्बर्ट त्यांचं नाव विसरला.

फोटोंचा कार्यक्रम झाल्यावर ते सर्वजण मुख्य हॉलमध्ये आले. शंभरावर निमंत्रित पाहुणे तिथे त्यांची वाट पाहत होते. सर्वांनी उत्स्फूर्तपणे टाळ्यांच्या गजरात त्यांचं स्वागत केलं. अनोळखी माणसंही आवर्जून त्यांच्याशी हस्तांदोलन करत होती.

दुपारी बरोबर ३ वाजून २७ मिनिटांनी केक कापण्यात आला; कारण १९०७ साली याच वेळी आल्बर्टचा जन्म झाला होता. आज त्याच्याभोवती

त्याची पाच मुलं, अकरा नातवंडं आणि एकोणीस पंणतवंडं यांचा गराडा पडला होता. आल्बर्टनं चांदीच्या मुठीच्या सुरीनं केक कापला. पुन्हा टाळ्यांचा कडकडाट झाला. उपस्थितांपैकी अनेकांनी ओरडून त्याला भाषण करण्याचा आग्रह केला.

आल्बर्टनं मनाशी एक छोटेखानी भाषण तयार केलं होतं; पण सभागृहात एकदम शांतता पसरताच तो ते विसरून गेला.

''काहीतरी बोल ना!'' बेट्टी त्याच्या बरगडीत ढोसत म्हणाली.

त्यानं आपलं भाषण ऐकण्यासाठी उत्सुक असणाऱ्या समोरील गर्दीकडे पाहिले. डोळ्यांची उघडझाप केली आणि थोडं थांबून ''थँक यू व्हेरी मच!'' एवढंच बोलला.

तो पुढे बोलणार नाही, हे लक्षात आल्यावर कुणीतरी 'हॅपी बर्थडे' गाणं म्हणायला सुरुवात केली. सर्वांनी त्याच्या सुरात सूर मिळवला. आल्बर्ट शंभरपैकी सात मेणबत्त्याच विझवू शकला. मग त्याच्या कुटुंबातले तरुण मदतीला आले. पुन्हा हशा आणि टाळ्या झाल्या.

तो आवाज ओसरल्यावर महापौरमहोदय त्यांचं लांबलचक भाषण ठोकायला उभे राहिले. त्यांचा सोनेरी कडांचा काळा गाउन सावरत त्यांनी सुरुवात केली-

''मित्र हो, आज आपण आपल्या सर्वांच्या लाडक्या आल्बर्ट वेबर यांचा शंभरावा वाढदिवस साजरा करण्यासाठी इथे जमलो आहोत. १५ एप्रिल १९०७ रोजी याच गावात त्यांचा जन्म झाला. पत्नी बेट्टी यांच्याशी ते १९३१ साली ट्रिनिटी चर्चमध्ये विवाहबद्ध झाले. त्यांनी त्यांचा संपूर्ण कार्यकाळ 'सी अँड जे क्लार्क' या पादत्राणांच्या कारखान्यात सेवा दिली.''

ते पुढे म्हणाले, ''आल्बर्टचं संपूर्ण आयुष्य स्ट्रीट गावातच गेलंय. अपवाद फक्त चार वर्षांचा. या काळात त्यांनी 'सॉमरसेट लाइफ इन्फंट्री'मध्ये सेवा दिली. महायुद्ध संपल्यानंतर १९४५ साली त्यांना लष्करातून सेवामुक्त करण्यात आलं. ते पुन्हा पूर्वीच्याच कामावर रुजू झाले. साठाव्या वर्षी ते 'डेप्युटी फ्लोअर मॅनेजर' या पदावरून निवृत्त झाले. पण आल्बर्टपासून तुमची एवढ्या सहजासहजी सुटका होत नाही, कारण त्यानंतरही वयाच्या सत्तराव्या वर्षांपर्यंत त्यांनी 'नाइट वॉचमन' म्हणून काम केलं.

हशा थांबल्यावर महापौरांनी पुन्हा सुरुवात केली. ''पहिल्यापासून आल्बर्ट स्ट्रीट फुटबॉल क्लबचा खंदा समर्थक आहे. त्यानं 'कॉब्लर्स गेम' एकदाही चुकवला नाही. नुकतंच या क्लबनं त्याला सन्माननीय 'आजीवन सदस्यत्व' बहाल केलंय. 'क्राउन अ‍ॅन्ड अँकर'कडून तो डार्ट खेळलाय. त्याचा संघ पब स्पर्धेत उपविजेता ठरला होता.

''त्यामुळे एकूणच आल्बर्टचं आयुष्य बहुढंगी होतं, असं म्हणायला आपणास

हरकत नाही. ते आणखी अनेक वर्षं असे राहील, अशी आशा करू या. याचं एक महत्त्वाचं कारण म्हणजे त्याची पत्नी बेट्टी आणखी तीन वर्षांनी शंभरी गाठणार आह.'' मग ते बेट्टीकडे वळून म्हणाले, ''तिच्याकडे पाहता २०१० साली ती शंभर वर्षांची होईल, असं वाटतच नाही.''

पुन्हा प्रोत्साहनपर आरोळ्या झाल्या. बेट्टी झकास लाजली. आल्बर्टनं तिचा हात हातात घेतला.

त्यानंतर आणखी काहीजण चार शब्द बोलले. अनेकांनी आल्बर्टबरोबर फोटो काढून घेतले. मग महापौरांनी त्या जोडप्याला स्वत:च्या रोल्स-रॉईसमधून घरी सोडण्याची व्यवस्था केली.

ती दोघं मागच्या सीटवर हातात हात घेऊन बसली. यापूर्वी ते रोल्स-रॉईसमध्ये कधीच बसले नव्हते, तेही शोफरसकट!

मार्न टेरेसमधल्या त्यांच्या घरी पोचेपर्यंत ते पार थकून गेले होते. सामन सँडविच आणि केक खाऊन त्यांची पोटंही भरली होती. ते लगेच झोपायला गेले.

दिवा मालवताना आल्बर्ट म्हणाला, ''डक्स, आता तुझी शंभरी येणार. ती एकत्र साजरी करता यावी, म्हणून मी आणखी तीन वर्ष जगायचा निश्चय केलाय.''

''पण त्या वेळी मला एवढा गाजावाजा नकोय.'' ती म्हणाली. पण आल्बर्टला पडताक्षणी चांगली झोप लागली होती.

पुढच्या तीन वर्षांत आल्बर्ट आणि बेट्टीच्या आयुष्यात विशेष काही घडलं नाही. तब्येतीच्या किरकोळ तक्रारी वगळता कुठलाही गंभीर आजार नव्हता. त्याच काळात त्यांना पहिला खापरपणतू झाला, एवढेच!

अखेर बेट्टी वेबरच्या शंभरीचा तो ऐतिहासिक दिवस आला, पण तेव्हा आल्बर्ट खूपच अशक्त झाला होता, त्यामुळे पार्टी फक्त कुटुंबीयांबरोबर घरीच करायची, असा बेट्टीनं हट्ट धरला. आल्बर्ट अनिच्छेनंच कबूल झाला. पुन्हा एकदा टाउन हॉलमध्ये पार्टी आणि महापौरांच्या रोल्स-रॉईसमधून सफर घडावी, अशी त्याची इच्छा होती.

नवीन महापौरांचीही निराशा झाली. कारण स्थानिक वृत्तपत्रांत आपला फोटो झळकावा, अशी ते अपेक्षा बाळगून होते.

त्या महत्त्वाच्या दिवशी बेट्टीला तिच्या हितचिंतकांकडून शंभरावर शुभेच्छापत्रं आणि निरोप आले; पण राणीसाहेबांची तार न आल्यामुळे आल्बर्टची मात्र घोर

निराशा झाली. पोस्टाकडूनच उशीर झाला असावा, असं त्यानं गृहीत धरलं; पण वस्तुस्थिती तशी नव्हती.

"उगीच गोंधळ घालू नकोस." बेट्टी म्हणाली, "राणीसाहेबांना कितीतरी व्याप असतात. याहूनही महत्त्वाच्या अनेक गोष्टी आहेत त्यांच्याकडे."

पण आल्बर्ट गप्प बसला नाही. दुसऱ्या दिवशी आणि पुढच्या आठवड्यातही तार न आल्यामुळे तो निराश झाला. त्याच्या बायकोला मात्र विशेष काही वाटल्याचं दिसलं नाही. पण त्यापुढच्या आठवड्यातही तार न आल्यावर मात्र आल्बर्टनं या प्रकरणाचा छडा लावायचं ठरवलं.

दर गुरुवारी सकाळी त्यांची त्र्याहत्तर वर्षांची सर्वांत धाकटी मुलगी एलीन, बेट्टीला घेऊन गावात शॉपिंगसाठी जात असे. प्रत्यक्षात मात्र फक्त विंडो शॉपिंगच व्हायच; कारण दुकानातल्या वस्तूंच्या अफाट किमती पाहून बेट्टीचा विश्वासच बसत नसे. पेनीला एक ब्रेड आणि कामाचा पगार आठवड्याला एक पौंड या तिच्या आठवणी पुसल्या गेलेल्या नव्हत्या.

त्या गुरुवारी आल्बर्ट त्या दोघी जाईपर्यंत खिडकीजवळ थांबला. त्यांची गाडी कोपऱ्यावर वळून दिसेनाशी होताच, तो त्याची छोटी-छोटी पावलं टाकत त्यांच्या खोलीत आला. फोनजवळ बसून त्यानं मनात एकदा संभाषणाची उजळणी केली.

काही वेळानं शब्दन् शब्द घोकल्यावर त्यानं फ्रेम करून भिंतीवर लटकवलेल्या तारेकडे नजर टाकली. त्यामुळं त्याला आत्मविश्वास मिळाला आणि त्यानं एक सहा आकडी नंबर फिरवला.

"चौकशी. कोणता नंबर हवाय आपल्याला?"

"बकिंगहॅम पॅलेस." आल्बर्ट आवाजात जरब आणण्याचा प्रयत्न करत म्हणाला.

पलीकडे ऑपरेटरची जरा चलबिचल झाल्याचं त्याला जाणवलं; पण शेवटी तो म्हणाला, "एक मिनिट." आल्बर्टनं संयम पाळला. हा नंबर डिरेक्टरीत नाही, हे उत्तर ऐकण्याची त्याच्या मनाची तयारी होती; पण क्षणभरातच ऑपरेटर पुन्हा फोनवर आला आणि त्यानं नंबर सांगितला.

"पुन्हा सांगता?" चकित झालेल्या आल्बर्टनं पेन सरसावत म्हटलं.

"०२०७७६६ ७३००"

"थँक यू" म्हणत आल्बर्टनं फोन ठेवला. पुन्हा धैर्य एकवटायला त्याला काही क्षण लागले. मग त्यानं फोन उचलून थरथरत्या हातानं तो नंबर फिरवला. त्याला रिंग ऐकू आली. गडबडीनं तो फोन ठेवणार, तेवढ्यात एका बाईचा आवाज आला, "बकिंगहॅम पॅलेस. मी आपणास काय मदत करू शकते?"

"मला तेथील कोणाशीतरी शंभराव्या वाढदिवसाबद्दल बोलायचंय." तो घोकलेलं वाक्य बोलला.

"कोण बोलतंय?"

"आल्बर्ट वेबर."

"फोन चालू ठेवा मि. वेबर."

यातून निसटण्याची ही खरंतर शेवटची संधी होती; पण त्यानं फोन ठेवण्याआधीच आणखी एक आवाज आला-

"हंफ्रे क्रॅनशॉ बोलतोय."

त्यापूर्वी आल्बर्टनं असा आवाज फक्त सैन्यात असताना ऐकला होता.

"गुड मॉर्निंग, सर!" आल्बर्ट चाचरत म्हणाला, "मला तुमची मदत हवीय."

"शक्य होईल तेवढी नक्कीच करीन, मि. वेबर."

"तीन वर्षांपूर्वी मी माझा शंभरावा वाढदिवस साजरा केला." आल्बर्ट पुन्हा घोकलेलं वाक्य बोलला.

"मनापासून अभिनंदन!" क्रॅनशॉ म्हणाला.

"थँक यू! सर," आल्बर्ट म्हणाला, "पण आता मी वेगळ्या कारणासाठी फोन केलाय. त्या वेळी राणीसाहेबांनी मला अभिनंदनाची तार पाठवून उपकृत केलं होतं. आजही मी ती तार फ्रेम करून ठेवली आहे. तो माझ्या आयुष्यातला अनमोल ठेवा आहे."

"मि. वेबर, हा आपला चांगुलपणा आहे."

"पण मला एक विचारायचं होतं," आता आल्बर्टचा आत्मविश्वास वाढला. "शंभरी गाठणाऱ्या प्रत्येक व्यक्तीला राणीसाहेब तार करतात का?"

"नक्कीच!" क्रॅनशॉ म्हणाला, "राणीसाहेबांनी आवर्जून ही परंपरा जपली आहे; आता पूर्वीपेक्षा कितीतरी जास्त लोक शंभरी गाठत असले तरी!"

"ऐकून आनंद झाला, मि. क्रॅनशॉ." आल्बर्ट म्हणाला, "कारण माझ्या प्रिय पत्नीनंही काही आठवड्यांपूर्वी वयाची शंभर वर्षं पूर्ण केली आहेत. पण दुर्दैवानं तिला राणीसाहेबांची तार मिळालेली नाही."

"ऐकून वाईट वाटलं, मि. वेबर." क्रॅनशॉ म्हणाला, "कदाचित आमच्याकडून नजरचुकीनं राहून गेलं असेल. मी तपासून सांगतो. तुमच्या पत्नीचं पूर्ण नाव सांगता?"

"एलिझाबेथ व्हायोलेट वेबर, पूर्वाश्रमीची ब्रेथवेट." आल्बर्ट अभिमानानं म्हणाला.

"जरा थांबा मि. वेबर, मला रेकॉर्ड तपासू द्या."

या वेळी आल्बर्टला जास्त वेळ थांबावं लागलं. पुन्हा क्रॅनशॉचा आवाज आला.

"तुम्हाला थांबावं लागल्याबद्दल क्षमस्व! पण आम्ही तुमच्या पत्नीला पाठवलेल्या तारेची नोंद सापडली आहे."

"उत्तम!" आल्बर्ट म्हणाला, "मग कधी मिळेल तिला तार?"

त्याला पुन्हा पलीकडून थोडं चलबिचल झाल्याचं जाणवलं. मग क्रॅनशॉ म्हणाला, "राणीसाहेबांनी तुमच्या पत्नीला शंभरी गाठल्याबद्दल अभिनंदनाची तार पाठवून सुमारे पाच वर्षं झाली आहेत."

आल्बर्टला बाहेर गाडीचं दार बंद झाल्याचा आवाज ऐकू आला, आणि पुढल्या क्षणीच किल्लीनं दार उघडलं गेलं. त्यानं पटकन फोन ठेवला अन् तो मंद हसला...

हाय हील्स *

ऑस्ट्रेलियाविरुद्धच्या दुसऱ्या कसोटी सामन्याच्या पहिल्या दिवशी मी लॉर्ड्सवर होतो, तेव्हा ॲलन पेनफोल्ड माझ्या शेजारी येऊन बसला आणि त्यानं स्वत:ची ओळख करून दिली.

''आपल्या आयुष्यात सांगण्यासारखी एक छान कथा घडलीय, असं किती जण तुम्हाला सांगतात?'' त्यानं विचारलं.

उत्तर देण्याआधी मी त्याच्याकडे निरखून पाहिलं. तो साधारणत: पन्नाशीचा असावा. एकदम फिट वाटला. सडपातळ. काहीसा रापलेला चेहरा. भर ओसरल्यावरही स्वत:च्या आवडीचा खेळ नियमितपणे खेळत असावा. आजही ही कथा लिहिताना मला त्याच्या शेकहँडची मजबूत पकड आठवतेय.

''आठवड्यातून दोन किंवा तीन वेळा.'' मी म्हणाले.

''आणि यांपैकी किती गोष्टींची तुमच्या पुस्तकात वर्णी लागते?''

''तिसांपैकी किंवा नशीब बलवत्तर असेल, तर विसांपैकी एक.''

''मग मला या प्रतिकूल परिस्थितीवर मात करता येते का, ते पाहू या.'' पेनफोल्ड म्हणाला. खेळाडू चहापानासाठी मैदानाबाहेर येत होते. त्यानं त्याच्या कथेला सुरुवात केली, ''माझ्या व्यवसायात पहिली केस विसरणं शक्य नसतं.''

◆

बायकोची झोप चाळवली जाऊ नये, म्हणून ॲलन पेनफोल्डनं फोन अलगद खाली ठेवला; तरी तो बिछान्यातून बाहेर पडताना तिची चुळबुळ झालीच. दिवा लावावा लागू नये म्हणून त्यानं आदल्या दिवशीचेच कपडे घालायला सुरुवात केली.

''एवढ्या लवकर कुठे निघालास?'' तिनं विचारलं.

''रॉम्फर्ड.'' तो म्हणाला.

ॲननं पलंगाजवळच्या घड्याळाकडे नजर टाकली.

"रविवारी सकाळी सव्वा-आठ वाजता?" ती कुरकुरली.

त्यानं हलकेच तिच्या कपाळाचं चुंबन घेतलं. "झोप आता. लंचला सगळं सांगतो." तिचा पुढचा प्रश्न येण्याच्या आत तो सटकला.

रविवार सकाळ असली तरी रॉम्फर्डला पोचायला तासभर लागेल, असा त्याचा अंदाज होता. पण निदान सकाळी फोनवर 'रिपोर्ट ऑफिसर'बरोबर झालेल्या संभाषणाबद्दल तेवढ्या वेळात विचार करता येणार होता.

नुकसान तडजोड या विषयातलं शिक्षण पूर्ण झाल्यावर तो 'रेडफर्न ॲन्ड टाईसहर्स्ट'मध्ये याच कामावर प्रशिक्षणार्थी म्हणून रुजू झाला होता. त्याला आता दोन वर्षं होऊन गेली होती. पण कंपनीचे भागीदार इतके जुन्या वळणाचे आणि सावध होते की, त्यांचा सुपरवाझयर कॉलिन क्रॉफ्ट्स त्यांच्यासोबत नसताना स्वतंत्रपणे त्याला देण्यात आलेली ही पहिलीच केस होती.

कॉलिनकडून तो या दोन वर्षांत खूप काही शिकला होता, आणि आता गाडी चालवतानाही कॉलिनचा नेहमीचा शेरा त्याला आठवला : 'तुम्ही तुमची पहिली केस कधीच विसरत नाही.'

रिपोर्ट ऑफिसरनं त्याला फोनवर फक्त ठळक मुद्दे सांगितले होते. त्या रात्री रॉम्फर्डमध्ये एका वेअर-हाउसला आग लागली होती. स्थानिक अग्निशामक दल तिथे पोचलं, पण तोपर्यंत निखारे विझवणं एवढंच काम त्यांच्या हाती राहिलं होतं. रिपोर्ट ऑफिसर निर्विकारपणे म्हणाला होता की, "अशा जुन्या इमारती कापरासारख्या जळून जातात."

त्या जागेचे विमाधारक लोमॅक्स शूज (इंपोर्ट-एक्सपोर्ट) यांच्याकडे बिल्डिंगसाठी एक आणि तेथील इतर मालमत्तेसाठी एक अशा प्रत्येकी वीस लाख पौंडांच्या दोन पॉलिसीज होत्या. रिपोर्ट ऑफिसरच्या मते ही अतिशय साधी-सरळ, गुंतागुंत नसलेली केस होती. बहुधा म्हणूनच त्यानं ती सुपरवायझरच्या अनुपस्थितीत ॲलनकडे सोपवली होती.

रॉम्फर्डला पोचण्याआधीच ॲलनला ते ठिकाण लांबूनच दिसलं. काळ्या धुराचा एक लहानसा ढग तिथे तरंगत होता. ती शंभर वर्षं जुनी कंपनी जळून भस्मसात झाली होती. त्यानं बाजूच्या रस्त्यावर गाडी पार्क केली, बूट बदलले आणि लोमॅक्स शूज (इंपोर्ट-एक्सपोर्ट)च्या धुमसणाऱ्या निखाऱ्यांच्या दिशेनं तो चालू लागला. धूर हळूहळू विरळ होत होता. ॲलन सावकाश चालत होता, कारण त्याला पुन्हा कॉलिनची शिकवण आठवली – 'प्रथमदर्शनी होणारं मत महत्त्वाचं असतं.'

तो साइटवर पोचला, तेव्हा तिथे विशेष हालचाल दिसत नव्हती. फायर

ब्रिगेडची माणसं त्यांचं सामान आवरून निघण्याच्या तयारीत होती. काळपट पाण्याची डबकी टाळत तो एंजिनजवळ गेला. त्यानं तिथल्या ड्यूटीवरच्या अधिकाऱ्याला स्वत:ची ओळख करून दिली.

"कॉलिन कुठाय?" त्यानं विचारलं.

"सुट्टीवर." ॲलन म्हणाला.

"मग बरोबर आहे. रविवार सकाळी त्याला कधी पाहिल्याचं आठवत नाही. आणि माझा रिपोर्ट मिळाल्याशिवाय तो कधी सहसा साइटवर येत नाही."

"कल्पना आहे," ॲलन म्हणाला, "पण ही माझी पहिलीच केस आहे. आणि शक्यतो कॉलिन सुट्टीवरून परतायच्या आत ती हातावेगळी करायचा माझा विचार आहे."

"आपली पहिली केस विसरणं कधीच शक्य नसतं." तो ऑफिसर त्याच्या वाहनात बसत म्हणाला, "पण एक लक्षात ठेवा; ही काही फारशी प्रसिद्धी मिळण्यासारखी केस नाही. फारतर 'रॉम्फर्ड रेकॉर्डर'मध्ये लहानशी बातमी येईल एवढंच. मी काही पोलीस चौकशीची शिफारस करणार नाही."

"घातपाताची काही शक्यता?" ॲलन म्हणाला.

"नाही. तशा शंकास्पद खाणाखुणा काहीच नाहीत." तो ऑफिसर म्हणाला, "सदोष वायरिंग असाच निष्कर्ष निघणार. खरंतर हे वायरिंग कित्येक वर्षांपूर्वी बदलायला हवं होतं." त्यानं वळून त्या इमारतीकडे पाहिलं. "नशीब याला लागून काही इमारती नव्हत्या, आणि आगही मध्यरात्री लागली."

"त्या वेळी इमारतीत कोणी होतं?"

"कोणीही नाही. वर्षापूर्वीच लोमॅक्सनं वॉचमनला काढून टाकलं होतं. मंदीचा आणखी एक बळी. हे सगळं माझ्या रिपोर्टमध्ये येईलच."

"थँक्स!" ॲलन म्हणाला, "त्या विमाकंपनीचा प्रतिनिधी दिसला नाही ना?"

"कोण? बिल हॅडमन? मी त्याला पक्का ओळखतो. तो नक्कीच जवळपासच्या एखाद्या पबमध्ये आपलं ऑफिस थाटेल. नेपियररोडच्या किंग्ज आर्म्समध्ये पाहा."

पुढचा तासभर ॲलन त्या पाणी साठलेल्या साइटमधून हिंडत होता. त्या ऑफिसरला खोटं ठरवणारा एकतरी पुरावा मिळतो का, ते शोधत होता. त्याला काहीच सापडलं नाही. पण तरीही काहीतरी चुकतंय, ही भावना त्याच्या मनाचा पिच्छा सोडेना. पहिलं म्हणजे त्याच्या धंद्याची राखरांगोळी होऊनसुद्धा लोमॅक्सचा पत्ता नव्हता, आणि विमा कंपनीचा प्रतिनिधी कुठे होता? त्याच्या कंपनीला चाळीस लाख पौंड मोजावे लागणार असूनही तो का आला नव्हता? गणित

कुठेतरी चुकत होतं. अशा वेळी कॉलिन नेहमी म्हणायचा, 'तुम्हाला काय दिसतं यापेक्षा काय दिसत नाही, हे महत्त्वाचं असतं.''

तेथे अर्धा तास घालवूनही ॲलनला नेमकं उत्तर सापडेना. अखेर त्या फायर ऑफिसरच्या सल्ल्यानुसार त्यानं जवळचा पब गाठला.

सकाळी अकराच्या सुमाराला तो किंग्ज आर्म्समध्ये पोहोचला. बारजवळ दोनच ग्राहक बसले होते. त्यांतला एक जण म्होरक्या असल्याचं स्पष्ट दिसत होतं.

''गुड मॉर्निंग, मित्रा!'' बिल हॅडमन म्हणाला, ''आमच्याबरोबर घे थोडी. आणि हो, हे डेस लोमॅक्स. मी त्यांना त्यांचं दु:ख बुडवायला मदत करतोय.''

ॲलननं दोघांबरोबर हस्तांदोलन केलं. ''इतक्या लवकर नको, पण माझा ब्रेकफास्ट झाला नाही. त्यामुळे ज्यूस घेईन.''

''तुमच्या ऑफिसमधून इतक्या लवकर कुणी साइटवर येत नाही.''

''कॉलिन सुट्टीवर आहे आणि ही माझी पहिलीच केस आहे.''

''पहिली केस तुम्ही कधीच विसरत नाहा.'' हॅडमन सुस्कारा टाकून म्हणाला, ''पण ही काही तुमच्या नातवंडांना सांगण्यासारखी रसभरित कहाणी होणार नाही. लोमॅक्स कुटुंबानं त्यांचा धंदा १८९२ साली सुरू केला, आणि आमच्या कंपनीनं पहिल्या दिवसापासून त्यांना विमा सुरक्षा कवच दिलं. आतापर्यंत त्यांच्या एकाही दाव्याबद्दल ऑफिसमध्ये कुणी शंका घेतलेली नाही. आमच्या इतर काही ग्राहकांबद्दल मात्र अशी खातरी देता येणार नाही.''

''मि. लोमॅक्स, आपण अशा दु:खद परिस्थितीत भेटतोय, याचं मला वाईट वाटतंय.'' ॲलन म्हणाला. कॉलिनही अशीच सुरुवात करायचा. ''इतक्या वर्षांचा कौटुंबिक व्यवसाय असा एकाएकी गमावणं खूप धक्कादायक असणार.'' त्यानं लोमॅक्सच्या प्रतिक्रियेचा बारकाईनं अंदाज घेतला.

''वास्तव तर स्वीकारायलाच हवं, हो ना?'' लोमॅक्स म्हणाला. त्याला फारसा धक्का बसलेला दिसत नव्हता. पोटापाण्याचा उद्योग गमावूनही तो शांत वाटत होता. त्याला सकाळी छान दाढी करायलाही सवड मिळाली होती.

''आता तुम्ही थांबावायची गरज नाही,'' हॅडमन म्हणाला, ''बुधवारी, फारतर गुरुवारी माझा रिपोर्ट तुमच्या टेबलावर असेल. मग होऊ दे घासाघीस सुरू.''

''घासाघीस करण्याची गरजच काय?'' लोमॅक्स तटकन म्हणाला, ''माझे सर्व हप्ते मी वेळेवर भरलेत, आणि मी सर्वस्व गमावल्याचं जग पाहतंय.''

''हो, फक्त एक किरकोळ बाब सोडून. ती म्हणजे चाळीस लाख पौंडाची विम्याची रक्कम!'' ॲलन ग्लास ठेवत म्हणाला. त्यावर ते दोघंही काहीच बोलले नाहीत. तो काही न बोलता दोघांशी शेकहँड करून निघून गेला.

''काहीतरी चुकतंय'', तो साइटकडे जाताना स्वत:शीच म्हणाला. त्यातच

कॉलिननं आतापर्यंत ते नेमकं ओळखलं असतं, ही जाणीव त्याला जास्तच अस्वस्थ करत होती. पोलिसस्टेशनमध्ये जायचा विचार त्याच्या मनात चमकून गेला. पण जिथं फायर ब्रिगेड आणि विमा कंपनी यांनाच फिकीर नव्हती, तिथं पोलिस काय करणार? इन्स्पेक्टरचे शब्द ऐकल्याचा त्याला भास झाला, ''इथे प्रत्यक्ष घडलेले गुन्हेच एवढे आहेत की, तुमच्या 'काहीतरी चुकतंय'च्या मागे लागायला माझ्याकडे वेळ नाही.''

गाडीत बसताना तो पुन्हा पुटपुटल, ''काहीतरी गोची नक्कीच आहे.''

ॲलन फुलहॅमला लंचच्या वेळी पोचला. त्याच्या रविवार सकाळच्या धावपळीत ॲनला विशेष रस असल्याचं दिसलं नाही; पण त्यानं बुटांचा उल्लेख केल्याबरोबर मात्र तिनं कान टवकारले. तिच्या प्रश्नांची सरबत्ती सुरू झाली. त्यांतल्या एका प्रश्नामुळे ॲलनला एक कल्पना सुचली.

दुसऱ्या दिवशी सकाळी नऊ वाजता, ॲलन विमा मॅनेजरच्या ऑफिसमध्ये हजर झाला. ''नाही. मला तुझा रिपोर्ट वाचायला मिळलेला नाही.'' तो बसायच्या आधीच रॉय कर्स्लेक म्हणाला.

''कारण मी तो अजून लिहिलेलाच नाही.'' ॲलन हसून म्हणाला, ''विम्याचं मूल्यमापन आणि फायर रिपोर्ट माझ्याकडे आठवड्याच्या शेवटी येतील.''

''मग माझा वेळ का वाया घालवतोयस?'' कर्स्लेक म्हणाला. त्यानं त्याच्या फायलींच्या ढिगाऱ्यामागून साधं मान वर करूनही पाहिलं नाही.

''ही लोमॅक्सची केस दिसते तेवढी सरळ नाही.''

''तुझा आतला आवाज सोडून काही ठोस पुरावा आहे का?''

''माझा प्रचंड अनुभव विसरू नका.''

''मग मी काय करावं, अशी तुझी अपेक्षा आहे?'' त्या मिस्किलपणाकडे दुर्लक्ष करत कर्स्लेकनं विचारलं.

''लेखी रिपोर्ट आल्याशिवाय फारसं काही करता येणार नाही. पण तोपर्यंत माझं स्वत:चं संशोधन करावं म्हणतो.''

कर्स्लेकनं प्रथमच मान वर केली. ''मला पैशाच्या मागणीचा वास येतोय.'' तो म्हणाला, ''पण काही ठोस असल्याशिवाय मी एक छदामही मंजूर करणार नाही.''

ॲलननं त्याला त्याच्या मनातली योजना सविस्तर सांगितली.

कर्स्लेकनं पेन खाली ठेवलं.

''पुढच्या वेळी मात्र काही पक्कं सांगितल्याशिवाय एक पेनीही देणार नाही, लक्षात ठेव. आता नीघ इथून आणि मला माझं काम करू दे... आणि हो–''

ॲलन दारात असताना तो म्हणाला, ‘‘ही तू एकट्यानं घेतलेली पहिलीच केस ना?’’

‘‘हो.’’ ॲलन म्हणाला, आणि कर्स्लेकचा प्रतिसाद ऐकण्यापूर्वीच बाहेर पडला.

‘‘मग बरोबरच आहे!’’

सकाळी उशिरा ॲलन पुन्हा रॉम्फर्डला गेला. निदान आतातरी डोक्यात प्रकाश पडेल, अशी त्याला आशा होती. एके काळी दिमाखात उभी असलेली कंपनी पार भस्मसात झाली होती. ॲलननं साइटवर सावकाशपणे एक चक्कर मारली, बारकाईनं सारं न्याहाळलं; पण काहीच पत्ता लागला नाही.

दुपारी एक वाजता तो पुन्हा किंग्ज आर्म्समध्ये हजर झाला. लोमॅक्स आणि हॅडमनची गाठ पडू नये, अशी आशा तो करत होता. कारण तिथल्या स्थानिक रहिवाशांना बोलतं करून त्याला जमेल तेवढी माहिती मिळवायची होती.

बारजवळ बसून त्यानं एक बियर आणि हलकं जेवण मागवलं. तिथले नियमित ग्राहक कोण आणि त्याच्यासारखे क्वचित येणारे कोण, हे त्यानं झटकन ओळखलं. एकजण वर्तमानपत्रात त्या आगीची बातमी वाचत होता. ‘रॉम्फर्ड रेकॉर्डर’च्या पहिल्याच पानावर ज्वाळांनी वेढलेल्या फॅक्टरीचा भलामोठा फोटो होता. ‘‘भीषण दृश्य असेल ना?’’ ॲलन त्या फोटोकडे बोट दाखवत म्हणाला.

‘‘ठाऊक नाही.’’ तो माणूस त्याचा ग्लास रिकामा करत म्हणाला, ‘‘मी आपला मस्त गुरफटून झोपलो होतो.’’

‘‘पण घटना दुर्दैवीच!’’ ॲलन म्हणाला, ‘‘जुनी पिढीजात कंपनी जळून खाक झाली.’’

‘‘पण डेस लोमॅक्सच्या दृष्टीनं दुर्दैवी नव्हती.’’ ग्लास रिकामा करीत तो म्हणाला, ‘‘आता चाळीस लाख पौंड खिशात घालून नवीन मैत्रिणीबरोबर सुट्टीला जायला मोकळा! या भागात तो दिसणार नाही, हे मी पैजेवर सांगतो.’’

‘‘खरंय तुमचं.’’ ॲलन रिकाम्या ग्लासभर टिचकी मारत बारमनला म्हणाला, ‘‘आणखी एक.’’ मग त्या माणसाकडे वळून म्हणाला, ‘‘मला कंपनी देणार?’’ तो प्रथमच हसला, ‘‘जरूर, थँक्स.’’

तासाभरानं किंग्ज आर्म्सच्या बाहेर पडताना ॲलनच्या माहितीत फारशी भर पडली नव्हती; पण तेवढ्या काळात त्याला त्याच्या नवीन मित्राला आणि बारमनला एकेक बियर पाजावी लागली.

लोमॅक्स त्याच्या पत्नीला रॉम्फर्डमध्येच सोडून नवीन युक्रेनियन मैत्रिणीबरोबर सुट्टीसाठी कोर्फूला निघून गेला होता. सौ. लोमॅक्सकडून ॲलनला त्या बारमध्ये

भेटलेल्या माणसापेक्षा खूपच जास्त माहिती मिळाली असती; पण ही गोष्ट तो पचवू शकला नसता. कारण त्यानं पॉलिसीधारकाच्या पत्नीची भेट घेतल्याचं कंपनीला कळलं असतं, तर त्याची पहिलीच केस त्याची शेवटची ठरली असती. त्यानं तो विचार झटकून टाकला. पण लोमॅक्सचं दुसऱ्याच दिवशी बारमध्ये भेटणं, त्याच्या भस्मसात झालेल्या कंपनीचे निखारे धुमसत असतानाच मैत्रिणीबरोबर सुट्टीला जाणं, हे सगळं त्याला विचित्र वाटत होतं.

ऑफिसमध्ये परतल्यावर त्यानं बिल हॅंडमनकडे काही माहिती मिळते का, ते पाहण्याचं ठरवलं.

"ट्रायब्यूनल इन्शुरन्स." ऑपरेटर म्हणाली.

"रेडफर्न अँड टाईसहर्स्टमधून ॲलन पेनफोल्ड बोलतोय. मला मि. हॅंडमनशी बोलता येईल का?"

"ते सुट्टीवर आहेत. बहुतेक सोमवारपर्यंत येतील."

"एखाद्या सुंदर ठिकाणी गेले असतील." ॲलननं अंधारात तीर मारला.

"मला वाटतं, कोर्फूला जाणार असं ते म्हणत होते."

ॲलननं वाकून हलकेच पत्नीची पाठ चोळली, ती जागी आहे की नाही हे पाहण्यासाठी.

"ए, तुझा 'तो' विचार असेल तर विसर." ॲन वळूनही न पाहता म्हणाली.

"नाही, मला तुझ्याशी शूजबद्दल बोलायचंय."

"शूज?" तिनं वळून विचारलं.

"हो. तुला मनोल्डो ब्लानिक, प्राडा आणि रॉजर व्हिव्हिएबद्दल असलेली सर्व माहिती मला हवीय."

आता ॲन खडबडून जागी झाली.

"काय माहिती हवीय तुला?" तिनं उत्सुकतेनं विचारलं.

"तुझ्या चपलांचा नंबर काय?"

"अडतीस."

"इंच, सेमी. की...."

"वेड्यासारखं बोलू नकोस. ही युरोपियन मापं आहेत. सगळ्या कंपन्या हीच मापं प्रमाण धरतात."

"पण त्यातही..." ॲलनचे गंभीर प्रश्न थांबेनात, पण ॲनजवळ सर्व उत्तरं तयार होती.

दुसऱ्या दिवशीची पूर्ण सकाळ ॲलन हॅरड्सच्या दुकानात होता. एरवी तो या प्रचंड दुकानात सेल लागेल तेव्हाच जात असे. ॲननं सांगितलेल्या सर्व गोष्टी तो आठवायचा प्रयत्न करत होता. त्यानं बायकांच्या पादत्राणांच्या विभागात भरपूर वेळ घालवला.

त्यानं लोमॅक्स कंपनीची सर्व उत्पादनं पाहिली आणि शेवटी 'मनोलो ब्लॉनिक' आणि 'रॉजर व्हिव्हिए' एवढ्यांवर लक्ष एकटवलं. दोन तासांनी तो तिथून फक्त काही माहितीपत्रकं घेऊन बाहेर पडला. पण कर्स्लेककडून पैसे मिळाल्याशिवाय त्याला त्याचे अंदाज तपासता येणं शक्य नव्हतं.

ऑफिसमध्ये परतल्यावर त्यानं आधी लोमॅक्सच्या मालाची यादी तपासली. आगीत नष्ट झालेल्या मालात मनोलो ब्लॉनिकचे तेवीसशे, तर रॉजर व्हिव्हिएचे चार हजारांहून जास्त जोड होते.

"किती पैसे हवेत तुला?" रॉय कर्स्लेकनं विचारलं आधीच त्याच्यासमोर फायलींच्या दोन चळती होत्या.

""एक हजार," ॲलन त्याच्यासमोर आणखी एक फाइल ठेवत म्हणाला.

"तुझा रिपोर्ट या ढिगाऱ्याच्या वर येणारा कसा?" ॲलन म्हणाला.

"या तुझ्या खर्चामुळे कंपनीचा फायदा होईल कशावरून?"

"आपल्या एका अशिलाचे वीस लाख पौंड वाचवणं, याला फायदा म्हणता येईल ना?" ॲलननं साळसूदपणे विचारलं.

कर्स्लेकनं त्याची फाइल वर काढून वाचायला सुरुवात केली.

"मी तासाभरात तुला निर्णय सांगतो."

दुसऱ्या दिवशी ॲलन पुन्हा हॅरडसमध्ये हजर झाला. आदल्या रात्री पुन्हा त्याचं बायकोशी संभाषण झालं होतं. तो फिरत्या जिन्यानं पहिल्या मजल्यावर पोचला आणि रॉजर व्हिव्हिएच्या शोकेससमोर जाऊन उभा राहिला. त्यानं बुटांचा एक जोड निवडला आणि तिथल्या सेल्सगर्लला किंमत विचारली. तिनं बुटांचं लेबल तपासलं.

"सर, या प्रकारचे थोडेच जोड तयार केले गेलेत. हा शेवटचा जोड आहे."

"किंमत?"

"दोनशे वीस पौंड."

ॲलननं धक्का बसल्याचं जाणवू दिलं नाही. एवढ्या महागड्या बुटांवर त्याला प्रयोग करता येणं शक्य नव्हतं.

"दुय्यम माल आहे?" त्यानं आशेनं विचारलं.

ती गोड हसली, "रॉजर व्हिव्हिएचा दुय्यम माल नसतो, सर."

"तुमच्याकडे सर्वांत स्वस्त काय आहे?"

"बॅलेरिनाचे काही जोड, प्रत्येकी एकशे वीस पौंड आणि काही पेनी लोफर्स, प्रत्येकी नव्वद पौंड."

"तेच घेतो मी." ॲलन म्हणाला.

"साइज?"

"कोणताही चालेल." ॲलननं सांगितलं.

आता चकित होण्याची पाळी तिची होती. ती काउंटरवरून पुढे झुकून हळूच म्हणाली, "अडतीस नंबरचे पाच जोड आहेत, ते मी तुम्हाला सवलतीच्या दरात देईन; पण ते गेल्या वर्षीचे आहेत."

"चालेल," ॲलन म्हणाला आणि त्यानं खुशीनं रॉजर व्हिव्हिएचे पाच जोड घेतले आणि मनोलो ब्लानिककडे मोर्चा वळवला.

तिथल्या मुलीला त्यानं विचारलं. "गेल्या वर्षीचे अडतीस नंबरचे शूज आहेत?"

"बघून सांगते, सर." ती म्हणाली आणि स्टॉकरूममध्ये जाऊन पाहून आली. "नाही सर, अडतीस नंबरचे संपलेत; पण गेल्या वर्षीचा पस्तीस आणि सदतीस नंबरचा एकेक जोड आहे."

"मी दोन्ही घेतले तर केवढ्याला द्याल?"

"न बघताच?"

"मनोलो ब्लानिकचे असले म्हणजे झालं!" तो म्हणाला. ती मुलगीही चकित झाली.

हॅरडसमधून बाहेर पडताना ॲलनजवळ दोन भल्यामोठ्या हिरव्या कॅरीबॅग्ज होत्या. दोन्हींत मिळून बुटांचे सात जोड होते. ऑफिसमध्ये त्यानं कर्स्लेकला पावती दिली. ती रक्कम पाहून कर्स्लेकनं चमकून वर पाहिलं.

"तुझ्या बायकोच्या पायाचा साईज अडतीस नसला म्हणजे झालं." तो हसत म्हणाला. ॲलनच्या डोक्यात हा विचार आलाच नव्हता.

शनिवारी सकाळी ॲन शॉपिंगला गेल्यावर ॲलननं घरच्या बागेत कोपऱ्यात एक शेकोटी पेटवली. मग गॅरेजमध्ये जाऊन कारमधून बुटांच्या त्या दोन कॅरीबॅग्ज आणि पेट्रोलचा कॅन घेऊन तो आला.

ॲन शॉपिंगहून परतण्याच्या आत त्याचा प्रयोग पूर्ण झाला होता. मनोलो ब्लॅनिक प्रयोगातून वगळला गेल्याचं तिला न सांगण्याचं त्यानं ठरवलं. कारण शिल्लक राहिलेला तो एकमेव जोड तिच्या मापाचा नव्हता. त्यानं गाडीची डिकी

बंद केली. उगीच तिला आतले अडतीस नंबरचे रॉजर व्हिव्हिएचे चार बूट दिसायला नकोत.

सोमवारी सकाळी ॲलननं डेस लोमॅक्सच्या सेक्रेटरीला फोन केला आणि लोमॅक्स सुट्टीवरून परतल्यावर भेटीची वेळ मागितली.

"हे प्रकरण एकदा हातावेगळं केलेलं बरं." तो म्हणाला.

"नक्कीच, मि. पेनफोल्ड!" सेक्रेटरी म्हणाली, "ते बुधवारपर्यंत येतीलच बहुतेक. कोणती वेळ तुम्हाला सोयीची आहे?"

"सकाळी अकरा चालेल."

"जरूर." ती म्हणाली, "किंग्ज आर्म्स?"

"नको. साइटवर भेटू."

बुधवारी सकाळी ॲलन लवकर उठला आणि बायकोची झोपमोड न होऊ देता तयार झाला. तिनं आधीच त्याला हवी असलेली माहिती पुरवली होती. ब्रेकफास्ट करून तो बाहेर पडला आणि मुळीच घाई न करता रॉम्फर्डला पोचला. वाटेत त्यानं पेट्रोलचा कॅन पुन्हा भरून घेतला.

रॉम्फर्डला आल्यावर तो थेट साइटवर गेला. पार्किंगला त्याच्यापुरतीच जागा शिल्लक होती. तासाभरात काम होईल, असा त्याचा अंदाज होता. त्यानं डिकीतून हॅरडसची पिशवी आणि पेट्रोल कॅन काढले, आणि तो ऐवज घेऊन साइटच्या मधोमध आला. लोमॅक्स शूजचे (इंपोर्ट-एक्सपोर्ट) चेअरमन येतच होते.

डेस लोमॅक्स वीस मिनिटं उशिरा आला. त्यानं त्याची नवी कोरी लाल मर्सडीज जवळच पार्क केली. तो गाडीतून उतरताक्षणी ॲलनच्या नजरेनं एक गोष्ट टिपली. ती म्हणजे कोर्फूच्या उन्हामुळे लोमॅक्सचा चेहरा रापलेला मुळीच दिसत नव्हता.

लोमॅक्स त्याच्यापाशी आला; पण उशीर झाल्याबद्दल दिलगिरी वगैरे त्याने व्यक्तसुद्धा केली नाही. त्यानं शेकहँडसाठी पुढे केलेल्या हाताकडे दुर्लक्ष करून ॲलन म्हणाला, "गुड मॉर्निंग, मि. लोमॅक्स! मला वाटतं, आता तुमच्या दाव्याबद्दल चर्चा करायची वेळ आलीय."

"त्यात चर्चा करण्यासारखं काहीच नाही." लोमॅक्स म्हणाला, "माझा चाळीस लाखाचा विमा आहे. मी एकही हप्ता चुकवलेला नाही. त्यामुळे मला

माझ्या हक्काची रक्कम लवकरात लवकर मिळाली पाहिजे.''

"मी शिफारस केली तर ना?''

"तुझ्या शिफारसीशी मला काहीघेणं देणं नाही, मुला,'' लोमॅक्स सिगारेट पेटवत म्हणाला, "माझे हक्काचे चाळीस लाख पौंड मला मिळायलाच हवेत. आणि जर ते तुम्ही लवकर दिले नाहीत, तर आपली पुढची भेट थेट कोर्टातच होईल. आणि ही तुझी पहिलीच केस असल्यामुळे तसं होणं तुझ्यासाठी बरं नाही.''

"तुमचं म्हणणं खरं असेलही मि. लोमॅक्स,'' ॲलन म्हणाला, "पण मी तुमच्या विमा एजंटला हे प्रकरण वीस लाख पौंडात मिटवण्याचा सल्ला देईन.''

"वीस लाख?'' लोमॅक्स म्हणाला, "हा विनोदी आकडा कुठून काढलास?''

"तुम्ही गेले दहा दिवस कोर्फूमध्ये नव्हता; हे कळल्यावर.''

"हे तुला सिद्ध करावं लागेल, मुला,'' लोमॅक्स ताडकन म्हणाला, "कारण माझ्याजवळ हॉटेलची बिलं, विमानाची तिकिटं, गाडीभाड्याच्या पावत्या सगळं काही आहे. त्यामुळे या भानगडीत पडू नकोस, नाहीतर विम्याची रक्कम न दिल्याच्या खटल्याबरोबर अब्रुनुकसानीच्या केसलाही तुला सामोरं जावं लागेल.''

"तुम्ही कोर्फूला गेला नव्हता याचा माझ्याकडे पुरावा नाही, हे खरंय!'' ॲलन म्हणाला.

"पण तरीही मी हे प्रकरण वीस लाखांत मिटवायचा सल्ला देईन.''

"जर पुरावा नसेल; तर हा कसला खेळ चाललाय?''

"मि. लोमॅक्स, खेळ तुम्ही खेळताय, मी नाही.'' ॲलन शांतपणे म्हणाला.

"गेले दहा दिवस तुम्ही सहा हजार बुटांच्या जोडांची विल्हेवाट लावण्यात गुंतला होता, हे मी कदाचित सिद्ध नाही करू शकणार; पण तुम्ही वेअर-हाउसला आग लावली तेव्हा ते तिथे नव्हते, हे सिद्ध करू शकेन.''

"फुकाची धमकी देऊ नकोस, मुला. तू कुणाशी पंगा घेतोयस, हे तुला ठाऊक नाही.''

"चांगलंच ठाऊक आहे,'' ॲलन म्हणाला. त्यानं कॅरीबॅगमधून रॉजर व्हिव्हिएचे शूज काढले आणि लोमॅक्सच्या पायाशी ओळीनं मांडले.

लोमॅक्स त्या बुटांच्या रांगेकडे पाहत म्हणाला, "भेटवस्तूंची खरेदी चालली होती वाटतं?''

"नाही. तुमच्या रात्रीच्या उद्योगांचा पुरावा गोळा करीत होतो.''

लोमॅक्सची मूठ आवळली गेली "मार खायचाय?''

"मी जर तुमच्या जागी असतो, तर असलं काही मुळीच केलं नसतं.''

ॲलन म्हणाला, ''नाहीतर तुम्हाला जाळपोळीबरोबरच शारीरिक हल्ला केल्याच्या खटल्यालाही तोंड द्यावं लागेल.''

लोमॅक्सची मूठ सैलावली. ॲलन त्या खोक्यांवर पेट्रोल ओतू लागला.

''फायर-ब्रिगेडचा निरोप तुम्हाला आधीच मिळालाय, त्यात घातपात नसल्याचं म्हटलंय.'' लोमॅक्स म्हणाला, ''मग या दारूकामानं काय सिद्ध करणार आहेस?''

''कळेलच तुम्हाला!'' ॲलन म्हणाला. पण काडेपेटी आणायला विसरल्याबद्दल त्यानं स्वत:ला शिव्या घातल्या.

लोमॅक्सनं उद्दामपणे जळती सिगारेट त्या खोक्यांवर फेकली. ''विमा कंपनीनं फायर-ब्रिगेडचा रिपोर्ट स्वीकारलाय. हे लक्षात ठेवा.''

''हो, मला चांगलेच माहीत आहे. मी दोन्ही रिपोर्ट वाचलेत.'' ॲलन म्हणाला.

''वाटलंच!'' लोमॅक्स म्हणाला, ''म्हणजे या पोकळ धमक्या आहेत.''

ॲलन काहीच बोलला नाही. खोक्यांनी पेट घेतल्यावर दोघंही एक पाऊल मागे सरकले. काही मिनिटांतच बुटांसकट त्या खोक्यांची राख झाली. काळपट धूर तरंगू लागला. तो वाऱ्यानं पसरल्यावर दोघांनी त्या 'चिते'कडं पाहिलं. तिथे धातूची आठ मोठी बकल्स होती.

''बऱ्याचदा काय दिसतं याच्यापेक्षा काय दिसत नाही. याला महत्त्व असतं.'' ॲलन स्पष्टीकरण न देता म्हणाला. त्यानं लोमॅक्सकडे पाहिलं. ''माझ्या पत्नीशी बोलल्यावर मला उत्तर मिळालं.'' थोडं थांबून मग म्हणाला, ''ती म्हणाली की, कॅथरीन डेन्यूव्हनं 'बेल दि जोर' या चित्रपटामध्ये रॉजर व्हिव्हिए बकल्सना प्रसिद्धी मिळवून दिली होती. तेव्हाच मी ताडलं की, तुम्हीच तुमच्या गोडाउनला आग लावली. कारण तुमचं म्हणणं खरं असलं, तर तिथे हजारो बकल्स दिसायला हवी होती.''

लोमॅक्स जरा वेळ थांबून म्हणाला, ''तरी हे तुम्हाला सिद्ध करता येण्याची शक्यता पन्नास टक्केच आहे.''

''तसंही असेल, मि. लोमॅक्स,'' ॲलन म्हणाला. ''पण तुम्हाला एक छदामही भरपाई न मिळण्याची शक्यताही तेवढीच आहे, आणि तुम्ही स्वत: अनेक वर्षं गजाआड जाण्याचा धोकाही आहेच. म्हणून मी माझ्या अशिलाला हे प्रकरण वीस लाखांत मिटवण्याचा सल्ला देणार आहे. आणि मुला, अंतिम निर्णय तुलाच घ्यायचाय!''

''कशी वाटली गोष्ट?'' पेनफोल्डनं विचारलं.

तेवढ्यात बेल झाली आणि खेळाडू मैदानात उतरले.

“तुम्ही प्रतिकूल परिस्थितीवर मात केलीय खरी!” मी म्हणालो.
“पण मी शेवट जरा बदलला असता.”
“तो कसा?” त्यानं विचारलं.
“मी रॉजर व्हिव्हिएचा एक जोड स्वत:जवळ ठेवून घेतला असता.”
“का?”
“माझ्या बायकोला द्यायला. शेवटी तिचीही ही पहिलीच केस होती, हो ना?”

आंधळी कोशिंबीर

जॅस्मिन सेंटचा मंद सुगंध दरवळला, त्या अर्थी एखादी स्त्री तिथं आलेली असणार.

मी माझ्या नेहमीच्या टेबलापाशी बसलो होतो. ती येऊन पलीकडच्या टेबलाजवळ बसली. ती एकटीच आल्याचं मी ताडलं. कारण दुसरी खुर्ची सरकवल्याचा आवाज झाला नाही. ती बसल्यावरही संभाषण सुरू झालं नाही.

मी कॉफीचा घोट घेतला. एखाद्या दिवशी मी कप उचलून त्यातून घोट घेऊन, तो कप व्यवस्थित बशीत ठेवू शकत असे. इतका की, जवळच्या टेबलावर बसलेली व्यक्ती जर तुम्ही असाल, तर मी अंध असल्याचे तुम्हाला समजणारही नाही. पण हे त्या व्यक्तीला कळण्याआधी मी डोळस असण्याचं नाटक किती वेळ करू शकतो, हेच मोठं आव्हान असायचं; पण हे दुसऱ्याला कळल्याचं माझ्या पटकन लक्षात येत असे. काहीजण एकदम हलक्या आवाजात बोलत. बहुधा मानेनं खुणा करणं, बोट दाखवणं हे प्रकार सुरू व्हायचे; तर काहीजण संकोचल्यामुळे एकदम बोलणं थांबवायचे. तेसुद्धा माझ्या लक्षात यायचं.

तिला भेटायला कुणीतरी यावं, असं मला वाटत होतं. म्हणजे मला तिचा आवाज ऐकायला मिळाला असता. मी आवाजावरून बऱ्याच गोष्टी सांगू शकतो. म्हणजे एखादी व्यक्ती दिसत नसली, तरी बोलण्याच्या पद्धतीवरून मला बऱ्याच गोष्टी समजतात. जर तुम्ही फोनवर कुणाशीतरी बोलत असल्याची कल्पना केलीत, तर माझं म्हणणं तुमच्या लगेच लक्षात येईल.

तिथला वेटर चार्ली आमच्या दिशेनं आला. "तुमची ऑर्डर, मॅडम?" त्याच्या बोलण्याच्या कॉर्निश लकबीवरून तो स्थानिक रहिवासी असल्याचं स्पष्टपणे जाणवतं. चार्ली चांगला उंचपुरा आणि मजबूत आहे आणि सौजन्यानं वागणाराही. मला कसं कळलं म्हणता? सांगतो. तो जेव्हा माझी कॉफी पिऊन

झाल्यावर मला बाहेर सोडायला येतो, तेव्हा त्याचा आवाज माझ्या चेहऱ्याच्या काही इंच वरून येतो. माझी उंची पाच फूट दहा इंच आहे. जर चुकून धक्का लागलाच, तर त्याचं शरीर पीळदार असल्याचं जाणवतं. चरबी मुळीच नाही. तो दर शनिवारी कॉर्निश पायरेट संघातून रग्बी खेळतो. गेली सात वर्षं तो 'अ' संघाकडून खेळतोय, त्या अर्थी तो तिशीचा असावा. अलीकडेच चार्लीचं आणि त्याच्या मैत्रिणीचं बिनसलंय; पण त्याला अजूनही तिची आठवण येते. काही गोष्टी तुम्ही प्रश्न विचारल्यावरच कळतात, तर काही आपणहून सांगितल्या जातात.

त्यापुढचं आव्हान म्हणजे मी दृष्टिहीन असण्याचं त्यांना कळायच्या आत पलीकडच्या टेबलावरच्या माणसांबद्दल मी किती अचूक अंदाज करू शकतो, हे पाहणं. ते गेल्यावर माझे किती अंदाज बरोबर आले, हे चार्ली मला सांगतो. साधारणत: मला दहापैकी सात गुण मिळतात.

"लेमन टी." ती मृदू आवाजात म्हणाली.

"जरूर मॅडम." चार्ली म्हणाला, "आणखी काही?"

"नको, थँक यू!"

ती साधारणत: तीस ते पस्तीस वर्षांची असावी. बोलणं अदबशीर आहे. बहुधा या भागात राहणारी नसावी. आता मात्र माझी उत्सुकता खूप वाढलीय. पण ती पुढे आणखी काही बोलल्यावरच जास्त माहिती मिळू शकेल.

मी तिच्या बाजूला वळलो आणि मला ती स्पष्ट दिसत असल्याचा आव आणत म्हणालो, "किती वाजले सांगाल का?" नेमके त्याच वेळी समोरच्या चर्चच्या घड्याळाचे टोल पडले.

ती हसली. पण ते टोल संपेपर्यंत काहीच बोलली नाही. मग म्हणाली, "त्या घड्याळावर विश्वास ठेवायचा तर दहा वाजलेत," पुन्हा ते मृदू हास्य.

"ते दोनेक मिनिटं पुढे आहे," मी शून्य नजरेनं त्या घड्याळाकडे पाहत म्हणालो.

"या चर्चची उभी बांधणी हे इथल्या वास्तुकलेचं खास वैशिष्ट्य आहे, पण या इमारतीपेक्षा आत असलेलं बार्बरा हेपवर्थचं 'मॅडोना अँड चाइल्ड' हे चित्र बघायला लोक जास्त गर्दी करतात. ते लेडी चॅपेल विभागात आहे," मी खुर्चीत आरामात रेलून बसत म्हणालो.

"इंटरेस्टिंग वाटतंय," ती म्हणाली. तेवढ्यात चार्लीनं तिच्यासमोर चहाची किटली ठेवली. कपबशी ठेवल्याचाही आवाज आला.

"आज सकाळच्या प्रार्थनेला हजर राहावं म्हणते," ती चहा ओतत म्हणाली.

"नक्कीच आवडेल तुम्हाला. आमचे पाद्रीबुवा छान प्रवचन देतात. विशेषत: तुम्ही आधी ऐकलं नसेल तर."

ती हसून म्हणाली, ''पण हेपवर्थचं 'मॅडोना अँड चाइल्ड' हे तिच्या इतर कलाकृतींसारखं नाही, असं वाचल्याचं आठवतंय.''

''खरंय! बार्बरा रोज सकाळी स्टुडिओतून वेळ काढून माझ्याबरोबर कॉफी घ्यायची.'' मी अभिमानानं म्हणालो, ''आणि तिनंच मला सांगितलं की, हे चित्र तिनं मोठ्या मुलांच्या स्मरणार्थ काढलंय. तो वायुसेनेत होता. पण वयाच्या चोविसाव्या वर्षी विमान अपघातात ठार झाला.''

''अरेरे!'' एवढंच ती म्हणाली.

''काही समीक्षकांच्या मते,'' मी म्हणालो, ''ही तिची सर्वोत्तम कलाकृती आहे. तिचं मुलावरचं उत्कट प्रेम व्हर्जिनच्या अश्रूंमधून जाणवतं.''

तिनं कपातून एक घोट घेतला. ''तिची ओळख असण्यात वेगळाच आनंद असेल ना!'' ती म्हणाली, ''मी टेटच्या सेंट आयव्हिस शाळेत एक भाषण ऐकलं, पण त्या वक्त्यानं 'मॅडोना अँड चाइल्ड'चा उल्लेखही केला नाही.''

''ते लेडी चॅपेलमध्ये आढळेल. तुमची निराशा होणार नाही, हे निश्चित.''

तिनं चहाचा आणखी एक घोट घेतला. मला दहापैकी किती मार्क मिळाले असतील?

तिला कलेमध्ये चांगलाच रस असल्याचं दिसत होतं. ती बहुधा लंडनची असावी. पण इथं नुसतीच समुद्राकाठी बसून ऊन खायला आल्याचं वाटत नव्हतं.

''तुम्ही इकडे कुणाला भेटायला आला आहात का?'' मी आणखी एक खडा टाकला.

''हो. पण माझी मावशी सेंटमॉजमध्ये असते. आणि तीही सकाळच्या प्रार्थनेला येणार आहे.''

मला फजिती झाल्यासारखं वाटलं. कारण याचा अर्थ तिनं 'मॅडोना अँड चाइल्ड' आधीच बघितलेलं असणार. पण मला शरमिंदं करायचं नाही म्हणून ती सौजन्य दाखवत होती. मी आंधळा असल्याचं तिला कळलं तर नसेल? निदान तिच्या नम्र वागण्यातूनतरी तिनं तसं जाणवू दिलं नव्हतं.

तिनं चहा संपवला. मला तेही समजलं. तिनं चार्लीला बिल आणायला सांगितलं. त्यानं बिलाचा कागद फाडून तिच्या हातात दिला. तिनं त्याला नोट देऊन सुटे पैसे घेतले.

''थँक यू, मॅडम!'' चार्ली खुशीत येऊन म्हणाला. भरपूर टिप मिळालेली असणार!

''गुड बाय!'' तिचा आवाज आला, ''तुम्हाला भेटून आनंद झाला.''

मी उठलो आणि तिच्या दिशेनं झुकून म्हणालो, ''तुम्हाला प्रार्थना आवडेल

अशी आशा आहे.''

''थँक यू!'' ती म्हणाली. जाताजाता ती चार्लीला हळूच म्हणाली, ''किती छान माणूस आहे.'' पण माझे कान किती तीक्ष्ण आहेत, याची तिला कल्पना नव्हती.

मी उतावीळपणे चार्लीची वाट पाहत थांबलो. त्याला बरेच प्रश्न विचारायचे होते. माझे किती अंदाज बरोबर आले असतील? भोवताली जो गलका चालू होता, त्यावरून तिथे बरेच लोक असल्याचं दिसत होतं. त्यामुळे चार्लीला माझ्याकडे यायला वेळ लागला.

''आणखी काही, मि. ट्रेव्हॅथन?'' तो गमतीनं म्हणाला.

''नक्कीच, चार्ली!'' मी म्हणालो, ''आता इथे जी बाई बसली होती, तिच्याबद्दल जरा सांग ना. कशी होती ती? उंच, बुटकी? गोरी, सावळी? सडपातळ, देखणी? तिला...''

चार्ली खळखळून हसला.

''हसायला काय झालं?'' मी विचारलं.

''त्याही मला तुमच्याबद्दल अगदी हेच प्रश्न विचारीत होत्या!''

'इच्छा तेथे...' *

आता अशी गोष्ट तुम्ही नक्कीच ऐकली असेल की, एक तरुण, सुंदर नर्स बिछान्याला खिळलेल्या एका म्हाताऱ्याची सेवा करते. हळूहळू त्याचं मन वळवून त्याच्या मृत्युपत्रात तिला हवा तसा बदल करून घेते, आणि शेवटी गडगंज संपत्तीची मालकीण होते. त्याची मुलं मात्र वारसा हक्कापासून वंचित राहतात. मीही कबूल करतो की, मला वाटतं अशी गोष्ट मी अनेक रूपांत ऐकलीय; पण इव्हेलिन बेट्टी-मूरबद्दल कळल्यावर मात्र त्या समजुतीला तडा गेला, आणि तेही तिचं खरं नाव नव्हतंच.

मिस इव्हेलिन मर्ट्‌झबर्जर मूळची मिलवॉकीची. योगायोगानं मेरिलीन मॅन्रोच्या मृत्यूच्या दिवशीच तिचा जन्म झाला. त्या दोघींच्यात आणखी एक साम्य होतं. इव्हेलिन ही पिंगट केसांची होती, पुरुषांनी पुन्हापुन्हा वळून पाहवं इतकी ती कमनीय होती, आणि मोज्यांच्या जाहिरातीत शोभतील असे तिचे पाय सुडौल होते.

मिलवॉकीतले तिचे मित्र-मैत्रिणी मेरिलीन मॅन्रोशी असलेल्या तिच्या या साम्याचा नेहमीच उल्लेख करत. त्यामुळे शाळेतून बाहेर पडल्यावर तिनं हॉलिवूडचा रस्ता धरणं स्वाभाविकच होतं. 'सिटी ऑफ एंजल्स'मध्ये येताच तिनं इव्हेलिन बेट्टी मूर हे नाव धारण केलं. (मेरी टायलर मूर आणि वॉरन बेट्टीचं मिश्रण.) एक गोष्ट मात्र तिच्या लवकरच लक्षात आली, ती म्हणजे अभिनेत्री म्हणून तिच्यात मेरिलीनची गुणवत्ता नव्हती आणि दिग्दर्शकांनी त्यासाठी कितीही कष्ट घेतले, तरी त्यात बदल होणं शक्य नव्हतं.

इव्हेलिननं मोठ्या कष्टानं हे वास्तव स्वीकारलं आणि पर्यायी कामाचा शोध सुरू केला. पण ते तसं सोप नव्हतं; कारण या शहरात सोनेरी केसांच्या हजारो तरुणी होत्या.

तिनं ग्लेंडेलमध्ये एक लहानसा फ्लॅट घेतला. तिच्या ऑडिशन्स, फोटो,

योग्य त्या पार्ट्यांना जाणं, यांसाठी साजेसे कपडे घेतले. पण या सगळ्यात तिची सर्व बचत खर्ची पडली.

बँकखात्यावर नजर टाकल्यावर एक गोष्ट तिनं मनोमन ओळखली. आपण मेरिलीनसारख्या नाही हे कबूल करून मिलवॉकीला परतायचं नसेल, तर आत्ताच काहीतरी निर्णय घेणं भाग होतं. पण कोणता?

याचं उत्तर तिला योगायोगानंच मिळालं. डिरेक्टरीमध्ये इलेक्ट्रीशियनचा पत्ता शोधताना तिला एक नाव दिसलं. तिथं फोन करायला तिला धीर एकवटावा लागला; पण तीन महिने थकलेल्या घरभाड्याची मागणी आल्यावर तिच्यासमोर पर्यायच उरला नाही.

तिनं 'हॅपी हंटिग एजन्सी'ला फोन लावला. त्यांच्या अशिलाबरोबर डिनरला जाणं यापलीकडे जबाबदारी नव्हती. दक्षता घेणाऱ्या पुरुषांना सोबतीसाठी सुंदर मुली पुरविणे, हा त्या एजन्सीचा उद्योग होता. पण यापलीकडे मुलींनी खाजगी पातळीवर काही समझोता केला, तर त्याला एजन्सीची हरकत नव्हती. कारण बुकिंग करतानाच ते पन्नास टक्के फी घेत असत.

सुरुवातीला तिनं ठरवलं होतं की, दीर्घकालीन संबंध निर्माण होणार असतील, तरच एखाद्या गिऱ्हाइकाच्या बिछान्यापर्यंत पोचायचं. पण लवकरच तिच्या लक्षात आलं की, बहुतेक पुरुषांची दीर्घकालीन संबंधाची कल्पना एखाद्या तासापलीकडे जातच नाही. पण निदान या नवीन कामामुळे तिला घरभाडं वेळेवर तरी भरता येऊ लागलं. तिनं बँकेत बचत खातंही उघडलं.

इव्हेलिनचा तिसावा वाढदिवस आला, पण तिनं तो साजरा करण्याऐवजी त्याबद्दल मौन बाळगणंच पसंत केलं. मात्र आता तिनं पुरुषजातीवर सूड उगवायचं ठरवलं.

अलीकडे पुरुष तिच्याकडे दुसरी नजर टाकत नसत; पण आता तिनं आरामात जगण्याइतपत बचत केली होती. चाळिशीनंतर मात्र ते शक्य नव्हतं. कारण पुरुष एकदातरी तिच्याकडे पाहतील की नाही, हीच तिला शंका होती. मग इव्हेलिन तिथून नाहीशी झाली. पुन्हा तिनं नाव बदललं आणि तीन महिन्यांनी लिन बेट्टी या नावानिशी ती फ्लोरिडात प्रकटली. तिनं मायामी नर्सिंग कॉलेजमध्ये डिप्लोमासाठी नाव घातलं.

लिननं तिच्या नवीन उद्योगासाठी फ्लोरिडाची निवड का केली? हा तुम्हाला प्रश्न पडेल. पण त्याचं उत्तर तिला संशोधनात गवसलेल्या आकडेवारीत सापडतं. फ्लोरिडामध्ये सर्वांत जास्त संख्येनं लक्षाधीश लोक राहत असल्याचं तिनं

प्लेबॉय मासिकात वाचलं होतं. त्यातले बहुतेकजण निवृत्त होते, आणि त्यांची आयुर्मर्यादा दहा वर्षांपेक्षा कमी होती, ही माहितीही तिनं काढली. पण एक गोष्ट तिनं मनोमन जाणली होती; ती म्हणजे वर्गात वरचा नंबर आणायचा असेल, तर आणखी बरीच माहिती गोळा करावी लागणार होती. कारण तोच उद्देश असणाऱ्या अनेक तरुणींशी तिची तगडी स्पर्धा होती.

लिननं तिची आठवड्याची संपूर्ण सुट्टी एका मध्यमवयीन विवाहित डॉक्टरबरोबर घालवली. त्यातून तिला कुठल्याही पुस्तकात मिळणार नाही, इतकी महत्त्वपूर्ण माहिती मिळाली. 'जॅक्सन मेमोरियल हॉस्पिटल' हा फ्लोरिडा राज्यातला सर्वांत महागडा वृद्धाश्रम होता. गरजू रुग्णांनादेखील तिथे मुळीच सवलत मिळत नसे.

नर्सिंग डिप्लोमा हातात पडल्यावर तिनं 'जॅक्सन मेमोरियल मध्ये अर्ज केला, तेव्हा तिच्या सहकाऱ्यांना आश्चर्य वाटलं; पण प्रोफेसरांना नाही. तीनजणांच्या समितीनं तिची मुलाखत घेतली. त्यांपैकी दोघांचं (वैद्यकीय संचालक धरून) मत पडलं की, तिच्याकडे या हॉस्पिटलला साजेशी पार्श्वभूमी नाही; पण तिसऱ्या सदस्याची आणि लिनची पार्किंग लॉटमध्ये 'अचानक' भेट झाली, आणि त्यानंतर दुसऱ्या दिवशी त्यानं इतर दोघांचं मन वळवलं.

लिन बेट्टी पुढच्या एक तारखेपासून लगेचच 'उमेदवार नर्स' म्हणून रुजू झाली. तिची पुढची योजना राबवयाची घाई तिनं मुळीच केली नाही; कारण तिच्या हेतूचा संचालकांना थोडा जरी सुगावा लागला असता, तरी तिची तत्काळ हकालपट्टी झाली असती.

पहिल्या दिवसापासूनच लिन इमानेइतबारे कामाला लागली. तिथल्या वातावरणाशी पूर्ण समरस झाली. तिचे डोळे सारं काही टिपत होते. एक गोष्ट त्या वेळी तिच्या झटकन लक्षात आली, ती म्हणजे इतर कुठल्याही कामाच्या ठिकाणाप्रमाणे हॉस्पिटलमध्येसुद्धा चकाट्या पिटणारे, कंड्या पिकवणारे लोक असतात. बातम्या पसरवण्याचा त्यांना नादच असतो. लिनचे कानही उघडेच असत. काही आठवड्यांतच तिनं डॉक्टर आणि महत्त्वाचे रुग्ण यांच्याविषयीची पूर्ण माहिती मिळवली.

तेथील तेवीस डॉक्टर एक्काहत्तर रुग्णांची देखभाल करत होते. तिथे नर्सेस किती आहेत, यात मात्र लिनला मुळीच रस नव्हता; अर्थात एखादी प्रतिस्पर्धी निर्माण होत नाही तोपर्यंत!

या गप्पिष्ट मंडळींकडून तिला आणखी एक गोष्ट समजली. तिथल्या तीन डॉक्टरांचा असा भ्रम होता की, प्रत्येक नर्स आपल्या बिछान्यात येण्यासाठी आतुर झालीय. त्यामुळे लिनचं संशोधन सोपं झालं. काही आठवड्यात आणि अनेक ठिकाणी 'मुक्काम' केल्यावर तिला बरीच माहिती मिळाली. तिथले

अडुसष्ट रुग्ण एकतर विवाहित होते किंवा वार्धक्यानं क्षीण होऊन गेले होते. तिच्यासाठी त्याहून वाईट म्हणजे काहीजणांचे विश्वासू नातेवाईक त्यांना नियमितपणे भेटायला येत. एक वास्तव स्वीकारणं लिनला भाग होतं. ते म्हणजे नव्वद टक्के स्त्रिया नवऱ्यांहून जास्त जगतात किंवा घटस्फोट घेतात. अमेरिकन स्वप्नं! त्यातूनही या गोष्टी लागू नसणाऱ्या रुग्णांची तिनं एक लहानशी यादी बनवली – फ्रँक कनिंगहॅम (ज्युनियर), लॅरी शूमाकर (तिसरा) आणि आर्थर जे. सॉमरफिल्ड.

फ्रँक कनिंगहॅमच्या दोन रखेल्या होत्या. त्यातल्या एकीला दिवस गेले होते आणि तिनं त्याच्यावर पितृत्वाचा दावा लावला होता. डीएनए चाचणी करण्याचा तिनं आग्रह धरला होता. त्यामुळे फ्रँकच्या नावावरही तिला काट मारावी लागली.

लॅरी शूमाकरचंही तेच झालं. कारण त्याचा ग्रेगरी नावाचा मित्र त्याला रोज भेटायला येत असे. तो जेमतेम पन्नाशीचा वाटायचा. अर्थात फ्लोरिडात लोक फारसे वयस्कर दिसतच नाहीत, हा भाग वेगळा.

तिसऱ्या उमेदवारानं मात्र तिच्या सर्व शर्ती पूर्ण केल्या.

आर्थर जे. सॉमरफिल्ड हा एक निवृत्त, उच्चपदस्थ बँकगुंतवणूकदार होता. 'फोर्ब्स' मासिकाच्या म्हणण्यानुसार (हल्ली लिन तिच्या पदव्युत्तर अभ्यासासाठी 'प्लेबॉय' ऐवजी 'फोर्ब्स' वाचत असे.) त्याची संपत्ती सुमारे दहा कोटी डॉलर्स होती, आणि त्यात सॉमरफिल्ड खानदानाच्या तीन पिढ्यांनी भरच घातली होती. आर्थर स्वत: विधुर होता. त्याचं एकदाच लग्न झालं होतं. (फ्लोरिडात क्वचित घडणारी आणखी एक गोष्ट!) त्याची पत्नी आर्लीन हिचं सात वर्षांपूर्वी स्तनाच्या कॅन्सरमुळे निधन झालं होतं. त्याला दोन मुलं होती– चेस्टर आणि जोनी. दोघंही परदेशी वास्तव्याला होती. तीन मुलांचा पिता असलेला चेस्टर ब्राझिलमध्ये एका इंजिनिअरिंग कंपनीत नोकरीला होता, तर त्याची बहीण जोनी हिचा नुकताच एका लँडस्केपतज्ज्ञाशी मॉंट्रियलमध्ये साखरपुडा झाला होता. दोन्ही मुलं वडिलांना नियमितपणे पत्र लिहीत असत. दर रविवारी फोनवरही संभाषण होत असे, पण भेट मात्र क्वचित.

सहा आठवड्यांनी काहीशा सावकाश जमलेल्या मैत्रीनंतर लिनची बदली डॉ. विल्यम ग्रोव्ह यांच्या विभागात झाली. ते तिनं हेरलेल्या सावजाचे खाजगी डॉक्टर होते.

आपल्याजवळ राहता यावं म्हणून लिननं ही बदली मागून घेतल्याच्या भ्रमात डॉ. ग्रोव्ह होते; मात्र तिनं तिची नवीन जबाबदारी ज्या गांभीर्यानं घेतली, ते पाहून डॉक्टर आणखीच प्रभावित झाले. वेळी अवेळी काम, ओव्हरटाइम याबद्दल तिची कधीच तक्रार नसे, विशेषत: आर्थरचे फार दिवस उरलेले नसल्याचं डॉक्टरांनी सांगितल्यावर.

लिन तिच्या रोजच्या कामात पटकन स्थिरावली. तिच्या रुग्णाची प्रत्येक गरज ती कसोशीनं पूर्ण करायची. सकाळी तो उठताक्षणी टेबलावर त्याचं आवडतं वृत्तपत्र 'इंटरनॅशनल हेरॉल्ड ट्रिब्यून' आणि आवडतं गरमागरम चॉकलेट पेय तयार ठेवत असे. सकाळी दहा वाजता ती त्याला कपडे करायला मदत करायची. तिनं आपल्याला 'आर्थर' म्हणावं, असा त्याचा आग्रह असे. अकरा वाजता ते बागेत फेरफटका मारत. आर्थर सतत तिला धरून असे. त्यानं तिच्या शरीराच्या कोणत्याही भागाला स्पर्श केला, तरी तिची मुळीच तक्रार नसायची.

लंचनंतर त्याला झोप लागेपर्यंत ती त्यांना स्टीनबेक किंवा शेडलर यांपैकी एखादं पुस्तक वाचून दाखवायची. वामकुक्षी झाल्यावर दुपारी पाच वाजता तो टी.व्ही.वर त्याचा आवडता कार्यक्रम 'द फिल सिल्व्हर्स शो' बघायचा मग हलकं जेवण.

रात्री आठ वाजता ती त्याला एक ग्लास व्हिस्की आणि एक सिगार द्यायची. या दोन्ही गोष्टींबद्दल डॉ. ग्रोव्ह नाखूश असत. लिन मात्र या गोष्टी आवर्जून द्यायची

'आपण त्यांना हे सांगायच नाही', दिवा बंद करताना लिन म्हणायची. मग तिचा हात हळूच त्याच्या पांघरुणाच्या आत जायचा. त्याला झोप लागेपर्यंत तो तसाच असायचा. अर्थात हेदेखील तिनं डॉक्टरांना कधीच सांगितलं नाही.

जॅक्सन मेमोरियल हॉस्पिटलमध्ये एक तत्त्व कसोशीनं पाळलं जायचं; रुग्ण आता काही आठवडेच जगणार हे लक्षात आल्यावर त्याला घरी पाठवलं जाई.

"आयुष्यातले अखेरचे दिवस परिचित वातावरणात घालवणं केव्हाही चांगलं." डॉ. ग्रोव्ह लिनला म्हणाले, "शिवाय येणारा प्रत्येक रुग्ण दगावतोय, हे चित्र हॉस्पिटलच्या दृष्टीनंही बरं नाही!"

आपल्याला आता डिस्चार्ज मिळणार (वेगळ्या भाषेत सांगायचं तर मृत्यू येणार) हे कळल्यावर आर्थरनं लिनलाच त्याच्याबरोबर घरी पाठवावं, असा हट्ट धरला. त्याचं दिवसभराचं वेळापत्रक माहीत नसणारी एजन्सीची नर्स त्याला नको होती.

"काही आठवडे लांब राहण्याची कल्पना कशी वाटते?" डॉ. ग्रोव्हनं लिनला एकांतात विचारलं.

ती त्यांचा हात हातात घेत म्हणाली, "तुला सोडून जाणं जिवावर येतंय विल्यम; पण तुझी तशीच इच्छा असेल तर..."

"पण आपण फार काळ वेगळे राहणार नाही डार्लिंग." तिला मिठीत घेत

ते म्हणाले, ''शिवाय मी त्यांचा फिजिशियन आहे. आठवड्यातून दोनदातरी माझी चक्कर होईलच.''

''पण ते अनेक महिने, कदाचित वर्षही जगू शकतील.'' ती त्यांना बिलगत म्हणाली.

''नाही, डार्लिंग, ते शक्य नाही. फारतर काही आठवडे,'' डॉ. ग्रोव्हना तिचं हास्य दिसलं नाही.

त्यानंतर दहा दिवसांनी आर्थर जे. सॉमरफिल्डला डिस्चार्ज मिळाला. तो गाडीतून त्याच्या बेल एअरमधल्या घरी परतला.

गाडीच्या मागच्या सीटवर तो लिनचा हात हातात घेऊन बसला होता. शोफरनं गाडी एका लोखंडी फाटकातून आत आणली. खाजगी रस्त्यानं काही अंतर गेल्यावर एका भव्य लाल प्रासादासमोर गाडी थांबली.

''हे आमच्या कुटुंबाचं घर.'' आर्थर अभिमानानं म्हणाला.

'...आणि इथेच मी माझं उरलेलं आयुष्य घालवणार आहे', लिन त्या सुंदर महालाकडे कौतुकानं पाहत स्वत:शीच म्हणाली. आजूबाजूला अनेक एकर उत्तम निगा राखलेली हिरवळ होती. कडेला फुलांचे ताटवे आणि एखाद्या सार्वजनिक उद्यानात शोभतील, असे शेकडो वृक्ष तेथे होते.

आर्थरच्या मास्टर स्वीटच्या बाजूच्या खोलीत लिननं आपलं बस्तान बसवलं. रोजचं रुटीन पुन्हा सुरू झालं. एका हलक्या मसाजनं आर्थरचा दिवस संपायचा.

एका गुरुवारी संध्याकाळी व्हिस्कीचा दुसरा ग्लास घेतल्यावर आर्थर म्हणाला, (डॉ. ग्रोव्हची व्हिजिट नसेल त्याच दिवशी लिन त्याला दुसरा ग्लास देत असे.) ''आता मी काही फार दिवस जगणार नाही.'' लिन नाराजीनं काही बोलणार तेवढ्यात त्यानं खुणेनंच तिला थांबवलं, ''माझ्या मृत्युपत्रात मी तुला एक लहानशी भेट देणार आहे.''

लिनला लहानशा भेटीत मुळीच रस नव्हता. ती म्हणाली, ''हा तुझा चांगुलपणा आहे, आर्थर. मला काहीच नकोय, पण शक्य असेल तर...'' ती थोडी अडखळली.

''बोल, डिअर.''

''एखाद्या चांगल्या कार्यासाठी देणगी देशील? किंवा तुझ्या आवडत्या एखाद्या सामाजिक संस्थेला माझ्या नावानं देणगी?''

''किती चांगले विचार आहेत तुझे! पण तुला स्वत:साठी माझी आठवण म्हणून एखादी वस्तू हवीय?''

लिननं विचारात पडल्याचं नाटक केलं. मग म्हणाली, "तुझी ती चांदीची मूठ असलेली काठी मला फार आवडते. आणि तुझ्या टेबलावरचा प्रिन्स्टन कॉलेजच्या पहिल्या वर्षीचा तुझा फोटो. किती देखणा दिसायचास तू!"

म्हातारबुवा हसले. "तुला या दोन्ही वस्तू मिळतील. मी उद्याच माझ्या वकिलाशी बोलतो."

मि. हॅस्किन्स हे 'हॅस्किन्स, हॅस्किन्स अँड परब्राइट.' कंपनीचे ज्येष्ठ भागीदार होते. ते लिनच्या मोहक विभ्रमांना सहजासहजी भुलणारे नव्हते. पण जेव्हा त्यांना कळलं की, आर्थर अनेक धर्मादाय आणि इतर संस्थांना उदारहस्ते देणग्या देणार आहे, तेव्हा मात्र त्यांनी शेवटी मनापासून पाठिंबा दिला. ते स्वत:सुद्धा प्रिन्स्टनचेच माजी विद्यार्थी होते, आणि आर्थरनं त्यांच्या विश्वासू नर्सला – लिन बेट्टीला, चांदीच्या मुठीची काठी आणि प्रिस्टनचा फोटो द्यायलाही त्यांची मुळीच हरकत नव्हती.

"फक्त त्यांची आठवण म्हणून...," वकिलसाहेब लिहीत असताना लिन हळूच पुटपुटली.

"आठवडाभरात मी सगळी कागदपत्र तयार करतो," हॅस्किन्स म्हणाले, "काही बदल करायचे असतील तर सांगा."

"थँक यू. हॅस्किन्स!" आर्थर म्हणाला; पण निरोपाचा शेकहँड करण्याआधीच त्याला झोप लागली होती.

मि. हॅस्किन्सनी त्यांचा शब्द तंतोतंत पाळला. पाच दिवसांनी आर्थरकडे 'खाजगी आणि गोपनीय' असा शेरा लिहिलेलं एक भलं मोठं पाकीट आलं. आर्थरला झोप लागल्यावर लिन ते घेऊन तिच्या खोलीत गेली. तिनं त्या सत्तेचाळीस पानी मृत्युपत्राची ओळन् ओळ काळजीपूर्वक वाचून काढली. म्हाताऱ्याची सही घेण्यापूर्वी फक्त एकच परिच्छेद बदलावा लागेल, याची तिला खातरी पटली.

दुसऱ्या दिवशी सकाळी लिन आर्थरचा ब्रेकफास्ट घेऊन आली आणि त्याच्या हातात पेपर देत म्हणाली, "हॅस्किन्सना मी फारशी आवडत नाही, असं दिसतंय."

"असं का वाटलं तुला?" आर्थर *'हॅरॉल्ड ट्रिब्यून'* उलगडत म्हणाला. लिन त्याच्या मृत्युपत्राची प्रत टेबलावर ठेवत म्हणाली, "यात त्या चांदीच्या मुठीच्या छडीचा आणि मला आवडणाऱ्या तुझ्या फोटोचा कुठेच उल्लेख नाही. म्हणजे

मला तुझी कुठलीच वस्तू आठवण म्हणून मिळणार नाही असं दिसतंय.''

''काय माणूस आहे?'' आर्थर वैतागून म्हणाला. तेवढ्यात थोडं चॉकलेट सांडलं. ''लगेच फोन लाव त्याला.''

''कशाला?'' लिन म्हणाली, ''मी आज दुपारी त्यांच्या ऑफिसच्या बाजूला जाणारच आहे. मी त्यांच्याकडे ही कागदपत्रं देऊन तुझ्या भेटवस्तूंची आठवण करून देईन. कदाचित विसरलेही असतील.''

''तसंच कर. पण 'फिल सिल्व्हर्स'च्या कार्यक्रमांची वेळ चुकवू नकोस.''

लिन त्या दुपारी खरंच 'हॅस्किन्स, हॅस्किन्स अँड परब्राइट'च्या बिल्डिंग. समोरून गेली. पण थेट मि. कलिक यांच्या ऑफिसमध्येच. तिनं फोनवर आधीच भेटीची वेळ ठरवली होती. तिनं कलिकची निवड करण्यामागे दोन कारणं होती– पहिलं म्हणजे त्यांना भागीदारी नाकारल्यामुळे ते 'हॅस्किन्स, हॅस्किन्स आणि परब्राइट'मधून बाहेर पडले होते. अर्थात इतर अनेकांच्या बाबतीत हेच घडलं होतं. पण कलिकच्या निवडीचं कारण म्हणजे ते 'नॅशनल रायफल असोशिएशन'चे उपाध्यक्ष होते.

लिन लिफ्टनं चौथ्या मजल्यावर गेली. ऑफिसमध्ये तिने प्रवेश करताच त्यांनी उठून तिचं स्वागत केलं. ती स्थानापन्न झाली. ''मिस बेट्टी, मी आपल्यासाठी काय करू शकतो?'' स्वत: बसण्याआधीच कलिक म्हणाले.

''माझ्यासाठी नको,'' लिन म्हणाली, ''पण मी ज्यांच्याकडे काम करते त्यांना तुमच्या सेवेची गरज आहे. अंथरुणाला खिळलेले असल्यामुळे ते स्वत: इथे येऊ शकत नाहीत.''

''अरेरे!'' कलिक म्हणाले, ''पण मी कुणासाठी काम करतोय, हे मला कळायला हवं.'' लिननं नाव सांगितलं आणि ते नाव ऐकताच ते एकदम ताठरले.

''मि. सॉमरफील्ड यांनी नुकतंच नवीन मृत्युपत्र तयार केलंय.'' लिन म्हणाली, ''आणि त्यांना बत्तीसाव्या पानावरच्या एका परिच्छेदात बदल करायचाय.'' असं म्हणून तिनं ते मृत्युपत्र त्यांच्या हातात दिलं. सोबतच तिनं बदललेल्या परिच्छेदाचा कागद होता. तिनं स्वत: तो आर्थरच्या लेटरहेडवर टाइप करून खाली त्याची सही मिळवली होती. व्हिस्कीच्या तिसऱ्या ग्लासनंतर!

बदल पाहिल्यावर कलिक काही वेळ स्तब्ध झाले.

''मी त्यांच्यासाठी नवीन मृत्युपत्र आनंदानं तयार करीन. पण त्यांनी त्यावर सही मात्र माझ्या उपस्थितीत करणं आवश्यक आहे. त्यावर एका तटस्थ साक्षीदाराचीही सही लागेल.''

''नक्कीच!'' लिन म्हणाली. तिच्यापुढची ही अडचण मात्र अनपेक्षित होती.

आता यातून मार्ग काढावा लागणार होता.

"मग पुढच्या गुरुवारी दुपारी पाचला जमेल?"

वकीलसाहेबांनी त्यांची डायरी चाळली, आणि त्यातलं काहीतरी खोडून तिथं सॉमरफील्ड नाव लिहिलं. लिन उठून उभी राहिली.

कलिक म्हणाले, "आधीचं मृत्युपत्र 'हॅस्किन्स, हॅस्किन्स अँड परब्राइट' यांनी तयार केलेलं दिसतंय."

"बरोबर!" लिन त्यांच्याकडे पाहून गोड हसली, "पण मि. सॉमरफील्डना हॅस्किनची फी जरा अवास्तव वाटतेय. पण मि. कलिक, तुम्ही ती चूक करणार नाही, अशी आशा आहे. कारण भविष्यातही आम्हाला तुमच्या सेवेची गरज भासणार आहे." बाहेर जाताना तिनं हळूच दार लावून घेतलं.

पुढच्या गुरुवारी दुपारी चारपर्यंत चांगलीच जय्यत तयारी झाली होती. कलिकनं निर्माण केलेल्या सर्व अडचणींवर लिननं मात केली होती. बारीकशी जरी चूक झाली, तरी तिच्या आयुष्यातलं एक वर्ष वाया जाईल, याची तिला पुरेपूर जाणीव होती. आणि पदरी काय पडलं असतं, तर चांदीच्या मुठीची काठी आणि तिला विशेष न आवडणाऱ्या एका माणसाचा तरुणपणीचा फोटो.

ती आणि आर्थर सार्जंट विल्कोच्या जीवनावरील कार्यक्रम पाहत असताना लिन मनातल्या मनात तिच्या 'टायमिंग'ची उजळणी करत होती. कोणती आयत्या वेळची अडचण तिची योजना बिघडवू शकेल, याचा विचार करत होती. तिची योजना सुरळीत पार पडण्यासाठी कलिक वेळेवर येणं आवश्यक होतं. तिची नजर वारंवार घड्याळाकडे वळत होती.

अखेर तो कार्यक्रम संपला. विल्कोनं कर्नल जॉन टी. हॉलवर पुन्हा कुरघोडी केली. लिननं टी.व्ही. बंद केला आणि आर्थरच्या हाती पूर्ण भरलेला व्हिस्कीचा ग्लास आणि सिगार दिला.

"अरे वा! आज हे बक्षीस कशा प्रीत्यर्थ?" आर्थर तिच्या पार्श्वभागावर थोपटत म्हणाला.

"आर्थर, तुला भेटायला एकजण येणार आहे. तोपर्यंत तुला झोप लागता कामा नये."

"कोण?" आर्थरनं व्हिस्कीचा घोट घेत विचारलं.

"मि. कलिक. हॅस्किन्सचे सहकारी."

"काय हवंय त्यांना?" तो सिगार पेटवत म्हणाला.

"ते तुझ्या मृत्युपत्राची नवीन प्रत घेऊन येतायत. त्याच्यावर एकदा तुझी

सही झाली, की तो विषय संपेल.''

"मी तुला दिलेल्या वस्तूंचा उल्लेख त्यात आहे?''

"तुझ्या इच्छेनुसारच त्यांनी अक्षरन् अक्षर लिहिलंय, पण त्यांना प्रत्यक्ष येऊन खातरी करायची आहे.''

तेवढ्यात दारावरची बेल वाजली.

"छान!'' आर्थर व्हिस्कीचा घोट घेत म्हणाला. लिननं त्याला बसायला मदत केली.

काही क्षणांतच बेडरूमचं दार ठोठावलं गेलं. आणि घरकाम करणारी बाई कलिकना घेऊन आता आली. आर्थरनं धुराच्या ढगाआडून त्या नवीन माणसाकडं निरखून पाहिलं.

"गुड आफ्टरनून, मि. सॉमरफील्ड,'' ते पलंगाजवळ येत म्हणाले. ते शेकहँड करणार होते, पण आर्थरच्या चेहऱ्यावरचा तिरस्कार पाहून त्यांनी विचार बदलला. "माझं नाव कलिक, सर.''

"ठाऊक आहे.'' आर्थर म्हणाला, "तुम्ही माझ्या मृत्युपत्राच्या संदर्भात आला आहात.''

"हो सर, आणि –''

"आणि या वेळी मी माझ्या नर्सला दिलेल्या वस्तूंचा त्यात आठवणीनं उल्लेख केलाय ना?''

"हो, आर्थर.'' लिन मध्येच म्हणाली, "मी गेल्या आठवड्यात त्यांना भेटून आल्यावर तुला सगळं सांगितलंय.''

"हो, आठवलं.'' आर्थर ग्लास रिकामा करत म्हणाला.

"मी मागितलेलं सगळं तू मला दिलंयस.''

"सगळं?'' आर्थर म्हणाला.

"हो.'' ती म्हणाली. "माझ्या लायकीपेक्षा कितीतरी जास्त, पण अजून तुला विचार बदलायचा असेल तर...,'' तिनं पुन्हा ग्लास भरला.

"छे, छे! ते सगळं तू पुरेपूर मिळवलं आहेस.''

"थँक्स, आर्थर!'' ती त्याचा हात हातात घेत म्हणाली.

"चला, मग कामाला लागू या.'' आर्थर कलिककडे पाहत म्हणाला.

"मी तुम्हाला यातलं एकेक कलम वाचून दाखवू?''

"मुळीच नको. गेल्याच आठवड्यात हॅस्किन्सनं भरपूर वेळ खाल्लाय्.''

"जशी तुमची मर्जी, सर. मग आता तुम्ही फक्त सही करणंच बाकी आहे. पण आपल्याला एका साक्षीदाराची गरज आहे.''

"मला वाटतं, साहेबांची मोलकरीण साक्षीदार म्हणून आनंदानं सही करेल.''

लिन म्हणाली. तेवढ्यात पुन्हा बेल वाजली.

"ती नाही चालणार." कलिक म्हणाले.

"पण का?" लिननं विचारलं. तिनं या कामासाठी आधीच पॉलाला वीस डॉलर्स दिले होते.

"कारण या मृत्युपत्राची तीही लाभार्थी आहे. त्यामुळे ती साक्षीदार व्हायला पात्र नाही." कलिक म्हणाले.

"खरंय." आर्थर म्हणाला, "तो चांदीचा मुलामा दिलेला डिनर सेट मी तिला दिलाय. पण ती चांदीची छडी मात्र खास तुझ्यासाठीच हं!"

लिन हसली खरी; पण आता पॉलाच्या जागी कुणाला उभं करायचं, या विचारानं पार अगतिक झाली. आधी तिला शोफर आठवला. पण तोही मृत्यूपत्राचा लाभार्थी होता. आर्थरनं त्याला त्याची जुनाट गाडी दिली होती. आता हेच सगळे सोपस्कार पुन्हा पार पाडायचा धोका तिला पत्करायचा नव्हता. पण ऐनवेळी पॉलाची जागा घ्यायला योग्य व्यक्ती तिला सुचेना.

"उद्या याच वेळी येऊ शकाल?" तिनं वरकरणी शांत राहत विचारलं, "तो पर्यंत मी..." तेवढ्यात दारावर थाप पडली. डॉ. ग्रोव्ह आत आले.

"कसा आहेस, आर्थर?"

"बरा आहे." आर्थर म्हणाला. "पण तू जर माझ्या सहीखाली साक्षीदार म्हणून सही केलीस तर आणखी बरा होईन... की हासुद्धा लाभार्थी आहे?" त्यानं कलिकला विचारलं.

"नक्कीच नाही," डॉ. ग्रोव्ह म्हणाले, "जॅक्सन मेमोरियलच्या कुणाही कर्मचाऱ्याला रुग्णाच्या मृत्युपत्राचा लाभार्थी होता येत नाही. कंपनीचं धोरणच आहे तसं."

"छान! मग ग्रोव्ह, या वेळीतरी तुझी फी कमावण्यासाठी थोडं काम कर. अर्थात कलिकला चालणार असेल तर!"

"जरूर, मि. सॉमरफील." असं म्हणून कलिकनं त्यांच्या ब्रीफकेसमधून मृत्युपत्राच्या तीन प्रती काढल्या. मग एकेक पान उलटत त्यांनी दोघांनी सही करण्याच्या जागी पेन्सिलीनं केलेल्या खुणा दाखवल्या.

आपल्याला यात विशेष रस असल्याचं जाणवू नये, म्हणून लिन मागे सरकली खरी; पण त्या तिन्ही प्रतींच्या शेवटच्या पानावर दोघांच्या सया होईपर्यंत तिच्या छातीतली धडधड थांबली नव्हती.

सगळा सोहळा पार पडल्यानंतर कलिकनं कागदपत्रं गोळा केली. त्यानं एक प्रत स्वत:च्या ब्रीफकेसमध्ये ठेवून बाकी दोन आर्थरकडे दिल्या. त्यानं खुणेनंच लिनला त्या कप्प्यात ठेवायला सांगितल्या.

"सर, मी आता आपली रजा घेतो." कलिक म्हणाला. अजूनही त्याला शेकहँड करायचा धीर होत नव्हता.

"हॅस्किन्सला नमस्कार सांगा." आर्थर पेन बंद करत म्हणाले.

"पण मी आता त्यांच्याकडे..."

"त्यांची भेट होईल तेव्हा सांगा." लिन घाईघाईनं म्हणली, "आणि मि. सॉमरफील्डनी उदारपणे मला जे देऊ केलं ते त्यांना नीटसं कळलं नव्हतं, पण त्याबद्दल मी आकस धरणार नाही, हेही सांगा."

डॉ. ग्रोव्हच्या कपाळाला आठी पडली. पण ते काहीच बोलले नाहीत.

"किती मोठं मन आहे तुझं लिन!" आर्थर म्हणाला.

"हं, भेट होईल तेव्हा." कलिक म्हणाले, "पण मि. सॉमरफील्ड, एक गोष्ट तुमच्या लक्षात आणून देणं मी माझं कर्तव्य समजतो की, तुमच्या मुलांना –"

"आता तुमचंही चऱ्हाट सुरू करू नका कलिक. माझा निर्णय आता बदलणार नाही. या आता आपण."

"जशी तुमची मर्जी सर." ते बाजूला होत म्हणाले. डॉ. ग्रोव्हनी त्यांच्या रुग्णाच्या तोंडात थर्मामीटर सरकवला.

लिन कलिकबरोबर दारापर्यंत गेली. "धन्यवाद, मि. कलिक! आमची बाई तुम्हाला बाहेरपर्यंत सोडेल."

कलिक एक शब्दही न बोलता निघून गेले. लिन आर्थरजवळ परतली. डॉ. ग्रोव्ह थर्मामीटर पाहत होते.

"हलका ताप आहे, आर्थर. पण त्यात आश्चर्य नाही. कारण सकाळपासून खूपच दगदग चाललीय. बरंय, भेटू या काही दिवसांनी." मग ते लिनला म्हणाले, "संध्याकाळच्या जेवणाआधी त्याला थोडी विश्रांती घेऊ दे."

"गुड डे, ग्रोव्ह!" आर्थर पुन्हा टी.व्ही सुरू करत म्हणाला.

जिना उतरताना ग्रोव्ह लिनला म्हणाले, "तो खूपच अशक्त दिसतोय. पुढल्या काही दिवसांत मी त्याच्या मुलांना बोलावून घेणार आहे. आता त्याचे फार दिवस उरले नाहीत."

"मी त्यांच्या खोल्या तयार ठेवते. आणि ते येतील त्या वेळी ड्रायव्हरला त्यांना घ्यायला एअरपोर्टवर पाठवते."

"तू सगळाच विचार करतेस! तू आर्थरसाठी जे केलंस, ते खरंच कौतुकास्पद आहे. जॅक्सन मेमोरियलला परत आल्यावर तुला बढती आणि पगारवाढ मिळावी. म्हणून मी संचालकांकडे नक्कीच शिफारस करेन."

"तेवढी माझी लायकी असेल तर," ती लाजत म्हणाली.

"त्यापेक्षाही खूप जास्त आहे." ते म्हणाले, "पण एक गोष्ट नीट लक्षात ठेव, जर आर्थरनं त्याच्या मृत्युपत्रात तुला एखादी जरी भेट दिली, तरी तुझी नोकरी जाईल."

"त्याहूनही बरंच काही जाईल." लिन त्यांचा हात दाबत म्हणाली.

"गुड बाय, हनी!" ग्रोव्ह हसून म्हणाले.

"गुड बाय, डॉ. ग्रोव्ह!" तिनं त्यांचा अखेरचा निरोप घेतला.

ती धावतच जिना चढून आर्थरच्या बेडरूममध्ये गेली. आर्थर टी.व्ही.वर 'द जॉनी कार्सन शो' पाहत होता. त्याच्या एका हातात सिगार होता, तर दुसऱ्या हातात रिकामा ग्लास. त्याला व्हिस्कीचा दुसरा पेग देऊन ती त्याच्याजवळ बसली. कार्सननं त्याच्या ठरावीक वाक्यानं त्याच्या तीन कोटी दर्शकांचा निरोप घेतला. "उद्या पुन्हा भेटू या, याच वेळी." तोपर्यंत आर्थरला जवळजवळ झोप लागली होती. तिनं अलगद त्याच्या बोटांमधून अर्धवट जळालेला सिगार काढून ॲश ट्रेमध्ये टाकला आणि पलंगाजवळचा दिवा बंद केला.

"मी अजून जागा आहे." आर्थर म्हणाला.

"ठाऊक आहे." ती म्हणाली. तिने त्याच्या कपाळाचं चुंबन घेतलं आणि त्याच्या पांघरुणाच्या आत हात सरकवला. त्याच्या हात तिच्या पायावरून फिरत होता. ती काहीच बोलली नाही. अखेर एक परिचित उसासा येऊन मंद श्वास सुरू झाला. तिनं तिचा हात काढून घेतला आणि ती बाथरूमकडे गेली. 'आणखी किती वेळ...?'

दुर्दैवानं त्याची मुलं घरी पोचण्याआधी काही तास आर्थर झोपेतच शांतपणे जग सोडून गेला.

हॅस्किन्सनी चष्मा काढला आणि समोर बसलेल्या त्याच्या दोन अशिलांकडे पाहिलं. चेस्टर सॉमरफील्डला त्याचा राग आवरता येत नव्हता. तो म्हणाला, "म्हणजे आमच्या वाट्याला एवढंच? मला चांदीच्या मुठीची काठी आणि जोनीला डॅडींचा प्रिन्सटनचा पहिल्या वर्षीचा फोटो?"

"हो. बाकी सर्व मालमत्ता मिस लिन बेट्टी हिला मिळणार." हॅस्किन्स म्हणाले.

"इतकं सगळं मिळावं असं केलंय तरी काय तिनं?" जोनीनं चिडून विचारलं.

"मी त्यांच्या मृत्युपत्रातल्याच शब्दांत सांगतो." मृत्युपत्र पाहत हॅस्किन्स म्हणाले, "तिनं निष्ठेनं माझी सेवा आणि सोबत केली."

"यातून काही पळवाट निघण्यासारखी आहे?'' चेस्टरनं विचारलं.

"शक्यता खूपच कमी वाटते,'' हॅस्किन्स म्हणाले, "कारण यातला एक परिच्छेद सोडून बाकी मजकूर मीच लिहिलाय.''

"पण त्या एका परिच्छेदानंच तर सगळं चित्र बदलतं.'' जोनी म्हणाली. "आपण या बाईला कोर्टात खेचलंच पाहिजे. महालबाड बाई आहे ती. तिनं माझ्या वडिलांच्या मृत्यूपूर्वी थोडेच दिवस त्यांच्यासोबत राहून त्यांना फसवून नवीन मृत्युपत्रावर त्यांची सही घेतलीय. ज्यूरींच्या हे नक्कीच लक्षात येईल.''

"तुमचं म्हणणं खरं असेलही;'' हॅस्किन्स म्हणाले, "पण सद्य:परिस्थितीत तुम्ही या मृत्युपत्राच्या खरेपणाला आव्हान देऊ नये, असा माझा सल्ला आहे.''

"पण लिन बेट्टी ही एक सामान्य वेश्या होती, हाही तुमच्याच फर्मच्या चौकशीचा निष्कर्ष आहे.'' चेस्टर म्हणाला. "आणि नर्स म्हणूनही तिची पात्रता विशेष नव्हतीच. हे सत्य बाहेर आल्यावर कोर्ट आपला दावा मान्य करेल.''

"एरवी मी तुझ्याशी सहमत झालो असतो.'' हॅस्किन्स म्हणाले, "पण ही परिस्थिती सामान्य नाही. पुन्हा सांगतो, तिच्याशी भांडत बसू नका.''

"पण का नको?'' जोनी म्हणाली, "निदान सही करताना डॅडींचं मानसिक संतुलन ठीक नव्हतं, हेतरी आपण सिद्ध करू शकू.''

"छे! कोर्टात तुमचं हसं होईल.'' हॅस्किन्स म्हणाले, "कारण त्याच मृत्युपत्रावर शेवटपर्यंत तुमच्या वडिलांसोबत असणाऱ्या एका प्रतिष्ठित डॉक्टरांची सही असल्याचे प्रतिवादी लक्षात आणून देतील.''

"तो धोका पत्करायला मी तयार आहे.'' चेस्टर म्हणाला. "जरा तिच्या दृष्टिकोनातून विचार करा. ती एक निर्धन वेश्या. नुकतंच तिला कोणतीही शिफारस न देता नोकरीवरून काढून टाकलं गेलंय, आणि तिचे पूर्वीचे उद्योग कोर्टात आणि वृत्तपत्रांमधून चव्हाट्यावर येऊ नयेत, असं तिलाही वाटत असेल.''

"कबूल;'' हॅस्किन्स म्हणाले, "तरीही वकील म्हणून मी तुम्हाला सांगेन की, ही केस तुम्ही जिंकू शकणार नाही.''

"पण कोर्टात कलिकशी झुंजण्याबद्दल तुम्हाला काळजी वाटायचं कारण काय? कितीही म्हटलं तरी तुमच्या मते तुमच्या फर्ममध्ये राहण्याचीही त्याची योग्यता नव्हती.''

हॅस्किन्सनी भुवया उंचावल्या.

"तसं असेलही. पण कोर्टात माझी गाठ कलिकशी पडणारच नाही.'' मग त्यांनी चाळिशी नाकावर चढवून मृत्युपत्रातलं हवं ते कलम शोधलं आणि ते गंभीरपणे वाचू लागले.

"मी या मृत्युपत्राद्वारे मी ज्या संस्थेत शिक्षण घेतलं, त्या प्रिन्स्टन विद्यापीठाला

एक कोटी डॉलर्स देत आहे. तसेच अमेरिकेच्या ज्येष्ठांच्या संघटनेला पन्नास लाख डॉलर्स देत आहे. पन्नास लाख डॉलर्स मी 'कॉन्फरन्स ऑफ प्रेसिडेंट्स' यांना त्यांच्या इस्रायलमधल्या कार्यासाठी देत आहे. मी नेहमी पाठिंबा देत आलेल्या रिपब्लिकन पार्टीला पन्नास लाख डॉलर्स मिळावेत आणि शेवटी 'नॅशनल रायफल असोसिएशन' या संस्थेला पन्नास लाख देत आहे. मी या संस्थेच्या उद्दिष्टांना नेहमीच पाठिंबा दिला आहे.''

हॅस्किन्सनी मान वर केली. ''एक गोष्ट लक्षात घ्या. तुमच्या वडिलांच्या मूळ मृत्युपत्रात यांपैकी कोणत्याच देणग्यांचा उल्लेख नव्हता. आपली लढत फक्त कलिकशी असती, तर मी नक्कीच त्याच्यावर मात केली असती; पण इथे गाठ आहे ती; देशातल्या पाच मोठ्या आणि नामांकित कायदे संस्थांशी. त्यांना हरवणं जवळपास अशक्य आहे. कोर्टात केस उभी राहण्यापूर्वीच तुमची तिजोरी ते रिकामी करतील. तेव्हा चांदीच्या मुठीची छडी आणि जुना फोटो एवढं घेऊन तुम्ही गप्प बसावं हे उत्तम.''

''आणि ती सात कोटी डॉलर्स आरामात खिशात घालणार!'' जोनी म्हणाली.

''हो, पण कोर्टात यावं लागू नये म्हणून तिनं तीन कोटी डॉलर्सवर पाणी सोडलं.'' हॅस्किन्स ते मृत्युपत्र टेबलावर ठेवत म्हणाले.

''बाई महाचलाख निघाली, लिन बेट्टी. आणि तेही तिचं खरं नाव नाहीच!''

डबल क्रॉस *

न्यायमूर्तींनी आरोपीकडे पाहिलं. त्यांच्या कपाळाला हलकीशी आठी पडली.

"केव्हिन ब्रायंट, सशस्त्र चोरीचा गुन्हा तू केल्याचं सिद्ध झालं आहे. अतिशय कौशल्यानं आणि कल्पकतेनं तू हा कट रचला होतास. तुझं सावज होतं. मि. नोव्हिल ॲबट. त्यांच्यावर नेमका केव्हा हल्ला करायचा, हे तुला ठाऊक असल्याचं खटल्यात स्पष्ट झालं आहे. मि. ॲबट हे हॅटन गार्डनमधले एक प्रतिष्ठित हिऱ्यांचे व्यापारी आहेत. तू त्यांच्या रखवालदाराला शॉटगनचा धाक दाखवून तिजोरीची खोली उघडायला भाग पाडलंस. त्या वेळी मि. ॲबट हॉलंडहून आलेल्या एका विक्रेत्याला पैलू न पाडलेले हिरे दाखवत होते. हा माल त्यांनी दक्षिण आफ्रिकेतून एक कोटी पौंडांहून अधिक रकमेला खरेदी केला होता.''

"पण पोलिसांच्या उत्कृष्ट तपासकामामुळे तू काही दिवसांतच पकडला गेलास, मात्र त्या हिऱ्यांचा तपास लागला नाही. तू गेले सात महिने कोठडीत काढलेस. त्या हिऱ्यांचा ठावठिकाणा सांगण्याची पुरेपूर संधी तुला देण्यात आली होती. पण तरीही तू ते सांगितलं नाहीस.''

"त्यामुळे वस्तुस्थिती आणि पूर्वेतिहास पाहता तुला बारा वर्षांच्या तुरुंगवासाची शिक्षा ठोठावण्यावाचून मला पर्याय नाही; पण अजूनही जर तुझा विचार बदलला आणि त्या हिऱ्यांचा ठावठिकाणा तू सांगितलास, तर मी ही शिक्षा कमी करण्याचा विचार करू शकेन. घेऊन जा त्याला.''

ब्रायंटला कोठडीकडे घेऊन जाताना डिटेक्टिव्ह इन्स्पेक्टर मॅथ्यूजच्या कपाळावर आठी पडली. तिथून ब्रायंटची रवानगी बेलमार्श तुरुंगात होणार होती. एका अट्टल गुन्हेगाराला गजाआड केल्याबद्दल खरंतर एका पोलिसाला आनंद आणि अभिमान वाटायला हवा होता; पण मॅथ्यूजला तसं वाटत नव्हतं. ते हिरे हस्तगत केल्याशिवाय तसं वाटणं शक्यही नव्हतं. ब्रायंटला ते हिरे विकण्याइतका वेळ

मिळाला नव्हता, त्याला हे पक्कं ठाऊक होतं. त्यानं ते कुठेतरी दडवले होते, हे निश्चित.

इन्स्पेक्टर मॅथ्यूजनं अनेकदा ब्रायंटबरोबर सौदा करायचा प्रयत्न केला होता. त्याच्यावरच्या आरोपांची तीव्रता कमी करण्याचा प्रस्तावही त्याच्यासमोर ठेवला होता. एक मोठी घरफोडी या गुन्याला शिक्षाही बरीच कमी होती; पण अट एकच होती, ती म्हणजे गुन्हा कबूल करून हिऱ्यांचा ठावठिकाणा सांगायचा. परंतु ब्रायंटचं उत्तर ठरलेलं होतं, "मी माझी शिक्षा भोगीन साहेब."

मात्र ब्रायंट जरी सौदा करायला तयार नसला, तरी ती तयारी असलेला एक कैदी मॅथ्यूजला माहीत होता.

◆

बेनी फ्रीडमन हा तुरुंगात 'बेनी द फेन्स' या नावानं ओळखला जाई. चोरीचा माल घेतल्यामुळे तो सहा वर्षांची शिक्षा भोगत होता. चोराकडून माल घेतल्यावर तो चोराला मालाच्या प्रत्यक्ष किमतीच्या वीस टक्के रक्कम रोख देत असे आणि तोच माल पुढच्या मध्यस्थाला विकून भरघोस फायदा कमवत असे.

अधूनमधून तो पकडला जाई. मग काही दिवस तो सरकारी पाहुणचार घेई, पण अर्थात तो एक दमडीही कर भरत नसे. त्याच्याकडे कामाचा तुटवडा नसल्यामुळे त्याला बेकारीची भीती नसे. त्यामुळे या गोष्टीकडे तो धंद्याचाच एक भाग म्हणून पाहायचा. मात्र तुरुंगवास टाळण्यासाठी पोलिसांनी एखादा प्रस्ताव आणला, तर तो ऐकायची त्याची नेहमीच तयारी असे. त्यानं तरी जरुरीपेक्षा जास्त दिवस तुरुंगात का काढावे?

"ड्रग्ज तपासणी!" तिथला अधिकारी ओरडला. त्यानं बेनीच्या कोठडीचं दार उघडलं.

"मि. चॅपमन, मी अमली पदार्थ घेत नाही." बेनी जागचा न हलता म्हणाला.

"बूड लवकर हलव, फ्रीडमन. तुझ्या लघवीची तपासणी झाल्यावर तू पुन्हा आराम करायला मोकळा होशील. चल आता."

बेनीनं हातातल्या वर्तमानपत्राची घडी घातली आणि सावकाश त्याच्या पलंगावरून उतरला. कॉरिडॉर ओलांडून तो वरच्या वैद्यकीय विभागात पोचला. एकही अधिकारी त्याच्या सोबत आला नाही कारण तुरुंगात तो कधीच त्रास देत नसे. 'हो, तिथेही चांगलं नाव कमावता येतं!'

वैद्यकीय विभागात आल्यावर मात्र त्याला आश्चर्य वाटलं; कारण तिथे तपासणीसाठी आलेल्या कैद्यांची रांग काही दिसत नव्हती. तो एकटाच होता.

“इकडे ये, फ्रीडमन.” एका अनोळखी अधिकाऱ्यानं त्याला बोलावलं.

त्यानं हॉस्पिटलमध्ये प्रवेश केल्यावर त्याच्या मागे दार बंद होऊन कुलूप घातलं गेल्याचा आवाज आला. बेनीला ज्यानं अनेक वेळा अटक केली होती, तो डिटेक्टिव्ह इन्स्पेक्टर मॅथ्यूज एका खाटेवर बसला होता.

“माझा हा एवढा सन्मान कशाप्रीत्यर्थ मॅथ्यूज साहेब?” बेनी जराही विचलीत न होता म्हणाला.

“मला तुझी मदत हवीय बेनी.” मॅथ्यूज म्हणाला. त्यानं बेनीला बसायलाही सांगितलं नाही.

“ऐकून बरं वाटलं मॅथ्यूजसाहेब. क्षणभर मला वाटलं, तुमचीही अमली पदार्थांसाठी तपासणी होतेय की काय?”

“आगाऊपणा करू नकोस, बेनी.” मॅथ्यूज तीक्ष्ण आवाजात म्हणाला, “मी तुझ्यासमोर एक प्रस्ताव मांडणार आहे.”

“आता कसला प्रस्ताव? सिगारेटच्या एका पाकिटाच्या मोबदल्यात मी एका सीरियल किलरला तुमच्या स्वाधीन करावं?”

मॅथ्यूजनं त्याच्या प्रश्नांकडे दुर्लक्ष केलं. “काही महिन्यांत तुझ्या अपिलांवर सुनावणी होणार आहे.” तो म्हणाला. त्यानं सिगरेट पेटवली, पण बेनीला दिली नाही.

“मी तुझ्या शिक्षेतली दोनेक वर्षं कमी करवू शकेन.” तो धुराचा लोट सोडत म्हणाला, “म्हणजेच तू सहा महिन्यांत या नरकातून बाहेर पडशील.”

“तुम्ही सगळ्याच गोष्टींचा विचार करता मॅथ्यूजसाहेब.” बेनी म्हणाला, “आणि या औदार्याबद्दल माझ्याकडून काय अपेक्षा आहे?”

“एक ठकसेन ओल्ड बेली कोर्टातून इकडे येतोय. कुठल्याही क्षणी पोचेलच तो. त्याचं नाव केव्हिन ब्रायंट. मी त्याची सोय तुझ्या कोठडीत केलीय.”

कोठडीचं दार उघडल्याचा आवाज आल्यावर बेनीनं वर्तमानपत्रातून मान वर करून पाहिलं. ब्रायंट रुबाबात आत आला. एक शब्दही न बोलता त्यानं त्याची बॅग वरच्या बर्थवर भिरकावली. नवीन कैद्यांना नेहमीच वरचा बर्थ मिळतो.

बेनीनं पुन्हा वाचन सुरू केलं. ब्रायंटनं एक पांढरा साबण, हिरवी पँट, एक खरखरीत हिरवा टॉवेल आणि रेझर हा सर्व ऐवज वॉश बेसिनच्या कडेवर ठेवला. बेनीनं पेपर खाली ठेवून या नवीन भिडूकडे प्रथमच निरखून पाहिलं. ब्रायंट खरोखरच सशस्त्र चोरी करणाराच वाटत होता. अंदाजे पाच फूट पाच इंच उंची, भक्कम बांधा, डोक्याचा तुळतुळीत गोटा. त्यानं त्याच्या निळ्या-पांढऱ्या

पञ्च्यांच्या शर्टची बटनं काढली. त्याच्या छातीवर एका लाल सैतानाचं भलंमोठं चित्र गोंदलेलं होतं. तो कोणत्या फुटबॉल टीमचा समर्थक होता, हे उघड होतं. त्याच्या एका हाताच्या बोटावर 'हेट' तर दुसऱ्या हाताच्या बोटावर 'लव्ह' अशी अक्षरं गोंदलेली होती.

अखेर ब्रायंटनं बेनीकडे पाहिलं, "माझं नाव केव्ह."

"मी बेनी. बेलमार्शमध्ये तुझं स्वागत आहे."

"मी काही पहिल्यांदाच इथे आलेलो नाहीये. पूर्वीही आलोय." असं म्हणत तो गालातल्या गालात हसला. "खरंतर अनेक वेळा. आणि तू?" त्यानं वरच्या बर्थवर चढताचढता विचारलं.

"चौथ्यांदा." बेनी म्हणाला, "पण मला फार दिवस राहायला आवडत नाही."

ब्रायंट प्रथमच हसला. "तू कशासाठी आलायस?" त्यानं विचारलं.

बेनी एकदम दचकलाच. ब्रायंटनं चक्क तुरुंगाचा एक अलिखित नियम मोडला होता. 'सहकारी कैद्याला तो कशासाठी आलाय, हे कधीही विचारू नका. त्याला स्वत:हून सांगू द्या.' "चोरीचा माल विकल्याबद्दल." बेनी म्हणाला.

"कोणत्या प्रकारचा माल विकतोस तू?"

"कोणत्याही. पण मी यात स्वत:साठी एका गोष्टीची लक्ष्मणरेषा आखून घेतलीय, ती म्हणजे ड्रग्ज किंवा अश्लील साहित्य यांपासून लांब राहण्याविषयी. आपलाही दर्जा सांभाळायला हवा ना?"

नंतर ब्रायंट काही क्षण शांत राहिला. त्याचा झोप लागली की काय, असं बेनीला वाटून गेलं. पण सहसा तसं होत नसतं. तुरुंगाच्या कितीही वाऱ्या झालेल्या असल्या, तरी पहिल्या दिवशी झोप येत नाही. अखेर तो बोलला. "मी कशासाठी आलो, ते नाही विचारलंस?"

"त्याची गरज तरी आहे का?" बेनी म्हणाला, "गेला आठवडाभर तुझा फोटो प्रत्येक पेपरच्या पहिल्या पानावर झळकतोय. तू कशासाठी आलास हे बेलमार्शमधल्या प्रत्येकाला ठाऊक आहे."

त्यानंतर रात्रभर ब्रायंट काही बोलला नाही. बेनीलाही घाई नव्हतीच. तुरुंगात भरपूर मिळणारी गोष्ट म्हणजे वेळ! संयम बाळगला, तर सर्व गोष्टी आपोआप बाहेर येतात; मग एखादा कितीही आतल्या गाठीचा असो.

बेनीला तुरुंगात राहणं मुळीच आवडत नसे. त्यातही त्याला वीकएंडची अतिशय धास्ती वाटे! कारण त्या वेळी अनेकदा सलग अठरा-अठरा तास कोठडीत

राहावं लागे. भजी आणि चिप्सचं तेलकट जेवण आणण्यापुरती फक्त सुटका असायची.

कैद्यांना रोज दुपारी पंचेचाळीस मिनिटं मोकळीक मिळायची. हवा कशीही असली, तरी आत टीव्हीवर फुटबॉल मॅच पाहणं किंवा बाहेर अंगणात चक्कर मारणं, एवढेच पर्याय असत. बेनीला फुटबॉलमध्ये काडीचाही रस नव्हता. पण ब्रायंटमुळे तो मुद्दामच टीव्ही बघत बसायचा. या घाईघाईनं जुळवलेल्या भागीदारीत तेवढाच एक विरंगुळा! आणि ब्रायंटनं हिऱ्यांचा विषय काढलाच, तर त्या गजबजलेल्या अंगणापेक्षा कोठडीतला एकांत केव्हाही बरा.

बेनी पेपरमध्ये इटलीचे पंतप्रधान बर्लुस्कोनी यांच्या वीकएंडबद्दल माहिती वाचत होता. तेवढ्यात ब्रायंट त्याचे विचार तोडत म्हणाला, "तू मला त्या हिऱ्यांबद्दल काहीच का विचारत नाहीस?"

"माझा काय संबंध?" बेनीनं पेपरातून मानही वर न करता विचारलं.

"पण मी त्यांचं काय केलं, याबद्दल तुला नक्कीच उत्सुकता असेल?"

"सनच्या क्राइम रिपोर्टच्या म्हणण्यानुसार तू ते एका दलालाला पाच लाख पौंडांना विकलेस." बेनी म्हणाला.

"पाच लाख?" ब्रायंट म्हणाला, "मी इतका मूर्ख वाटलो काय तुला?"

"मग केवढ्याला विकलेस?"

"केवढ्यालाच नाही. कारण ते अजून माझ्याजवळच आहेत."

"तुझ्याजवळच?"

"हो. एक सांगतो, पोलिसांनी कितीही शोधलं, तरी त्यांना ते सापडणार नाहीत."

बेनीनं पेपर वाचायचं नाटक सुरू ठेवलं. ब्रायंट पुन्हा बोलेपर्यंत तो स्पोर्ट्सच्या पानापर्यंत पोचला होता.

"माझा रिटायरमेंट प्लॅन आहे तो. इथले सगळे कैदी बाहेर पडताना कफल्लक झालेले असतील. माझी मात्र आयुष्यभराची बेगमी झालेली असेल."

बेनीनं मोठ्या संयमानं स्वतःला थांबवलं. पण ब्रायंटनं पुढचा शब्द बोलायला चार तास घेतले. बेनीला आता एकच प्रश्न विचारायचा होता. पण त्यानं तो धोका पत्करला नाही.

"बर्लुस्कोनीबद्दल तुझं काय मत आहे?" त्यानं विचारलं.

"तो कशासाठी आत आलाय?" इति ब्रायंट.

◆

बेनी रविवारी सकाळी प्रार्थनेसाठी चर्चमध्ये हजर असायचा. तो अतिशय श्रद्धाळू

होता म्हणून नव्हे; तर तेवढाच तासभर कोठडीतून सुटका मिळावी म्हणून. चर्च तुरुंगाच्या विरुद्ध बाजूला होतं. त्यामुळे बरंच अंतर चालावं लागे. मग अमली पदार्थांसाठी अंगझडती. नशीब जोरावर असले, तर महिला अधिकाऱ्यांकडून! मग जुन्या कैद्यांबरोबर गप्पागाणी आणि या विरंगुळ्यानंतर अखेर पुन्हा कोठडीत रवानगी.

बेनीनं तिसऱ्या रांगेतली त्याची ठरलेली जागा पकडली. श्लोकाचं पान उघडलं आणि सर्वांबरोबर गाऊ लागला.

पाद्रीबुवाचं पापक्षालन, क्षमा वगैरे विषयांवरचं प्रवचन उरकल्यावर सगळेजण हळूहळू आपापल्या कोठडीत परतू लागले.

"फ्रीडमन, तुला मिनिटभर वेळ आहे?" प्रार्थनेचा कागद परत घेत पाद्रीबुवांनी विचारलं.

"नक्कीच, फादर!" बेनी जरा धास्तावला. आता आपल्याला चर्चचा सदस्य करून घेतात की काय, अशी त्याला भीती वाटली. तसं झालं तर त्याला आपण ज्यू असल्याचं कबूल करावं लागलं असतं. त्यानं स्वतःला ख्रिश्चन म्हणून जाहीर करण्यामागचं एकमेव कारण होतं– आणि ते म्हणजे दर रविवारी कोठडीतून मिळणारी मोकळीक. त्यानं ज्यू असल्याचं कबूल केलं असतं, तर एका रॅबीनं त्याला महिन्यातून एकदा भेट दिली असती. कारण सामूहिक प्रार्थना म्हणण्याइतके ज्यू कैदी तिथे नव्हतेच.

फादरने बेनीला बाजूच्या खोलीत बोलावलं, आणि "एक मित्र तुला भेटू इच्छितो," असं म्हणून ते त्यांच्या कामाला निघून गेले.

"गुड मॉर्निंग, मॅथ्यूजसाहेब." बेनी न विचारताच समोरच्या खुर्चीवर स्थानापन्न होत म्हणाला, "तुम्ही एवढे धार्मिक असाल, याची मला कल्पनाच नव्हती."

"फालतू बडबड बंद कर. नाहीतर तू ज्यू असल्याचं इथल्या अधिकाऱ्यांना मी सांगेन."

"मग बेलमार्शमध्ये येतानाच प्रभूचा साक्षात्कार झाल्याचं मला त्यांना सांगावं लागेल."

"आणि माझा वेळ वाया घालावलास तर ढुंगणावर लाथ बसेल."

"बरं, आजच्या भेटीचा लाभ कशासाठी?" बेनीनं निरागसपणे विचारलं.

"त्यानं हिरे विकले की नाहीत?" मॅथ्यूज सरळ मुद्द्यावर आला.

"नाही, इन्स्पेक्टरसाहेब. ते त्याच्याजवळच असल्याचं त्याचं म्हणणं आहे. ते पाच लाखांना विकल्याची गोष्ट म्हणजे त्याने केलेली निव्वळ दिशाभूल आहे."

"मला वाटलंच होतं तसं;" मॅथ्यूज म्हणाला, "कारण इतक्या कमी किमतीत

तो ते कधीच विकणं शक्य नाही. त्यानं ते कुठे ठेवलेत, याची माहिती काढलीस?''

''अजून नाही.'' बेनी म्हणाला, ''त्याला जरा वेळ लागेल असं दिसतंय. जर तुम्हाला...''

''घाई अजिबात करू नकोय. नाहीतर त्याला संशय येईल. जरा संयम बाळग. त्याला स्वत:हून सांगू दे.''

''आणि ही महत्त्वाची माहिती मिळवल्यावर माझ्या शिक्षेतली दोन वर्षं कमी होतील. होय ना?'' बेनीनं आठवण करून दिली.

''नशिबाची फार परीक्षा पाहू नकोस, फ्रीडमन. एक वर्ष कमी करण्याइतकी माहिती तू दिलीस, पण हिऱ्यांचा ठावठिकाणा कळल्याशिवाय दुसरं वर्ष कमी होणार नाही. आता तुझ्या कोठडीत जा. कान उघडे ठेव आणि तोंड बंद.''

एका शनिवारी सकाळी ब्रायंटनं बेनीला विचारलं, ''तू कधी चोरीचे हिरे विकले आहेस?''

हा प्रश्न ऐकण्यासाठी बेनीला कित्येक आठवडे वाट पाहावी लागली होती. ''विकतो अधूनमधून.'' तो म्हणाला, ''ॲमस्टरडॅममधला एक विश्वासू दलाल माझ्या ओळखीचा आहे. पण त्याच्याशी संपर्क साधायचा असेल, तर मला हिऱ्यांची अधिक माहिती हवी. अंदाजे त्यांची किंमत किती असेल?''

''एक कोटी पौंड. ही रक्कम तुझ्या आवाक्याबाहेर नाही ना?''

''तसं काही नाही;'' बेनी शांत राहायचा प्रयत्न करत म्हणाला, ''पण वेळ मात्र नेहमीपेक्षा जास्त लागेल.''

''तेवढी एकच गोष्ट माझ्याकडे भरपूर आहे,'' ब्रायंट म्हणाला. आणि पुन्हा विचारात गढून गेला. आता आणखी सहा आठवडे थांबावं लागू नये, अशी बेनी मनोमन प्रार्थना करू लागला.

''जर मी ते तुला विकायला दिले, तर मला किती टक्के देशील?'' ब्रायंटनं विचारलं.

''साधारणपणे मी बाजारभावाच्या वीस टक्के रक्कम देतो. अर्थातच रोख.''

''आणि ते विकतोस केवढ्याला?''

''बाजारभावाच्या निम्म्या किमतीला.''

''आणि दलाल किती कमावतो?''

''कल्पना नाही.'' बेनी म्हणाला, ''मी ते कुठून आणले, हे तो मला विचारीत नाही आणि त्यानं किती कमावले, हे मी त्याला विचारीत नाही. उलट,

कमी माहिती असलेलीच बरी. प्रत्येकाला आपापला नफा पदरात पडल्याशी मतलब.''

''रत्नांच्या प्रकारावर काही अवलंबून असतं का?''

''जेवढे लहान तेवढं बरं.'' बेनी म्हणाला, ''मोठ्या हिऱ्यांपासून चार हात लांब राहावं. उद्या जर तू माझ्याकडे राणीच्या मुकुटातले हिरे घेऊन आलास. तर मी तुला फुटायला सांगेन. लहान खड्यांचा तपास लावणं सोपं नसतं. त्यामुळे खुल्या बाजारात ते सहज खपवता येतात.''

''जर मी ते हिरे तुला दिले, तर मला वीस लाख देशील?''

''त्यांची किंमत खरंच एक कोटी असली तर देईन; पण आधी मला ते पाहावे लागतील.''

''पण त्यांची किंमत तेवढी नसेल, असं तुला का वाटतं?'' ब्रायंटनं बेनीकडे रोखून पाहत विचारलं.

''कारण पेपरमध्ये छापून आलेली किंमत खरी असतेच असं नाही. क्राइम रिपोर्टरला त्या आकड्यांवर शून्य वाढवायला आवडतं.''

''पण त्यांचा एक कोटीचा विमा होता आणि विमा कंपनीनंही तेवढी भरपाई दिलीय.'' ब्रायंट म्हणाला.

''पण मी मात्र ते प्रत्यक्ष बघितल्याशिवाय निश्चित ऑफर देणार नाही.'' बेनी ठामपणे म्हणाला.

ब्रायंट पुन्हा गप्प बसला.

''पण ते आहेत कुठे?'' बेनीनं सहजपणे विचारलं.

''त्यानं काय फरक पडतो?'' ब्रायंट म्हणाला.

''जर मी त्याचं मोल करावं असं तुला वाटत असेल, तर फरक पडतो.'' बेनी तटकन म्हणाला.

''मी जर तुला आत्ताच त्यांतले अर्धा डझन हिरे दाखवले तर?''

''उगीच मला मूर्खात काढू नकोस, केव्ह. याबाबत तू खरंच गंभीर असशील, तर ते कुठे आहेत हे आत्ता सांग; नाहीतर फूट.'' ही पद्धत मॅथ्यूजला आवडली नसती; पण बेनीच्या अपिलाची सुनावणी लवकरच होणार होती, आणि आणखी सहा आठवडे थांबणं त्याला परवडण्यासारखं नव्हतं.

''मी गंभीरपणेच सांगतोय,'' ब्रायंट म्हणाला, ''आता जरा वेळ गप्प बस आणि माझं ऐक, तू जर एखादा याहून मोठा सौदा करत असशील, तर गोष्ट वेगळी.'' बेनी शांत राहिला. शिक्षेतलं आणखी एक वर्ष कमी करून घेण्याचा विचार त्याच्या मनात घोळतच होता.

''एकदा मी तुरुंगात असताना एकाला हेरॉईन बाळगल्याबद्दल पकडलं होतं.''

''त्यात काय विशेष?'' बेनी म्हणाला, ''हे रोजचंच आहे.''

“पण तुरुंगात नव्हे.”

“पण त्यानं ते आत कसं आणलं?” आता बेनीलाही त्यात रस वाटू लागला.

“त्याच्यावर ओल्ड बेली कोर्टात खटला चालू असताना त्यानं त्याच्या साथीदाराकडून ते मिळवलं. मधल्या सुट्टीत त्यानं बाथरूमला जाण्याची परवानगी मागितली. गार्ड बाहेर थांबणार, हे त्याला ठाऊक होतं. आत त्यानं तो माल कंडोममध्ये घातला, त्याला गाठ मारली. आणि ते गिळलं.”

“पण पोटात ते चुकून उघडलं गेलं तर तो मेलाच!”

“हो, पण त्यानं ते आत आणलं तर हजार पौंड मिळतात. बाहेरच्या पाचपट.”

“ठीक आहे. आता मला माहीत नसलेली गोष्ट सांग.” बेनी म्हणाला.

“तुरुंगात आल्यावर पहारेकऱ्यांची नजर चुकवून...”

“सगळं वर्णन करण्याची गरज नाही.”

मग थोडा वेळ थांबून ब्रायंट म्हणाला, “ज्या दिवशी मला शिक्षा झाली, त्या दिवशी मीही हेच केलं.”

“तू दोन औंस हेरॉईन गिळलंस?” बेनीनं अविश्वासानं विचारलं.

“नाही, मूर्खा. नीट ऐक.” मग ब्रायंटनं सावकाशपणे एक सिगारेट पेटवून काही झुरके घेतले. “मी सहा हिरे गिळल्याचं तुला सांगितलं ना?”

“पण असं कशासाठी केलंस?”

“हे तुरुंगातलं चलन आहे. एखाद्या विकृत माणसाशी गाठ पडली किंवा एखाद्या कैद्याकडून काही काम करून घ्यायचं असलं, तर कामाला येईल.”

“मग आता आहेत कुठे ते?” बेनीनं नशिबाची परीक्षा पहिली.

“गेले तीन महिने याच कोठडीत आहेत; पण तुला ते दिसले नाहीत.”

ब्रायंट वरच्या बर्थवरून सावकाश उतरला. त्यानं टेबलावरचा प्लॅस्टिकचा काटा घेतला आणि ट्रॅकपँटच्या बाजूच्या पट्टीची शिवण उसवायला सुरुवात केली. थोड्याच वेळात त्यानं आतून एक लहान हिरा काढला. तो प्रकाशात चमकताना पाहून बेनीचे डोळेही चमकले.

“अशा सहा पट्ट्या म्हणजे सहा हिरे,” ब्रायंट विजयी मुद्रेनं म्हणाला, “जर एखाद्या पहारेकऱ्यानं माझा ट्रॅकसूट तपासला, तर त्याला त्याच्या वर्षाच्या पगारापेक्षा मोठा ऐवज सापडेल, समजलं?”

ब्रायंटनं तो हिरा बेनीकडे दिला. बेनीनं तो बाजूच्या खिडकीकडे नेला. आणि बारकाईनं तपासला. त्याचं विचारचक्र सुरू झालं.

“काय मत आहे तुझं?” ब्रायंटनं विचारलं.

“नक्की सांगता येणार नाही; पण खातरी करण्याचा एक मार्ग आहे. तुझं घड्याळ बघू.”

"का?" ब्रायंटने हात पुढे करत विचारलं.

उत्तरादाखल बेनीनं हिऱ्याची कड घड्याळाच्या काचेवर ओढली.

"ए, काय चाललंय?" ब्रायंट हात मागे घेत म्हणाला, "या घड्याळासाठी मी भरपूर पैसे मोजलेत."

"पण मी मात्र या कचऱ्यासाठी पैसे वाया घालवणार नाही," बेनी तो हिरा परत देत म्हणाला, आणि शांतपणे त्याच्या बर्थवर बसून पेपर वाचायचे नाटक करू लागला.

ब्रायंटच्या तोंडून एक शिवी बाहेर पडली. "का नाही?"

"कारण तो हिरा नाहीच." बेनी म्हणाला, "असता तर तुझ्या घड्याळाच्या काचेवर नुसता चरा पडण्याऐवजी तिचे दोन तुकडे झाले असते. तू लुबाडला गेलास मित्रा. एका हुशार माणसानं बनावट माल तुझ्या गळ्यात मारला."

ब्रायंट त्याच्या हातातल्या घड्याळाकडे पाहतच राहिला. मग तो चाचरत म्हणाला, "पण मी स्वत: ॲबटला तिजोरीतले हिरे त्या बॅगेत भरताना पाहिलं."

"तू त्याला बॅगेत काहीतरी भरताना नक्कीच पाहिलंस; पण जे भरलं गेलं ते हिरे नव्हतेच मुळी."

ब्रायंट मटकन खुर्चीत कोसळला. त्यानं कसंबसं विचारलं, "मग त्यांची किंमत किती असेल?"

"किती खडे आहेत?"

"एक साखरेची पिशवी भरून. अंदाजे दोन पौंड वजनाचे."

बेनीनं त्याचं मत देण्याआधी पेपरच्या मागच्या बाजूला काहीतरी आकडेमोड केली. "दोन हजार पौंड, फारतर तीन हजार. सॉरी केव्ह! ॲबट सावध होता."

ब्रायंटनं ट्रॅकपँटच्या सगळ्या पट्ट्यांची शिवण उसवली. प्रत्येक हिरा निघाल्यावर ब्रायंट तो घड्याळाच्या काचेवर फिरवायचा. पण परिणाम तोच. एक बारीकसा चरा पडायचा, पण काचेला तडा जायचा नाही.

"तीन हजारांसाठी बारा वर्षं तुरुंगात!" ब्रायंट किंचाळला. तो एखाद्या पिंजऱ्यातल्या श्वापदासारखा येर-झारा घालू लागला.

"तो हरामखोर ॲबट हाती सापडला, तर त्याचे तुकडे करीन."

"पण आणखी बारा वर्षं तरी ते शक्य नाही." बेनी थंडपणे म्हणाला.

ब्रायंट कोठडीच्या दारावर मुठी आपटू लागला. पण ते पाहायला फक्त बेनीच होता.

रात्री दहा वाजता दिवे बंद होईपर्यंत बेनी काहीच बोलला नाही. तोपर्यंत ब्रायंटही जरा शांत झाला होता. त्यानं दारावर डोकं बडवून घेणंही बंद केलं होतं.

त्या काळात बेनीनं पुढे नेमकं काय करायचं, याचा विचार केला होता, पण

ब्रायंटवर घाव घालण्यासाठी तो योग्य क्षणाची वाट पाहत होता. दिवे मालवले गेल्यावर तो तासभर थांबला. "त्या ॲबटवर सूड कसा उगवायचा, हे मी सांगू शकेन." बेनी कुजबुजला. पण ब्रायंट जागा आहे की नाही, हे त्याला कळेना.

ब्रायंटनं वरच्या बंकवरून उडीच मारली. बेनीच्या अगदी चेहऱ्याजवळ तोंड आणत तो किंचाळला, "सांग लवकर सांग मला. मी त्यासाठी काहीही करायला तयार आहे."

"आता बारा वर्षं जरी तू त्याला भेटू शकत नसलास, तरी तो तुला भेटायला येण्याची तजवीज करणं तुझ्या हातात आहे."

"उगीच कोड्यात बोलू नकोस." ब्रायंट म्हणाला, "ॲबटला बेलमार्शला कसं आणणार? तो काही माझी भेट घ्यायला इथे येणार नाही."

"नुसती भेटच नव्हे, तर काहीतरी कायमस्वरूपी सोयही करता येईल," बेनी म्हणाला. ब्रायंट उतावीळ झाला होता. "त्या हिऱ्यांचा ठावठिकाणा सांगितलास तर शिक्षा कमी होईल, असं न्यायमूर्ती म्हणाले होते ना?"

"हो; पण आता ते हिरे नसल्याचं स्पष्ट झालंय." ब्रायंट बेनीजवळ येत ओरडला.

"मला नेमकं हेच म्हणायचंय." बेनी जराही विचलित न होता म्हणाला, "कारण ॲबटनं दोन पौंड बनावट मालाच्या मोबदल्यात एक कोटी पौंड विम्याची भरपाई मिळवल्याचं लक्षात आल्यावर पोलिसांना आपण फसवलं गेल्याचं लक्षात येईलच."

"बरोबर!" ब्रायंट मुठी आवळत म्हणाला.

"ते हिरे खोटे असल्याचं समजल्यावर पोलीस ॲबटवर खटला भरतील. न्यायालयीन प्रक्रियेत फसवणुकीच्या गुन्ह्यासाठी दहा वर्षंतरी तो सहज आत जाईल." बेनी सिगारेट पेटवत म्हणाला, "आणि ओल्ड बेली कोर्टातून निघाल्यावर गुन्हेगार एकाच ठिकाणी पोचतो."

"बेलमार्श!" ब्रायंट हवेत ठोसा मारत म्हणाला. जणू मँचेस्टर युनाटेडनं कप जिंकला होता!

बेलमार्शच्या व्यायामशिक्षकानं या कैद्याला पूर्वी पाहिलं नव्हतं. त्याला व्यायामाची गरज असल्याचं जाणवत होतं. पण तो ज्या पोलीस अधिकाऱ्याबरोबर गहन चर्चा करत होता. त्याला मात्र व्यायामाची गरज नव्हती. तुरुंगाधिकाऱ्यांचा स्पष्ट आदेश होता की, दोघं आत असेपर्यंत कुणालाही आत सोडू नये.

"ब्रायंटनं पूर्ण कबुलीजबाब दिलाय." डिटेक्टिव्ह इन्स्पेक्टर मॅथ्यूज म्हणाला.

"त्यानं हिरे कुठे आहेत, तेही सांगितलंय. त्यातले सहा नाहीसे झालेत. पण आता ते मिळवणं अशक्य आहे.''

"बरोबर!'' बेनी सुस्कारा सोडत म्हणाला, "त्यानं ते हिरे टॉयलेटमध्ये टाकून फ्लश केल्याचे पाहून माझं काळीज पिळवटून निघालं; पण मॅथ्यूज साहेब, मी जरा व्यापक विचार करत होतो.''

"म्हणजे इथून काही आठवड्यात कसं बाहेर पडता येईल, हाच ना?''

"कबूल,'' बेनी म्हणाला, "पण साहेब, त्या हिऱ्यांचं पुढे काय झालं, हे जाणून घ्यायची मला उत्सुकता आहे.''

"विमा कंपनीनं ते ॲबटला थोड्या कमी किमतीला विकले; पण दोन्ही बाजूंनी हा विषय पुन्हा काढायचा नाही या अटीवर.''

"चला, हे बरं झालं.'' बेनी म्हणाला, "कारण मला तुमच्याकडून अजून एका उपकाराची अपेक्षा आहे.''

"का? शिक्षेतली दोन वर्षं कमी होणं पुरेसं नाही?''

"नक्कीच आहे. मॅथ्यूजसाहेब, मला कृतघ्न समजू नका. पण पोलिसांनी ॲबटला अटक केली नाही हे कळल्यावर ते हिरे खरे असल्याचं आणि मी त्याला 'डबल क्रॉस' केल्याचं ब्रायंटच्या लक्षात येईल.''

"पुढे बोल.'' इन्स्पेक्टर म्हणाला.

"तुम्ही एक मनावर घ्या; जर मी पुन्हा एखादी चूक केली, तर माझी रवानगी बेलमार्शमध्ये होणार नाही, एवढं पाहा.''

मॅथ्यूज त्या जिमच्या बाकावरून उठले. "ती आशा सोड बेनी.'' तो हसत म्हणाला. "तू एखादं प्रामाणिक काम करून सरळमार्गानं जगावंस याची खातरी करण्याचा तेवढाच मार्ग आहे, पण तुला सांगतो, काही दिवसांनी तुला स्वतःलाच बेलमार्शमध्ये यावंसं वाटेल बघ.''

"थट्टा करताय का. मॅथ्यूजसाहेब? मला पुन्हा या नरकात का यावंसं वाटेल?''

"कारण न्यायमूर्तींनी त्यांचा शब्द पाळला.'' मॅथ्यूज म्हणाला, "त्यांनी ब्रायंटची शिक्षा निम्म्यानं कमी केली. त्यामुळे त्याची वागणूक चांगली असली, तर तो दोन वर्षांत सुटेल आणि मग बेनी, तो ॲबटच्या मागावर नक्कीच सुटणार नाही. कुणाच्या, ते उघडच आहे!''

'फिरुनी जगेन मी...' *

दरवाज्यावरची बेल वाजल्यावर ज्युलियन फर्न्सडेलनं मान वर करून पाहिलं. एक गोष्ट तो आधीच ठरवून ठेवत असे. उठून ग्राहकांशी स्वत:हून बोलायचं की, त्यांना सगळ्या गोष्टी स्वत:च पाहू द्यायच्या? या धंद्यात अनेक वर्षं काढल्यानंतर त्यानं स्वत:साठी काही नियम तयार केले होते. जर ग्राहकाला मदतीची गरज आहे असं वाटलं, तरच उठून त्याच्याशी बोलायचं की, "मी काही मदत करू शकतो का?" किंवा "तुम्ही आधी नुसतं पाहणार आहात का?" जर त्याला वस्तू फक्त बघायच्या असतील, तर ज्युलियन पुन्हा जागेवर बसायचा आणि ग्राहकावर नजर ठेवून त्यानं संभाषण सुरू करेपर्यंत थांबायचा.

आत्ताचा हा माणूस फक्त बघणारा आहे, याबद्दल त्याला खातरी होती. त्यामुळे तो जागचा हलला नाही. बघणाऱ्यांचेही तीन प्रकार असतात. उगीच येता-जात दुकानात चक्कर टाकणारे लोक; काय हवंय हे ठाऊक असणारे, पण आपण याच धंद्यात आहोत; हे जाणवू न देणारे दलाल आणि आपल्या वस्तुसंग्रहात भर घालण्याची मनापासून इच्छा असणारे दर्दी लोक.

हा ग्राहक नक्कीच तिसऱ्या प्रकारचा होता.

ज्युलियननं डोळ्याच्या कोपऱ्यातून हळूच तिकडे एक नजर टाकली. अनेक वर्षांच्या सरावानंतर हे त्याला अचूक जमत असे. ग्राहक बहुधा अमेरिकन असावा – उंची ब्लेझर, पँट आणि रेघांचा टाय. त्याचं ज्ञान आणि अभिरुची जाणवत होती. तो फक्त उत्तम वस्तूच बारकाईनं पाहत होता – अ‍ॅडम शेकोटी, चिपंडेलची झुलती खुर्ची, डेल्फ्ट प्लेट. पण दुकानातली सर्वोत्कृष्ट वस्तू तो हेरतो की नाही, याची ज्युलियनला उत्सुकता लागली.

काही क्षणांतच तो एका रत्नजडित अंडाकृती वस्तूसमोर थांबला. त्यानं काही क्षण ते अंडं न्याहाळलं आणि ज्युलियनकडे पाहिलं, "याच्यावर त्या कलाकाराची सही आहे?"

ज्युलियन सावकाशपणे खुर्चीवरून उठला. आणखी एक नियम – एखादी महागडी वस्तू विकायची तुम्हाला घाई आहे, हे जाणवू देऊ नका.

"येस सर!" ज्युलियन म्हणाला, "तुम्हाला त्याच्या बुडाशी कार्ल फॅबर्जेची सही दिसेल. कॅटलॉगमध्येही त्याचा उल्लेख आहेच."

"बनवलं गेल्याची काही तारीख आणि वर्णन?" तो अजूनही ते अंडं बारकाईनं पाहत होता.

ज्युलियन म्हणाला, "सन १९१०मध्ये हे तयार झालं. रशियन राणीच्या, – झारीनाच्या – वाढदिवसानिमित्त दुसरा झार निकोलस यानं अशी अनेक अंडी बनवून घेतली होती."

"अप्रतिम!" तो ग्राहक म्हणाला, "पण किंमत माझ्या आवाक्याबाहेरची असणार?"

त्याचा घासाघीस करण्याचा डाव ज्युलियननं झटकन ओळखला आणि मनातल्या मनात आकडेमोड करून त्याची किंमत वीस टक्क्यांनी वाढवली.

"सहा लाख ऐंशी हजार."

"पौंड?"

"हो."

"म्हणजे अंदाजे दहा लाख डॉलर्स." आता तो अमेरिकन असल्याची त्याला पक्की खातरी पटली.

ज्युलियन काहीच बोलला नाही. तेवढ्यात बाहेर गाडीचा ब्रेक करकचून दाबल्यामुळे झालेला टायरचा आवाज आला. एखादी गाडी अपघात टाळण्याचा प्रयत्न करत असावी. दोघांनीही बाहेर नजर टाकली. रस्त्यावर आखलेल्या पिवळ्या रेघांजवळ एक आलिशान लिमोझिन उभी होती. आतून एक स्त्री बाहेर पडली – किमती लाल कोट, गळ्यात हिऱ्यांचा कंठा, त्याला साजेशा इयर रिंग्ज आणि काळा चष्मा असा तिचा थाट होता.

"ती तीच आहे ना?" ज्युलियननं विचारलं.

"तसं दिसतंय खरं." तो ग्राहक म्हणाला. तेवढ्यात तिनं एका चाहत्याला स्वाक्षरी दिली.

"ग्लोरिया गेनॉर." ज्युलियन उसासा टाकून म्हणाला. ती शेजारच्या दागिन्यांच्या दुकानात शिरली. 'नशीबवान आहे मिली.' तो मनात म्हणाला.

"या आठवड्यात तिचा कार्यक्रम आहे वाटतं." तो ग्राहक म्हणाला.

"शनिवारी आल्बर्ट हॉलमध्ये तिची मैफल आहे." ज्युलियन म्हणाला, "मी तिकिटं मिळवण्याचा प्रयत्न केला. पण आधीच हाउसफुल्ल आहे,"

पण त्या ग्राहकाला रत्नांनी मढलेल्या पॉप गायिकेपेक्षा त्या रत्नजडित

अंड्यात जास्त रस दिसला. ज्युलियन पुन्हा त्याच्या पुरातन वस्तू विक्रेत्याच्या भूमिकेत शिरला.

"कमीत कमी किती किमतीला देऊ शकाल?" त्या अमेरिकन ग्राहकानं विचारलं.

"साडे-सहा लाखांच्या खाली नाही."

"तुम्ही पाच लाखांपर्यंत द्याल, यावर मी पैज लावायला तयार आहे."

"सव्वा-सहा लाख. त्याहून पेनीही कमी होणार नाही."

ग्राहकानं मान डोलावली. "किंमत योग्य आहे; पण अंतिम निर्णय घेण्यापूर्वी माझ्या पार्टनरनं ही वस्तू बघणं गरजेचं आहे."

ज्युलियननं त्याची निराशा लपवायचा प्रयत्न केला.

"सव्वा-सहा लाखासाठी हे राखून ठेवता येईल?"

"नक्कीच, सर!" ज्युलियननं कप्प्यातून एक हिरवा स्टिकर काढून भिंतीवरच्या माहितीपत्रकावर चिकटवला.

"आपण परत केव्हा याल, सर?"

"शुक्रवारी सकाळी माझा पार्टनर अमेरिकेहून येतोय. त्यामुळे दुपारी जमेल. त्याला प्रवासाच्या 'जेट लॅग'चा फार त्रास झाला, तर शनिवारी दुपारी. शनिवारी दुकान केव्हा बंद होतं?"

"पाचच्या सुमाराला." ज्युलियन म्हणाला.

"त्याआधी नक्की येतो." तो अमेरिकन म्हणाला.

ज्युलियननं त्याच्यासाठी दार उघडून धरलं. तेवढ्यात मिस गेनॉर शेजारच्या दुकानातून बाहेर आली. पुन्हा तिनं तिथं जमलेल्या काही चाहत्यांना स्वाक्षरी दिली. शोफरनं लगबगीनं गाडीचं दार उघडलं. ती आत बसली. गाडी निघून जाताना ज्युलियननं स्वत:च्याही नकळत हात हलवून 'टाटा' केलं, पण तो वेडेपणा होता कारण खिडकीच्या दुधी काचेतून काहीच दिसत नव्हतं.

दुकानात शिरताना ज्युलियनला त्याची शेजारीणही 'टाटा' करताना दिसली. "कशी होती ती, मिली?" त्यानं आपली चाहता म्हणून असलेला स्वाभाविक उत्सुकता लपवत विचारलं.

"मोहक, आणि खूपच सहज सुंदर," मिली म्हणाली, "आणि तेसुद्धा एवढ्या सगळ्या दिव्यातून जाऊन. अगदी खरीखुरी 'स्टार' आहे ती!"

"काही विशेष माहिती कळली?" ज्युलियननं विचारलं.

"ती पार्क लेन हॉटेलमध्ये उतरली आहे. रविवारपासून तिच्या दौऱ्याचा पुढचा टप्पा पॅरिसपासून सुरू होणार आहे."

"ते मला ठाऊक आहे." ज्युलियन म्हणाला, "मी लंडनर्समध्ये वाचलंय ते. मला माहीत नसलेली एखादी गोष्ट सांग."

“मैफलीच्या दिवशी ती तिच्या खोलीबाहेर पडत नाही. कुणाशी बोलत नाही. आवाजाला विश्रांती मिळावी म्हणून. अगदी तिच्या मॅनेजरशीही नाही.”

“आणखी काही?”

“खोलीतला एसी बंद ठेवण्यावर तिचा कटाक्ष असतो. सर्दीमुळे मैफल रद्द होण्याची तिला सतत धास्ती असते. डलासमध्ये ती एकदा रस्त्यावरच्या उकाड्यातून एकदम एसी रूममध्ये आली आणि आठवडाभर सर्दी-खोकल्यानं बेजार झाली.”

“पण पार्क लेन का?” ज्युलियननं विचारलं, “सगळे बडे स्टार्स क्लॅरिज किंवा रिझ्मध्ये उतरतात.”

“कारण ते आल्बर्ट हॉलपासून पाच मिनिटांच्या अंतरावर आहे. तिला ट्रॅफिक जॅममुळे मैफलीला उशीर होण्याचीही भीती वाटते.”

“तिच्याविषयी तू अगदी जुन्या मैत्रिणीसारखं बोलतेयस.”

“होय, खूपच गप्पिष्ट होती ती.” मिली म्हणाली.

“पण काही खरेदी केली का तिने तुझ्याकडे?” ज्युलियननं विचारलं. तेवढ्यात एक माणूस एक भलंमोठं पार्सल घेऊन त्याच्या दुकानात शिरला. ज्युलियननं त्याच्याकडे दुर्लक्ष केलं.

“नाही. पण इयर रिंग्ज आणि घड्याळासाठी डिपॉझिट भरलं. उद्या येणार आहे परत.” मग मिली तिच्या ‘या’ शेजाऱ्याकडे पाहून हसत म्हणाली, “जर मला कॉफी पाजलीस, तर तिला तुझ्या ‘फॅबर्जे एग’बद्दल सांगेन.”

“त्यासाठी मला आधीच खरेदीदार मिळालाय, पण तरी तुला कॉफी पाजतो. त्याआधी या लेनीला कटवून येतो.” हसतच ज्युलियन तिला म्हणाला आणि त्याच्या दुकानात शिरला.

“मि. फर्न्सडेल, कदाचित तुम्हाला ही वस्तू आवडेल.” लेनी म्हणाला.

त्याचा वेष गबाळा होता. हातात एक भलंमोठं शिरस्त्राण होतं.

“हे १६४५च्या यादवी युद्धाच्या वेळचं आहे. मी तुम्हाला अगदी वाजवी किमतीत देईन.”

ज्युलियननं काही क्षण त्याच्याकडे निरखून पाहिलं.

“१६४५? थापा मारू नकोस,” तो म्हणाला, “१९९५ची शक्यता जास्त. आणि तू हे जर ओल्ड केंट रोडवर घेतलं असशील, तर हे कुणी बनवलं. हेही मी सांगू शकेन. या धंद्यात खूप पावसाळे पाहिलेत मी. अशा गोष्टींनी फसणार नाही मी.”

लेनी मान खाली घालून ते घेऊन गेला. ज्युलियननं दार लावून घेतलं.

ज्युलियनची एका महिला ग्राहकाशी 'ड्यूक ऑफ वेलिंग्टन'च्या सिरॅमिक पुतळ्यावरून घासाघीस चालू होती. त्याला त्याचे साडेतीनशे पौंड हवे होते, तर ती तीनशे वीसवर अडून बसली होती. तेवढ्यात बाहेर ती काळी लिमोझिन येऊन थांबली. ज्युलियन धावतच खिडकीजवळ आला. मिस गेनॉर गाडीतून उतरून शेजारच्या दागिन्यांच्या दुकानात शिरली. त्यानं सुस्कारा सोडला अन् मागे वळला; पण तेवढ्यात ती बाई आणि 'ड्यूक ऑफ वेलिंग्टन' दोघंही गायब झाले होते.

पुढचा तासभर ज्युलियन तिच्या दर्शनासाठी दाराशी उभा होता अन् तेही त्याने स्वत: स्वत:लाच घालून दिलेला नियम मोडत. स्वत: दारात कधीही उभे राहू नका. त्यामुळे ग्राहक बिचकतात. त्याहून वाईट म्हणजे तुम्ही अगदी घायकुतीला आल्यासारखे दिसता. पण आता तो खरंच अगतिक झाला होता.

अखेर मिस गेनॉर दागिन्यांच्या दुकानातून बाहेर पडली. हातातली लाल पिशवी तिनं शोफरकडे दिली. एका चाहत्याला स्वाक्षरी दिली, आणि ज्युलियनच्या दुकानासमोरून जाऊन 'आर्ट पिलको'मध्ये शिरली. तिथे तिनं एवढा वेळ लावला की, ती त्याच्या नकळत निघून गेली की काय, असं ज्युलियनला वाटून गेलं. पण ते शक्य नव्हतं; कारण बाहेरच लिमोझिन उभी होती, आणि आत तिचा शोफरही होता.

तासाभरानं मिस गेनॉर आणि त्या आर्ट गॅलरीची मालकीण अशा दोघी बाहेर पडल्या. मिस गेनॉरच्या हातात एका रेशमी कापडावर छापलेलं 'चेअरमन माओ'चं चित्र होतं. सुझनच्या नशिबाचा त्याला हेवा वाटला. तिला एक तास ग्लोरिया गेनॉरचा सहवास मिळाला होता. शोफरनं गाडीतून झटकन उतरून तिच्या हातातलं चित्र घेतलं आणि लिमोझिनच्या डिकीत ठेवलं. मिस गेनॉर पुन्हा चाहत्यांच्या गराड्यात स्वाक्षऱ्या द्यायला थांबली. ती गाडीत बसून निघून जाईपर्यंत ज्युलियन जागचा हलला नाही.

गाडी दिसेनाशी झाल्यावर तो फुटपाथवर उभ्या असलेल्या सुझन आणि मिलीकडे गेला. "तू तिला 'वॉरहोल' चित्र विकल्याचं मी पाहिलं." तो त्याला वाटणारा हेवा लपवत सुझनला म्हणाला.

"नाही. ते तिनं तात्पुरतं नेलंय." सुझन म्हणाली, "दोन दिवस जवळ बाळगल्यानंतर ती निर्णय घेणार आहे."

"पण त्यात धोका नाही?" ज्युलियन म्हणाला.

"छे!" सुझन म्हणाली. "नाहीतर 'सन'मध्ये हेडलाइन दिसेल – ग्लोरिया गेनॉरनं लंडन गॅलरीतून चित्र चोरलं. मला वाटतं की, निदान युरोप दौऱ्याच्या पहिल्याच टप्प्यात तिला अशी प्रसिद्धी नको असेल."

तिकडे दुर्लक्ष करत ज्युलियन म्हणाला, "मिली, तू काही विकलंस तिला?"

"इयर रिंग्ज आणि घड्याळ;" मिली म्हणाली. "पण त्याहून महत्त्वाचं म्हणजे तिनं मला तिच्या शनिवारच्या मैफलीची दोन तिकिटं दिली."

"मलाही!" सुझन तिची तिकिटं नाचवत म्हणाली.

"मी एका तिकिटासाठी दोनशे पौंड द्यायला तयार आहे," ज्युलियन म्हणाला.

"त्याच्या दुप्पट पैसे दिलेस तरी मिळणार नाही." मिलीनं त्याला उडवून लावलं.

"सुझन तू तरी?" त्यानं अगतिकपणे विचारलं.

"चेष्टा करतोयस का?"

"तिनं माओचं चित्रं लंपास केल्यावर कळेल तुला." असं म्हणून ज्युलियन तरातरा त्याच्या दुकानात शिरला.

दुसऱ्या दिवशी सकाळपासून ज्युलियन त्याच्या दुकानाच्या दाराशी घुटमळत होता, पण लिमोझिनचा पत्ता नव्हता. काही कागदपत्रं हातावेगळी करायची असल्याची सबब सांगून त्यानं अकरा वाजता सुझन आणि मिलीबरोबर कॉफी घेणंही टाळलं.

दिवसभरात त्याला एकही गिऱ्हाईक मिळालं नाही. तिघंजण नुसतेच वस्तू पाहून गेले. एक व्हॅट इन्स्पेक्टर येऊन गेला. या आठवड्यात विशेष धंदा झालाच नव्हता. पण जर तो अमेरिकन माणूस खरंच शनिवारी त्याच्या पार्टनरला घेऊन आला असता, तर चित्र बदललं असतं.

गुरुवारी ती लिमोझिन पुन्हा सुझनच्या दारात उभी राहिली. शोफर माओचं चित्र घेऊन आत गेला आणि काही मिनिटांतच लगबगीनं बाहेर आला. त्यानं गाडी सुरू केली; पण तेवढ्यात पोलिसांनी काचेवर पार्किंग तिकीट चिकटवल्याचं पाहून ज्युलियनला हसू आवरलं नाही.

दुसऱ्या दिवशी सकाळी ज्युलियन एका ग्राहकाला दुकानातली ॲडम शेकोटी दाखवत होता. तेवढ्यात दारावरची बेल वाजली आणि एक स्त्री आत आली.

"तुमचं चालू द्या." ती खरखरीत आवाजात म्हणाली, "मी फक्त पाहणार आहे. मला घाई नाही."

"ही शेकोटी तुला कुठे मिळाली, ज्युलियन?"

"सर, पीटर, हर्टफोर्डशायरच्या बकली मॅनॉरमध्ये." ज्युलियन म्हणाला.

तिच्या खरेपणाबद्दल त्यानं अधिक माहिती त्याला दिली नाही.

"तुझी ऐंशी हजारांची अपेक्षा आहे?"

"हो." ज्युलियनची नजर त्या स्त्रीकडे होती.

"ठीक आहे. विचार करून सोमवारी सांगतो."

"सवडीनं सांगा, सर पीटर." ज्युलियन त्यांच्यासाठी दार उघडत म्हणाला. ते काहीसे गोंधळले. ते गेल्यावर ज्युलियननं दारावर 'बंद'ची पाटी अडकवली.

"शांत राहा." पुटपुटतच त्यानं स्वत:ला बजावलं आणि गेला आठवडाभर जिच्या भेटीची वाट तो पाहत होता, त्या स्त्रीकडे वळला.

"मी दोनच दिवसांपूर्वी या बाजूला आले होते." ती तिच्या खास बसक्या आवाजात म्हणाली.

"मला ठाऊक आहे, ग्लोरिया!" त्याला म्हणायचं होतं; पण "हो का मॅडम?" एवढेच शब्द त्याच्या तोंडून कसेबसे बाहेर पडले.

"मिली तुमच्या दुकानाचं कौतुक करत होती; पण मलाच वेळ नव्हता."

"मी समजू शकतो, मॅडम."

"या आठवडाभरात मला मनाजोगती वस्तूच मिळाली नाहीये. आजतरी नशीब साथ देतंय का पाहू या."

"तशी आशा करू या, मॅडम."

"मी ज्या ज्या गावात कार्यक्रम करते. तिथली एखादी वस्तू आठवण म्हणून न चुकता घेते."

"कल्पना उत्तम आहे, मॅडम."

"ती 'ॲडम फायरप्लेस' छान आहे. पण ती माझ्या न्यूयॉर्कच्या घरात कुठे बसवणार? ही चिपंडेल डोलती खुर्चीही उत्तम आहे, पण ती माझ्या बेव्हर्ली हिलच्या मॅन्शनमध्ये शोभणार नाही. डेल्फ्ट काही मला आवडत नाही."

तिनं चौफेर नजर टाकली आणि अखेर त्या 'फॅबर्जे एग'वर स्थिरावली. "हे फॅबर्जे एग अप्रतिम आहे." ज्युलियन तिच्या अभिरुचीचं कौतुक वाटून हसला. "या हिरव्या ठिपक्याचा अर्थ काय?" तिनं निरागसपणे विचारलं.

"एका ग्राहकासाठी राखून ठेवलंय मॅडम, उद्या एक अमेरिकन गृहस्थ येणार आहेत."

"अरेरे!" ती आसुसल्या नजेरनं त्या अंड्याकडे पाहत म्हणाली, "उद्या मी कामात असेन. परवा पॅरिसला जायचंय." ती ज्युलियनकडे पाहून गोड हसली, "हे माझ्या नशिबी नाही असं दिसतंय."

ज्युलियन घाईघाईनं म्हणाला, "पण कदाचित ते परत येणारही नाहीत. घडतं असं अनेकदा."

ती दारात थबकली. ''त्यांनी किती किंमत द्यायचं कबूल केलं होतं?'' तिनं विचारलं.

''सव्वा-सहा लाख.''

''पौंड?''

''हो.''

तिनं परत येऊन त्या अंड्याकडे निरखून पाहिलं.

''मी जर साडे-सहा लाख दिले, तर ते परत येणार नाहीत, याची खातरी वाटेल?'' पुन्हा ते गोड हास्य.

तिनं पर्समधून चेकबुक काढलं. ज्युलियन आनंदून हसला.

''कुणाच्या नावानं चेक लिहू?''

''ज्युलियन फर्न्सडेल फाइन आर्ट्‌स लिमिटेड.'' तो त्याचं कार्ड तिच्यासमोर ठेवत म्हणाला.

तिनं चेकवर सावकाश नाव आणि रक्कम लिहिली आणि खाली 'ग्लेरिया गेनॉर' अशी झोकदार सही ठोकली.

चेक घेताना ज्युलियनचा हात थरथरत होता.

''उद्या तुम्ही मोकळे असलात, तर संध्याकाळी माझ्या मैफलीला यायला आवडेल?'' ती निघताना म्हणाली.

''नक्कीच.''

'तिनं पर्समधून दोन तिकिटं काढून त्याला दिली. ''मैफलीनंतर मागे येऊन माझ्याबरोबर एखादं ड्रिंक घेणार?'

ज्युलियनच्या तोंडून शब्द फुटेना.

''छान!'' ती म्हणाली. ''मी स्टेजच्या मागे तुमचं नाव सांगून ठेवते, पण सुझन आणि मिलीला सांगू नका. कारण तिथे सर्वांना पुरेशी जागा नाही. तुम्ही नक्कीच समजून घ्याल.''

''अर्थातच, मिस गेनॉर. मी कुणाजवळ काही बोलणार नाही.''

''आणखी एक कराल माझ्यासाठी?''

''तुम्ही म्हणाल ते.''

''हे 'फॅबर्जे एग' पार्कलेन हॉटेलमध्ये पाठवायची व्यवस्था करणार का? तिथला पोर्टर ते मला आणून देईल.''

''पण हवंतर तुम्ही हे आताही नेऊ शकता.''

''हो, पण आज मी लंच...'' ती जरा थांबून म्हणाली, ''हॉटेलवर पाठवलंत तर बरं होईल.''

''जरूर!'' असं म्हणून तो तिला गाडीपर्यंत सोडायला आला.

गाडीत बसताना ती एकदम म्हणाली, “अरे, काय वेडी आहे मी!” ती हळूच ज्युलियनच्या कानात कुजबुजली, “सुरक्षेसाठी मी हॉटेलमध्ये माझं नाव मिस हॅम्पटन असं नोंदवलंय. नाहीतर मला क्षणाचीही शांतता मिळणार नाही.”

“मी समजू शकतो.”

तिनं वाकून त्याच्या गालाचं चुंबन घेतलं. ज्युलियन अवाक् झाला.

“थँक यू. ज्युलियन. मी शोनंतर तुझी वाट पाहीन,” ती गाडीत बसली.

ज्युलियन थरथरत फुटपाथवर उभा असतानाच सुझन आणि मिली तिथे हजर झाल्या.

“तुलाही तिनं तिकिटं दिली?” मिलीनं विचारलं.

“ते मी सांगू शकत नाही.” ज्युलियन टेचात म्हणाला. दुकानात जाऊन त्यानं दार लावून घेतलं.

रुबाबदार कपडे घातलेला एक तरुण त्याच्या जवळच्या वहीत कसलेतरी आकडे लिहीत होता. ते पाहून तिला तिच्या लहानपणी भाडं वसूल करणाऱ्या माणसाची आठवण झाली. “या वेळी किती खर्च झाला?”

“पार्क लेन हॉटेलमधलं पाच दिवसाचं वास्तव्य म्हणजे टिप धरून ३३००पौंड.” तो त्या पानावरून बोट फिरवत म्हणाला. “लिमोझिनचे ताशी दोनशेप्रमाणे सोळाशे पौंड. दागिनेखरेदीचे पंधराशे.” ती त्या मोत्याच्या इयर रिंग्ज चाचपत हसली. “जेवणं, पाच एक्ट्राँचे पैसे, पाच स्वाक्षरीची पुस्तकं, पार्किंगचा दंड या सगळ्याचे ९२२ पौंड. आजच्या कार्यक्रमाची एजंटकडून घेतलेली सहा तिकिटं – म्हणजे आणखी ९०० पौंड. एकूण ८२२२ पौंड. आजच्या दरानं अंदाजे १३,३६९ डॉलर्स, नॉट बॅड.” तो हसून म्हणाला.

तिनं घड्याळावर नजर टाकली. “आपला लाडका ज्युलियन आल्बर्ट हॉलमध्ये पोचत असेल. निदान कार्यक्रम तरी त्याला आवडेल, अशी आशा करू या.”

“मला त्याच्याबरोबर जायला आवडलं असतं.”

“चावटपणा बंद कर. ग्रेगरी.” ती त्याला चिडवत म्हणाली.

ग्रेगरीनं पुन्हा एकदा हिशेब तपासला आणि डायरी खिशात ठेवून दिली.

“पण छान माहिती काढल्याबद्दल तुझं अभिनंदन केलंच पाहिजे.” ती म्हणाली. “तू सांगण्यापूर्वी ॲडम, चिपंडेल, डेल्फ्ट – यांबद्दल मला काहीच ठाऊक नव्हतं.”

ग्रेगरी हसला. “नेपोलियन म्हणालाच होता की, आधी टेहेळणीसाठी घेतलेला

वेळ कधीच वाया जात नाही.''

''आता पॅरिसमध्ये नेपोलियन कुठे राहणार?''

''रिझ् कार्लटन.''

''महागडं असणार.''

''त्याला पर्याय नाही.'' ग्रेगरी म्हणाला, ''मिस गेनॉर तिथेच राहणार आहे; कारण ते 'प्लेयेल' कॉन्सर्ट हॉलपासून जवळ आहे. 'मोडिंगलियानी' चोरायचं असेल, तर दिखाव्यासाठी तेच उत्तम आहे.''

तेवढ्यात इंटरकॉमवरून घोषणा झाली. ''मी विमानाचा कॅप्टन बोलतोय. वीस मिनिटांत आपण 'चार्लस दि गॉल' एअरपोर्टवर उतरणार आहोत. तुमचा प्रवास सुखद झाला असेल, अशी आशा करतो. सुटीसाठी किंवा व्यवसायासाठी पॅरिसमधल्या सुखद वास्तव्यासाठी ब्रिटिश एअरवेजकडून शुभेच्छा!''

विमानातला एक कर्मचारी तिच्याजवळ येऊन म्हणाला, ''मॅडम, आपला सीटबेल्ट बांधता? विमान लवकरच उतरणार आहे.''

''जरूर!'' ती हसून म्हणाली.

''एक सांगू, तुम्ही अगदी ग्लोरिया गेनॉरसारख्या दिसता!''

पारखी नजर

बव्हेरियन टेकड्यांच्या कुशीत 'हर्टझनडॉर्फ' नावाचं एक चिमुकलं गाव वसलेलं आहे. गेली तीनशे वर्षं तिथं ग्रेबेनारकुटुंबाचं वास्तव्य आहे.

थोडंफार नाव कमावणारा पहिला ग्रेबेनार म्हणजे हान्स ज्युलियस. एका गिरणीमालकाचं शेंडेफळ असणाऱ्या हान्सचा जन्म १६४१ सालचा. त्यानं गावातल्याच शाळेत चांगला अभ्यास करून शिक्षण पूर्ण केलं. विद्यापीठात प्रवेश मिळवणारा कुटुंबातला तो एकमेव सदस्य. चार वर्षं इमाने-इतबारे शिक्षण घेतल्यावर तो कायद्याची पदवी घेऊन हायडेलबर्गमधून बाहेर पडला. म्युनिकचं अठरापगड जीवन किंवा फ्रेडरिक्सव्हिलचं शालीन सौंदर्य यांचं हान्सला विशेष आकर्षण नव्हतं. तो त्याच्या जन्मगावी परतला आणि अगदी गावभागात काही खोल्या भाड्यानं घेऊन तिथं त्यानं वकिलीचा व्यवसाय थाटला.

वर्षांमागून वर्षं सरली. हान्स ग्रामपंचायतीवर निवडून आला, मग यथावकाश गावाचा 'फ्रीमॅन' झाला आणि चर्चचा ज्येष्ठ सदस्य म्हणूनही निवडून आला. कारकिर्दीच्या अखेरीस त्यानं गावातलं पहिलं वस्तुसंग्रहालय सुरू केलं. त्याचं कार्य एवढंच असतं, तर तो एखाद्या लहानशा कथेचाही धनी झाला नसता; पण तो प्रसिद्धी पावण्याचं कारण म्हणजे त्याला मिळालेली एक देवदत्त देणगी – पारखी नजर.

तरुणपणीच त्याला चित्रकला आणि शिल्पकला यांत रस वाटू लागला होता. हायडेलबर्गमधील सर्व कला पाहून तेथून बाहेर पडल्यावर तो गावोगावी जाऊन तिथल्या कलाकृतींचा आस्वाद घेऊ लागला.

तरुणपणीच त्याच्याजवळ एक छानसा संग्रह तयार झाला होता, पण तुटपुंज्या मिळकतीमुळे त्याला फारशा दर्जेदार वस्तू खरेदी करता येत नसत. मात्र एका विलक्षण घटनेमुळे हे पार बदलून गेलं. फ्रेडरिक ब्लॉच नावाच्या माणसाविरुद्ध त्यानं कोर्टात खटला लढवला. ब्लॉचवर मद्यपान करून धुडगूस

घातल्याचा आरोप होता.

हेर ग्रेबेनारनं एरवी त्या मवाल्याकडे लक्षही दिलं नसतं, पण कोर्टात आपण चित्रकार असल्याची त्यानं नोंद केलेली पाहून ग्रेबेनारचं कुतूहल चाळवलं गेलं. ब्लॉचला दहा मार्क दंड ठोठावला गेला आणि सात दिवसांत दंडाची रक्कम भरली नाही तर तीन महिने तुरुंगवास. उत्सुकतेपोटी ग्रेबेनार ब्लॉचच्या घरी गेला. तो भिंतीवर चित्र काढतो की कॅनव्हासवर, हे त्याला पाहायचं होतं.

कॅराव्हॅगियो, रुबेन्स आणि ब्रूगेल यांच्या कलाकृती ग्रेबेनारला आवडू लागल्या होत्या. एकदा तर त्यानं ॲम्स्टरडॅममधील रेम्ब्राँच्या स्टुडिओलाही भेट दिली होती. पण ब्लॉचनं काढलेलं 'ढकलगाडी आणि मुलगा' हे चित्र पाहिल्यानंतर त्याला त्याच्यातल्या असामान्य कलेची जाणीव झाली.

ब्लॉचच्या घरून निघताना त्याचा खिसा रिकामा झाला होता; पण त्याच्याजवळ ब्लॉचची स्वत:ची दोन तैलचित्रं आणि त्या मुलाचं चित्र असा ऐवज होता. तिथून तो थेट व्यापारी पेढीत गेला आणि ती विकून त्यानं त्यातून मोठी रक्कम काढली. तिथल्या कारकुनालाही आश्चर्य वाटल्याचं दिसलं.

जेवण करून तो कोर्टात गेला. त्यानंच दंडाची रक्कम भरल्याचं पाहून अनेकांना आश्चर्य वाटलं. कारण त्यानंच आरोपीवरचा गुन्हा सिद्ध केला होता.

दुपारी कोर्ट संपल्यावर तो बग्गी करून पुन्हा त्या कलाकाराच्या घरी गेला त्याला त्याच दिवशी तिसऱ्यांदा भेटल्यावर ब्लॉच चकित झाला आणि जेव्हा त्यानं कधीही न पाहिलेल्या पैशांच्या मोबदल्यात ग्रेबेनारनं त्याची सही असलेलं प्रत्येक चित्र, कागद, वया खरेदी केल्या; तेव्हा तर त्याच्या आश्चर्याला पारावारच राहिला नाही.

वर्षभरानं ग्रेबेनार आणि ब्लॉचची भेट झाली, ती ब्लॉचला पुन्हा अटक झाल्यावरच. मात्र या वेळी आरोप खूपच गंभीर होता – खुनाचा प्रयत्न.

खटला उभा राहण्याची वाट पाहत ब्लॉच तुरुंगात खितपत पडलेला असताना ग्रेबेनार त्याला भेटायला गेला. त्याचा प्रस्ताव ऐकून ब्लॉचचा विश्वासच बसेना. ग्रेबेनार म्हणाला की, तो ब्लॉचला या गुन्ह्यातून सोडवू शकेल; पण एका 'खास मोबदल्यात' ब्लॉचदेखील पार कफल्लक झाल्यामुळे त्यानं त्याच्या वकिलाच्या सर्व शर्ती विनातक्रार मंजूर केल्या.

खटल्याच्या दिवशी ग्रेबेनारला वेगळंच स्फुरण चढलं होतं. त्यानं असा बचाव मांडला की, त्या दिवशी मद्यपान करून मारामारी करणारे बारा जण होते. त्यातल्या एकावर चाकू हल्ला झाल्यानंतर बऱ्याच वेळानं कॉन्स्टेबल तिथे हजर

झाला. मग नेमका गुन्हेगार कोण, हे त्याला कसं कळलं?

ज्यूरींनी हा बचाव मान्य केला. खुनाच्या प्रयत्नाच्या आरोपातून ब्लॉचची सुटका झाली; पण दारू पिऊन मारामारी करणे, या कमी गंभीर गुन्यासाठी त्याला सहा महिने तुरुंगवासाची शिक्षा ठोठावली गेली.

ब्लॉचच्या सुटकेच्या दिवशी ग्रेबेनार त्याच्या घोडागाडीत तुरुंगात फाटकाबाहेर त्याची वाटच पाहत होता. बग्गीतून ब्लॉचच्या घरी जाईपर्यंत ग्रेबेनारनं त्याला त्याच्या अटी सविस्तर सांगितल्या. ब्लॉच लक्षपूर्वक ऐकत होता. त्यानं एकच मागणी केली. त्याप्रमाणे ग्रेबेनारनं त्याला कॅन्व्हास आणि सर्व प्रकारचे रंग पुरवण्याचं कबूल केलं. त्यानं ब्लॉचला साप्तहिक भत्ताही द्यायला सुरुवात केली. आरामात जगता यावं, पण चैन करता येऊ नये इतपत!

पण त्यामुळेच पहिलं काम पूर्ण करायला ब्लाचनं जवळजवळ एक वर्ष घेतलं. पण जेव्हा ग्रेबेनारनं 'टेकडीवर ख्रिस्ताचं प्रवचन' ही चित्रकृती पाहिली, तेव्हा त्यानं पैसे द्यायला जराही खळखळ केली नाही. चित्रकलेत गती नसलेल्यांनाही त्यातली गुणवत्ता दिसली असती.

त्या कलाकृतीनं ग्रेबेनार एवढा भारावून गेला की, त्यानं ब्लॉचला लगेच पुढचं काम दिलं; पण ते पूर्ण होण्यास त्याला अनेक वर्षं लागतील याची ही त्यालाही जाणीव होती. एखाद्या दर्दी रसिकाच्या उत्साहानं त्यानं ब्लॉचला सांगितलं की, त्याला येशूच्या बारा शिष्यांची पूर्णाकृती पोर्ट्रेट्स हवी आहेत.

ब्लॉच आनंदानं तयार झाला. कारण आता पुढची कित्येक वर्षं त्याला पैशाचा अखंड पुरवठा होणार होता. त्याचं पहिलं चित्र होतं– जेरुसलेमच्या फाटकाशी किल्ली घेऊन उभ्या असलेल्या सेंट पीटरचं. प्रभूशी प्रतारणा केल्याबद्दलची शरम त्याच्या दुःखी डोळ्यांत स्पष्ट दिसत होती.

ग्रेबेनार अधूनमधून ब्लॉचच्या घरी जाऊन तो काम करत असल्याची खातरी करून घेत असे. जर तो जागेवर नसला, तर तो पुन्हा काम सुरू करेपर्यंत त्याचा भत्ता रोखून ठेवी.

सेंट पीटरचं पोर्टेट ग्रेबेनारला मिळेपर्यंत वर्ष सरलं; पण ते पाहिल्यावर मात्र त्यानं खर्चाबद्दल मुळीच तक्रार केली नाही. उलट, स्वतःच्या नशिबावर तो खूश झाला.

पुढचं चित्र होतं– 'ज्यू लोकांकडून रोमन नाणी वसूल करणाऱ्या मॅथ्यूचं.' त्यानंतर 'जॉनचं.' हे चित्र अनेक जाणकारांच्या मते ब्लॉचची सर्वोत्कृष्ट कामगिरी होती. तीन शतकांनंतर सर केनेथ क्लार्क यांनी त्याची तुलना लुईनीशी केली. पण त्या वेळी मात्र कुणीच मतप्रदर्शन करू शकले नाही; कारण त्याचा आस्वाद घेणारा एकच माणूस होता. त्यामुळे त्या कलावंतालाही यथायोग्य प्रसिद्धी

मिळाली नाही. त्यानंतर दोनशे वर्षांनी मटीसवरही हीच वेळ ओढवली.

पण जोपर्यंत त्याचा साप्ताहिक भत्ता चालू होता, तोवर त्याला प्रसिद्धीशी काही घेणं देणं नव्हतं. तो रोज संध्याकाळी मित्रांबरोबर पबमध्ये रमत असे. ग्रेबेनारनंही त्याच्या निशाजीवनाबद्दल हरकत घेतली नाही. दिवसा तो काम करण्याइतपत ताळ्यावर असल्याशी कारण.

दहा महिन्यांनी जॉनचा भाऊ जेम्स याचं चित्र तयार झालं. आपण ब्लॉचचे आश्रयदाते असल्याबद्दल ग्रेबेनारनं प्रभूचे मनोमन आभार मानले. त्यानंतर येशूच्या जखमेवर बोट ठेवून अविश्वासानं पाहणाऱ्या टॉमसचं चित्र पूर्ण व्हायला सातच महिने लागले. ब्लॉचचा कामाचा झपाटा अचानक वाढल्याचं पाहून ग्रेबेनार काहीसा चकित झाला.

मग त्याला कळलं की, ब्लॉच गावातल्या गुत्त्यात एका Steatopygous बारमेडच्या प्रेमात पडला होता. त्यानं तिला लग्नाची मागणी घातली.

त्या दांपत्याच्या पहिल्या मुलाच्या जन्मापर्यंत 'अल्फियसचा पुत्र जेम्स' याचं चित्र तयार झालं होतं, आणि दुसऱ्या अपत्याच्या जन्मापर्यंत 'अँड्र्यूचं'.

ब्लॉच त्याची पत्नी आणि दोन मुलं यांच्याबरोबर गावकुसाबाहेर एका लहानशा घरात राहू लागला. काही महिन्यांतच त्यानं 'फिलिप ऑफ गॅलिली' आणि 'जुलमी सायमन' यांची चित्र पूर्ण केली. घरभाडं वेळच्या वेळी देण्यासाठी ते आवश्यकच होतं. एका गोष्टीचं ग्रेबेनारला विशेष समाधान होतं, ते म्हणजे ब्लॉचनं आपल्या वैयक्तिक सुखदुःखाचा कलेच्या दर्जावर परिणाम होऊ दिला नव्हता.

पुढची दोन वर्षं मात्र त्याच्या हातून एकही निर्मिती झाली नाही, आणि त्यानंतर अचानक 'थॅडियस' आणि 'बार्थालोम्यु' या कलाकृती झपाट्यानं एकापाठोपाठ एक तयार झाल्या. काही टीकाकारांच्या मते, ब्लॉचच्या आयुष्यात नवीन स्त्री येणं आणि नवीन कलाकृती निर्माण होणं, हा काही योगायोग नव्हता; पण त्याला पुष्टी देणारा ठोस पुरावा कधीच मिळाला नाही.

ब्लॉच पत्नीला सोडून पुन्हा गावात राहू लागल्याचं आणि त्याच्या पबच्या वाऱ्या पुन्हा सुरू झाल्याचं ग्रेबेनारच्या कानावर आलं. आता त्याची पुढची भेट कोर्टातच होते की काय, याची त्याला धास्ती वाटू लागली.

आता ती बारा पोर्ट्रेट्स पूर्ण होण्यासाठी येशूच्या फक्त एका शिष्याचं चित्र बाकी होतं, पण पुढचं वर्षभर ब्लॉच निष्क्रियच होता. आता दिवसाही तो त्याच्या स्टुडिओत दिसेनासा झाला. तेव्हा मात्र ग्रेबेनारनं त्याचा भत्ता रोखून धरायचं ठरवलं. मग जेव्हा उधारी चुकती केल्याशिवाय त्याला पबमध्ये दारू मिळेनाशी झाली, तेव्हा मात्र तो नाइलाजानं पुन्हा कामाला लागला.

पाच महिन्यांनी त्यानं 'ज्युडास इस्कॅरियट'चं एक उदास, भीतिदायक चित्र

पूर्ण केलं. जमिनीवर त्याच्या पायाच्या भोवताली तीस चांदीची नाणी विखुरलेली दिसत होती. इतिहासकारांच्या मते, या चित्रातून कलाकाराच्या त्या वेळच्या मन:स्थितीचं प्रतिबिंब दिसतं. त्याचा चेहरा त्याच्या आश्रयदात्यासारखा भासत होता. हे चित्र पाहून ग्रेबेनारला जरा गंमत वाटली. त्यानं 'ख्रिस्ताच्या बारा शिष्यांच्या पोर्ट्रेट्सचा', हा संच गावात नुकत्याच उभ्या राहिलेल्या म्युझियमला भेट दिला. त्यामुळे तो कलावंत आणि त्याचा आश्रयदाता हे दोघं जग सोडून गेल्यानंतरही गावकऱ्यांना त्या कलाकृतींचा आस्वाद घेता येणार होता.

ग्रेबेनार डॉ. म्यूलरबरोबर बुद्धिबळाचा डाव मांडून बसला होता. तेव्हाच त्याला ब्लॉचला लैंगिक संबंधामुळे होणारा आजार झाल्याचं कळलं. ब्लॉच आता फारतर वर्षभराचा सोबती होता.

"एवढी असामान्य गुणवत्ता वाया जाणार." डॉ. म्यूलर म्हणाले.

"मी असं नाही होऊ देणार." डॉक्टरांचा वझीर मारत ग्रेबेनार म्हणाला.

दुसऱ्या दिवशी ग्रेबेनार ब्लॉचला भेटायला त्याच्या घरी गेला. त्या वेळी त्या कलाकाराची अवस्था पाहून त्याला प्रचंड धक्का बसला. ब्लॉच उताणा पडला होता, त्याने अंगभर कपडे घातले होते, त्याच्या हातापायांवर सर्वत्र फोड आले होते, खपल्यांमधून पू वाहत होता. खोलीत दारूचा दुर्गंध पसरलेला होता.

"मी, ग्रेबेनार आलोय," तो हळुवारपणे म्हणाला, "तुला या अवस्थेत पाहून फार वाईट वाटतंय मित्रा." ब्लॉच तेव्हा फक्त चौतीस वर्षांचा होता. "मी तुला काही मदत करू शकतो का?"

मृत्यू समोर दिसत असलेल्या श्वापदासारखं ब्लॉचनं तोंड फिरवलं.

"तू डॉक्टरांची फी देऊ शकत नाहीस आणि पूर्ण कर्जबाजारी झाल्यामुळे तुला कुणी कर्जही देत नाही."

ब्लॉचच्या तोंडून साधा हुंकारही बाहेर पडला नाही. मग ग्रेबेनार त्याच्या कानात कुजबुजला, "तू माझ्यासाठी एक शेवटचं चित्र काढलंस, तर मी तुझी सर्व देणी चुकती करीन. तुझ्या औषधपाण्याचीही सोय करीन."

तरीही ब्लॉच निश्चलच राहिला.

अखेर ग्रेबेनारनं त्याचा हुकमी एक्का काढला. मग मात्र ब्लॉचच्या चेहऱ्यावर कित्येक आठवड्यानंतर प्रथमच स्मित उमटलं.

बरा होऊन पुन्हा हाती कुंचला घ्यायला एक महिना लागला. मग मात्र तो

झपाटल्यासारखा कामाला लागला. दारू, बायका, कर्ज या सगळ्यांपासून दूर राहून तासनतास काम करू लागला.

१७ मार्च १६७९ या दिवशी त्यानं ते चित्र पूर्ण केलं. त्यानंतर काही दिवसांतच त्यानं एका वेश्येच्या बिछान्यात मद्यधुंद अवस्थेत प्राण सोडला.

'द लास्ट सपर' या चित्रावर नजर टाकताच ग्रेबेनारला स्वत:चेच शब्द आठवले : फ्रेडरिक, जर तू तुझ्या पूर्ण क्षमतेनिशी यश साध्य केलंस, तर तू अमर होशील.

ग्रेबेनारची नजर त्या मंत्रमुग्ध करून टाकणाऱ्या चित्रावरून हटेना. येशूचे बारा शिष्य टेबलाभोवती बसले होते आणि येशू पवित्र पावाचे तुकडे करून सर्वांना वाटत होता. प्रत्येकाची बसण्याची तऱ्हा वेगळी होती. पण गेल्या दशकात ब्लॉचनं काढलेल्या बारा चित्रांतल्या व्यक्तींशी त्या हुबेहूब जुळत होत्या. ब्लॉचनं स्वत:ची चित्रंही नंतर कधीच पाहिली नव्हती. तरीही हे त्याला कसं जमलं, ते ग्रेबेनारला कळेना. या अप्रतिम निर्मितीला योग्य अशी एकच जागा होती.

आता ग्रेबेनारचंही वय झालं होतं आयुष्याच्या अखेरीस आता त्याला एकाच गोष्टीत रस उरला होता– त्यानं ज्याचं आयुष्य घडवलं, त्या कलाकाराच्या चित्राला गावातल्या म्युझियममध्ये स्थान मिळावं, ज्यामुळे सर्वांना ब्लॉचच्या असामान्य गुणवत्तेचं दर्शन झालं असतं आणि त्याच्या स्वत:च्या वाट्याला इतिहासात एखादी तरी तळटीप आली असती.

२९८ वर्षांनंतर...

पावसाच्या एका थेंबामुळे ते घटनाचक्र सुरू झालं. मॉन्सेन्यार (धर्मगुरू) ग्रेबेनारचं प्रवचन चालू असताना एका भक्ताच्या कपाळावर पाण्याचा एक थेंब पडला. आणि सर्व भाविकांनी वर पाहिलं. वाद्यवृंदातल्या एका मुलानं छताला पडलेल्या एका भेगेकडे बोट दाखवलं.

प्रवचन संपल्यावर सर्वजण हळूहळू पांगू लागले. ग्रेबेनार त्या चर्चच्या एका ज्येष्ठ सदस्यांकडे सल्ला विचारायला गेले. ते सदस्य स्वत: बिल्डर होते. त्यांनी त्या छताची तपासणी करण्याचं मान्य केलं.

बुधवारी दुपारी त्या तपासणीचा प्राथमिक निष्कर्ष ग्रेबेनारच्या हाती पडला. त्यात स्पष्ट म्हटलं होतं की, चर्चच्या सदस्यांनी लवकरात हालचाल केली नाही तर ते छत कोसळायला फारसा वेळ लागणार नाही. त्यानंतर अहवालाला अस्मानी पुष्टीही मिळाली. रविवारच्या प्रार्थनेच्या वेळी वाद्यवृंदाजवळ पाण्याची

एक बारीकशी धार पडू लागली.

धर्मगुरू ग्रेबेनारनी गुडघे टेकले आणि त्यांनी छतावरच्या फ्रेडरिक ब्लॉचच्या *'द लास्ट सपर'* वर नजर टाकली.

वर्गणी गोळा करून चारशे बारा युरो एवढी रक्कम जमा झाली. पण छताच्या दुरुस्तीचा बिल्डरनं दिलेला अंदाज होता, सात लाख यूरो!

ग्रेबेनार जर अधिक व्यवहारी असते, तर पुढच्या घटनाक्रमात त्यांना दैवी हस्तक्षेप दिसला नसता. वेदीसमोर प्रार्थना संपवून ते उठले. पुढच्या रांगेत त्यांना यापूर्वी कधीही न पाहिलेली एक व्यक्ती दिसली.

"फादर, तुम्ही अडचणीत असल्याचं मला कळलंय." तो माणूस छताकडे पाहत म्हणाला, "मी तुम्हाला मदत करू शकेन, असं मला वाटतंय."

ग्रेबेनारनं त्या अनोळखी माणसाकडे निरखून पाहिलं.

"तुला नेमकं काय म्हणायचंय, वत्सा?" त्यांनी विचारलं.

"या चित्रासाठी तुम्हाला सात लाख युरो द्यायची माझी तयारी आहे." तो 'द लास्ट सपर'कडे नजर टाकत म्हणाला.

"ही कलाकृती गेली तीनशे वर्षं आमच्या कुटुंबाकडे आहे!"

"आपण विचार करून सांगा." तो माणूस म्हणाला आणि त्यांनी वळून बघेपर्यंत तो नाहीसाही झाला होता.

ग्रेबेनार ईश्वरी मार्गदर्शनाच्या अपेक्षेनं पुन्हा गुडघ्यांवर कोसळले; पण तासभर प्रार्थना करूनही त्यांना त्यांच्या प्रश्नाचं उत्तर मिळालं नाही. उलट, मन:स्थिती जास्तच द्विधा झाली. एखादा माणूस खरंच तिथं आला होता की, हे फक्त त्यांच्या कल्पनेचे खेळ होते?

पुढच्या आठवड्यात त्यांनी भक्तांचं मत घेतलं. आता काहीजण छत्र्या घेऊन येऊ लागले होते. त्यांनी त्यांपैकीच एका ज्येष्ठ वकिलाचा सल्ला घेतला. "हे चित्र वंशपरंपरेनं तुम्हाला मिळालंय." वकीलसाहेब म्हणाले, "त्यामुळे त्याची तुमच्या इच्छेनुसार विल्हेवाट लावायला तुम्ही मुखत्यार आहात."

"खरंय तुमचं म्हणणं."

"पण फादर, गळणाऱ्या पाण्यामुळे चित्र खराब होण्याआधी ते म्युझियममध्ये हलवलेलं बरं."

"सात लाख यूरो ही तुम्हाला योग्य किंमत वाटते?" त्यांनी विचारलं.

"कल्पना नाही, फादर, मी वकील आहे. कलेतला जाणकार नाही. तुम्ही तज्ज्ञांचा सल्ला घ्यावा हे उत्तम."

त्यांच्या गावात असा तज्ज्ञ नसल्यामुळे ग्रेबेनारनं फ्रँकफर्टमधल्या कलाकृतींचा लिलाव करणाऱ्या एका कलादालनाशी फोनवरून संपर्क साधला; पण त्या

कालखंडातल्या चित्राचं त्यांच्या तज्ज्ञालाही मूल्यमापन करता येईना. कारण ब्लॉचचं एकही चित्र बाजारात विक्रीसाठी आलं नव्हतं आणि 'द लास्ट सपर' वगळता त्याची सर्व चित्रं एकाच म्युझियममध्ये ठेवली गेली होती. ग्रेबेनार फोन ठेवणार एवढ्यात तो माणूस म्हणाला, "पण त्याची खरी किंमत ठरवण्याचा एक मार्ग आहे."

"कोणती?"

"आमच्या मार्फत रेनेसाँ कालखंडातल्या चित्रांच्या लिलाव होणार आहे. त्यात ते चित्र ठेवावं."

"केव्हा?"

"पुढच्या ऑक्टोबरमध्ये न्यूयॉर्कला. आम्ही त्याचा कॅटलॉग तयार करतोय. अनेकांना हे चित्र आवडेल."

"पण त्याला सहा महिने अवकाश आहे." ग्रेबेनार म्हणाले. "तोपर्यंत आमचं छत नाहीसं होऊन तिथं तळं साठलेलं असेल."

पुढच्या रविवारी प्रार्थनेसाठी त्यांना दुसऱ्या चर्चमध्ये जावं लागलं. ग्रेबेनारच्या दृष्टीनं तो ईश्वरी संकेतच होता. पण अखेर निर्णय त्यांनीच घ्यावा, असं सर्वांचं मत पडलं.

पुन्हा ते त्या कलाकृतीजवळ आले. अशा वेळी त्यांच्या आजोबांच्या... आजोबांच्या... आजोबांनी काय केलं असतं? याचा ते विचार करू लागले. त्यांची नजर त्या चित्रातल्या जुडासच्या पायांजवळ पडलेल्या नाण्यांकडे गेली, पण त्यांचा निर्णय होईना. ते निघणार तेवढ्यात त्यांना समोरच्या रांगेत तो अनोळखी माणूस दिसला. तो त्यांच्याकडे पाहून हसला; आणि चकार शब्द न बोलता सात लाख यूरोचा चेक त्यांच्या हातात देऊन तिथून निघून गेला.

त्या भेटीविषयी समजल्यावर तो दैवी चमत्कार असल्याची अनेक भक्तांची खातरी झाली. त्या माणसाला छताच्या दुरुस्तीसाठी लागणारी नेमकी रक्कम कशी कळली? काहीजणांना तो संकटविमोचनासाठी आलेला देवदूत वाटला. दुसऱ्याच दिवशी छताचा काही भाग कोसळला. मग मात्र पाद्रींबुवांनी तो चेक बिल्डरकडे सुपूर्द केला.

तासाभरातच तो अनोळखी माणूस तिथे येऊन ते चित्र घेऊन गेला.

ही कहाणी खरंतर इथेच संपली असती; पण तिला एक वेगळीच कलाटणी मिळाली. घडलेल्या घटनेला फादर ग्रेबेनारनं दैवी हस्तक्षेप मानलं असतं; पण आद्य ग्रेबेनार यांना मात्र संशय आला असता.

नवीन छताचं बांधकाम पूर्ण झाल्यानंतर प्रभूचे आभार मानण्यासाठी सर्वांनी तिथे सामुदायिक प्रार्थना केली. ग्रेबेनारचं प्रवचन ऐकायला भक्तांनी एकच गर्दी केली होती. त्या वेळी 'ईश्वरी संकेत', 'चमत्कार'. 'उपकारकर्ता' हे शब्द

भाविकांच्या तोंडी वारंवार येत होते.

ग्रेबेनार यांच्या आशीर्वादानं प्रवचनाची सांगता झाली. भाविक निघून गेल्यानंतर त्यांनी प्रभूनं केलेल्या मार्गदर्शनासाठी आभार मानले. वेदीमागच्या नव्यानं रंगवलेल्या भिंतीकडे पाहून त्यांनी उसासा टाकला आणि नवीन छताकडे पाहत पुनश्च प्रभूचे आभार मानले.

घरी परतल्यावर त्यांनी हलकं जेवण घेतलं, आणि शेकोटीजवळ बसून 'हर्टझेन डार्फर गॅझेट' हे स्थानिक वृत्तपत्र चाळू लागले. ते आठवड्यातून एखादाच दिवस पेपर वाचत असत. त्यातली हेडलाइन त्यांनी वाचली अन् पुन्हा त्यांनी गुडघे टेकून प्रभूचे आभार मानले.

'ग्रेबेनार म्युझियम' आगीत भस्मसात
पोलिसांना घातपाताची शंका!

फ्रेडरिक ब्लॉचच्या कलाकृती नष्ट होण्याच्या घटनेचं लंडन टाइम्सनं 'धक्कादायक' असं वर्णन केलं होतं. त्यांच्या कलाविषयक वार्ताहरानं त्यात म्हटलं होतं की, 'एक वेळ म्युझिअम पुन्हा बांधून काढता येईल; पण ब्लॉचनं काढलेल्या येशू आणि त्याच्या बारा शिष्यांच्या चित्राची जागा भरून निघणं अशक्य.'

पुढच्या रविवारी ग्रेबेनारनं 'द लास्ट सपर' ही कलाकृती म्युझिअममध्ये त्यांना न नेण्याची बुद्धी दिल्याबद्दल देवाचे पुन्हा आभार मानले. या घटनेचं वर्णन त्यांनी 'आणखी एक चमत्कार' असं केलं.

''चमत्कार'' सर्व भाविकांनी एकमुखानं दुजोरा दिला.

सहा महिन्यांनी 'द लास्ट सपर'चा न्यूयार्कमधल्या एका प्रसिद्ध कलादालनात लिलाव झाला. त्यांच्या कॅटलॉगमध्ये १६६२ सालच्या 'येशूचं टेकडीवरील प्रवचन' आणि त्याच्या बारा शिष्यांच्या चित्रांचे फोटो होते. मुखपृष्ठावर 'द लास्ट सपर'चा फोटो झळकला होता. त्यांचा इतिहास वाचल्यावर रसिकांना त्याच वर्षी आगीच्या भस्मस्थानी पडलेल्या ब्लॉचच्या चित्रांची आठवण झाली. कॅटलॉगच्या प्रस्तावनेत म्हटलं होतं की, या दुर्घटनेमुळे ब्लॉचच्या अस्तित्वात असलेल्या या एकमेव चित्राचं महत्त्व आणि मूल्य खूपच वाढले आहे.

दुसऱ्याच दिवशी 'न्यूयॉर्क टाइम्स'मध्ये हेडलाइन झळकली.

'ब्लॉचच्या ''द लास्ट सपर'' या चित्राकृतीची ४२,०००,०००
डॉलर्स या विक्रमी किमतीला विक्री!'

फक्त सदस्यांसाठी *

"पिंक-४३." पुकारा झाला.

"वा! पहिलं बक्षीस!" सायबिल तिच्या नवऱ्यासमोरच्या टेबलावर असलेल्या गुलाबी तिकिटांवर नजर टाकत उत्तेजित होत म्हणाली.

सिडनीच्या कपाळाला मात्र आठी पडली. त्याला बागकामाच्या साहित्याचं दुसरं बक्षीस हवं होतं. कारण त्यात त्याला हवी असणारी कुदळ, फावडं, लोखंडी ढकलगाडी ही सर्व अवजारं मिळाली असती, आणि त्या तिकिटासाठी एक पौंड खर्च झाल्यानंतर हे साहित्यच त्याच्यासाठी पहिल्या बक्षिसापेक्षाही अधिक मोलाचं होतं.

"जा. लवकर जाऊन बक्षीस घे." सायबिलनं त्याला दटावलं, "उगीचच चेअरमनसाहेबांना ताटकळत ठेवू नकोस."

सिडनी जरा नाखुशीनंच उठला. दाटीवाटीनं मांडलेल्या टेबलांमधून वाट काढत तो हॉलच्या पुढच्या भागात आला. तुरळक टाळ्या वाजल्या. प्रेक्षकांमधून काही शेरे आले. 'वेल डन सिडनी', 'मला कधीच बक्षीस लागत नाही', 'नशीबवान आहे लेका'... वगैरे.

"छान, सिडनी!" त्याच्या हाती गोल्फ क्लबचा नवा कोरा संच देत साउथ एंड रोटरी क्लबचे चेअरमन म्हणाले.

"ब्लू-१०७" पुढचा पुकारा झाला. सिडनीनं तो संच खांद्यावर अडकवला आणि त्याच्या टेबलाजवळ येऊन बसला. त्याच्या मित्रमंडळींनी (त्यात दुसऱ्या बक्षिसाचा मानकरीही होता.) त्याचं अभिनंदन केल्यावर तो कसंनुसं हसला.

मध्यरात्रीच्या ठोक्याला शेवटची धून वाजली आणि राष्ट्रगीत होऊन समारंभाची सांगता झाली.

श्री. व सौ. चॅपमन घरी निघाले. वाटेत लोक त्यांच्याकडे विचित्र नजरेनं पाहत होते, कारण समुद्रकिनारी गोल्फचा संच घेऊन जाताना त्यांनी कुणाला

पाहिलं नव्हतं; आणि रात्री एक वाजता मुळीच नाही.

घराचं कुलूप उघडत सायबिल म्हणाली, ''सिडनी, तुला पहिलं बक्षीस मिळेल, असं कुणालाच वाटलं नव्हतं.''

''पण मी गोल्फ खेळत नसताना या सेटचा काय उपयोग?'' तो कुरकुरला.

''मग आता सुरू करायला हरकत नाही.'' सायबिलनं सुचवलं, ''नाहीतरी तू लवकरच निवृत्त होणार आहेस.''

काही न बोलता सिडनी सरळ आत आला. त्यानं एक शिडी घेतली आणि ती गोल्फ बॅग माळ्यावर टाकून दिली. त्यानंतर पुढचे सहा महिने नाताळच्या जेवणापर्यंत तिची कुणालाच आठवण झाली नाही.

<hr>

साउथ-एंड गावात १९२१ साली इतर हजार एक घरांत झालेला नाताळच्या जेवणाचा सोहळा चॅपमन कुटुंबातही पार पडला.

प्रार्थना झाल्यावर सिडनीनं टेबलावरची टर्की कापायला सुरुवात केली. सायबिल आणि त्यांची दोन मुलं– रॉबिन आणि माल्कम– टेबलाभोवती बसले होते. टर्की, सॅलड, भाजलेले कांदे-बटाटे असा बेत होता. कधी एकदा जेवणावर ताव मारतो, असं मुलांना झालं होतं. सिडनीनं त्या टर्कीचा भलामोठा तुकडा बशीत घेऊन वर भरपूर रस्सा ओतला.

''वा! झकास!'' सिडनी टर्कीच्या पायाचा तुकडा तोडत म्हणाला, ''तू गावातली नंबर एकची सुगरण आहेस.''

गेली अठरा वर्षं दर ख्रिसमसला हा संवाद ठरलेला असे. तरीही सायबिल आनंदून हसली.

काहीवेळ सर्वजण स्वादसमाधीत मूक झाले. सगळे पदार्थ दुसऱ्यांदा वाढून घेतल्यावर मग सिडनीनं बोलायला सुरुवात केली–

''आत्मस्तुतीचा दोष पत्करून सांगतो की, हे वर्ष चॅपमन क्लीनिंग सर्व्हिसेसला उत्तम गेलं.'' आता सिडनी भागधारकांसमोर वार्षिक भाषण देणाऱ्या चेअरमनच्या भूमिकेत शिरला होता.

''या वर्षी कंपनीनं वार्षिक उलाढालीचा उच्चांक गाठलाय. सरकारनं पंधराटक्के कर वाढवूनही गेल्या वर्षीपेक्षा जास्त नफा झालाय.'' सिडनीला आघाडीचं लॉईड जॉर्ज सरकार मुळीच आवडत नसे. देशाला स्थैर्य लाभण्यासाठी हुजूर पक्षच सत्तेवर यावा, असं त्याला वाटे. मग तो पुढे म्हणाला, ''आपण सर्वजण रॉबिननं शालेय शिक्षण पूर्ण केल्याबद्दल त्याचं अभिनंदन करू या. धाकटा माल्कमही भावाच्या पावलांवर पाऊल टाकून शिक्षण पूर्ण करेलच. त्यावरून

आठवलं. शाळा संपल्यावर रॉबिन आपल्या कंपनीत शिकाऊ उमेदवार म्हणून रुजू होईल. छत्तीस वर्षांपूर्वी मी हेच केलं होतं. आपल्या कंपनीचं बोधवाक्य विसरू नका – 'स्वच्छता ही ईश्वराच्या सर्वांत जवळ आहे.' तो वाइनचा ग्लास उंचावत म्हणाला.

रॉबिनला मात्र ती चाखण्यासाठी वर्षभर थांबावं लागणार होतं.

आता वार्षिक भाषण संपलं होतं. सिडनी अगदी प्रेमानं हातातली सिगारेट घोळवत होता. तो सिगारेट पेटवणार एवढ्यात सायबिलनं दटावलं, "पुडिंग संपल्याशिवाय सिगारेट नाही."

सिडनीनं नाखुशीनंच सिगारेट टेबलावर ठेवली. सायबिल किचनमध्ये गेली आणि काही मिनिटांतच खास नाताळच्या पुडिंगची भलीमोठी बशी घेऊन आली. पुन्हा एकदा एक वार्षिक सोहळा पार पडला. सिडनीनं वर्षापूर्वी आणलेली ब्रँडीची बाटली उघडली आणि त्यातली ब्रँडी सढळ हातानं विधिपूर्वक त्या खमंग पुडिंगवर ओतली, आणि तिला काडी लावली. ब्रँडीच्या निळ्या ज्वाळा हवेत झेपावल्या. सर्वांनी टाळ्या वाजवल्या.

पुडिंग फस्त केल्यावर सिडनीनं सिगारेट पेटवली. आता मात्र मुलांना नाताळच्या बक्षिसाच्या पोतडीत काय निघतं, ते बघायची उत्सुकता लागली. चौघांनी त्या पोतडीची चार टोकं धरून एक जोरदार हिसका दिला. चार फटाक्यांचे आवाज झाले आणि आपल्या वाट्याला काय आलंय, ते सगळेजण पाकिटं उघडून बघू लागले.

सायबिलला शिवणकामाचा सेट मिळाला. "छान! उपयोगी वस्तू आहे." ती म्हणाली. सिडनीला बॉटल ओपनर मिळाल्यावर तोही खूश झाला.

माल्कम मात्र जरा नाराज झाला, कारण गेल्या वर्षीप्रमाणेच आताही त्याला 'इंडिया रबर' मिळालं.

सर्वांच्या नजरा रॉबिनकडे वळल्या. तो त्याचं पाकीट जोरजोरात हलवत होता. अखेर त्यातून एक गोल्फ बॉल टेबलावर घरंगळला.

या लहानशा भेटीमुळे रॉबिनचं संपूर्ण आयुष्यच बदलून जाणार आहे, याची मात्र त्या वेळी तिथे कुणालाही कल्पना नव्हती.

आता तुमच्या लक्षात आलेच असेल की, ही कहाणी आहे रॉबिनची. त्याचे आईवडील किंवा भाऊ यांची नाही.

रॉबिन चॅपमन हा काही फारसा गुणवान खेळाडू नव्हता, पण त्याच्या क्रीडा शिक्षकांच्या मते, तो एक उत्तम सांघिक खेळाडू होता.

हिवाळ्यात तो शाळेमध्ये हॉकीच्या 'ब' संघाचा गोलकीपर असे, तर उन्हाळ्यात

क्रिकेटच्या 'अ' संघात अष्टपैलू खेळाडू म्हणून त्याचा समावेश होत असे. पण १९२१ सालच्या नाताळच्या दिवशी त्याच्या भविष्यात काय वाढून ठेवलंय याचा कुणालाही थांग नव्हता.

रॉबिन मंगळवारपर्यंत थांबला आणि वडील कामावर गेल्यानंतर त्यानं पहिली हालचाल केली.

"ख्रिसमसनंतर ड्रायक्लीनिंगचं खूप काम असतं." सिडनी त्याच्या पत्नीचा निरोप घेत म्हणाला.

वडील दिसेनासे झाल्यावर रॉबिननं माळ्यावर धूळ खात पडलेली गोल्फ बॅग उतरवली. त्यातले सर्व क्लब्ज घेऊन तो त्याच्या खोलीत गेला आणि स्वयंपाकघरात जाऊन कधीही न दाखवलेल्या उत्साहानं त्यानं त्या क्लबची सफाई सुरू केली. आधी बॅग आणि मग त्या नऊ दांड्या. त्या प्रत्येक क्लबवर कुणा हॅरी व्हार्डनची सही होती. साफसफाई झाल्यावर त्यानं ती बॅग खांद्यावर टाकली आणि समुद्रकिनारी निघाला.

बीचवर बॅग ठेवून त्यानं त्यातला बॉल काढून वाळूवर ठेवला. त्यानं त्या चमकणाऱ्या नऊ दांड्यांकडं पाहिलं. त्यांतली कोणती स्टिक निवडावी, ते त्याला कळेना. अखेर त्यानं 'मॅशी' असं लिहिलेला क्लब निवडला, बॉलवर नजर एकवटली आणि तो क्लब घुमवला. वाळूचा फवारा उडाला. बॉल मात्र ढिम्म जागचा हलला नाही. अनेकदा प्रयत्न केल्यावर अखेर त्या काठीची आणि बॉलची गाठ पडली. बॉल काही फूट पुढे सरकला.

हाच प्रयोग अनेक वेळा केल्यानंतर अखेर बॉल हवेत उंच उडाला आणि शंभर यार्डांवर जाऊन पडला. दुपारी जेवणासाठी घरी पोचेपर्यंत तो स्वत:ला दुसरा हॅरी व्हार्डन समजू लागला होता. अर्थात हॅरी व्हार्डन म्हणजे नेमका कोण. याचा त्याला अजूनही पत्ता नव्हता.

दुपारी रॉबिन बीचवर जाण्याऐवजी गावातल्या वाचनालयात गेला. तिथे त्याच्या कार्डावर त्याला दोनच पुस्तकं मिळणार होती. त्यानं 'नवोदितांसाठी गोल्फ' आणि 'हॅरी व्हार्डन - जीनियस' ही पुस्तकं निवडली.

संध्याकाळी आईनं जेवायला हाक मारेपर्यंत त्यानं स्वत:ला बेडरूममध्ये कोंडून घेतलं होतं. तोपर्यंत त्याला पटर, क्लीक, निबलिक आणि ब्रासी यांतला फरक समजू लागला होता. जेवणानंतर त्यानं दुसरं पुस्तक चाळलं. हॅरी व्हार्डन हा चॅनल आयलंड बेटावरील जर्सी गावात राहणारा होता. ते बेट ब्रिटिश साम्राज्याचाच भाग होतं. हॅरी व्हार्डननं खुली गोल्फ स्पर्धा सहा वेळा जिंकली होती. अशी कामगिरी ना कुणी केली होती, ना कुणी करू शकणार होतं.

दुसऱ्या दिवशी सकाळी रॉबिन पुन्हा बीचवर हजर झाला. त्यानं पुस्तक वाळूवर

ठेवून हॅरी व्हार्डन फटका लगावतानाचा फोटो असलेलं पान उघडलं. त्या वेळी त्यानं तो बॉल अनेक वेळा शंभर यार्डापेक्षा जास्त अंतरावर टोलावला; पण तो काही केल्या सरळ रेषेत जात नव्हता. त्यानं पुन्हा स्वत:ला स्थिर केलं आणि फटका लागावला.

त्यानंतर पुढचा प्रयत्न करण्यापूर्वी त्याला मागून आवाज आला, "नजर चेंडूवर स्थिर कर, मुला. आणि शॉट पूर्ण होण्याआधी मान वर करू नकोस. बॉल जास्त लांबवर फटकावू शकशील."

रॉबिननं ती सूचना तंतोतंत पाळली. अपेक्षित परिणामही दिसला. पण बॉल मात्र समुद्रात जाऊन कायमचा दिसेनासा झाला.

त्याचा मार्गदर्शक हसत उभा होता. तो म्हणाला, "मित्रा, हॅरी व्हार्डनलाही कधी कधी जास्त चेंडू लागायचे. तुझ्यात क्षमता आहे. शनिवारी सकाळी नऊ वाजता साउथ-एंड गोल्फ क्लबमध्ये ये. तिथले व्यावसायिक खेळाडू तुझ्या क्षमतेला योग्य दिशा देतील." असं म्हणून तो निघून गेला.

रॉबिनला साउथ-एंड गोल्फ क्लबचा पत्ताही ठाऊक नव्हता. पण लायब्ररीत त्याच्या प्रत्येक प्रश्नाचं उत्तर मिळत असे.

शनिवारी त्यानं बस पकडली आणि ठरलेल्या वेळेच्या आधी क्लबच्या दारात हजर झाला.

त्यानंतर या छंदाचं नादात आणि नादाचं वेडात रूपांतर झालं होतं.

शाळा संपल्यावर काही दिवसांतच रॉबिन चॅपमन्स क्लीनिंग सर्व्हिसेसमध्ये वडिलांच्या हाताखाली काम करू लागला. पण कितीही काम असलं, तरी सकाळी सहा वाजता तो बीचवर हजर असे. तिथे आणि घरीही बेडरूमच्या गालिच्यावर गोल्फच्या सरावात कधी खंड पडला नव्हता.

त्याची चॅपमन्स क्लीनिंग सर्व्हिसेस आणि गोल्फ यांतली वाटचाल एकदमच सुरू झाली. एकविसाव्या वाढदिवशी त्याची फर्ममध्ये 'शिकाऊ मॅनेजर' म्हणून नेमणूक झाली. त्यानंतर काही आठवड्यांतच त्याची साउथ-एंड गोल्फ संघात ब्राइटनविरुद्धच्या सामन्यात वर्णी लागली. सामन्याच्या वेळी त्याच्यावर एवढं दडपण आलं होतं की, त्याच्या पहिल्याच फटक्यात बॉल बाजूच्या फुलांच्या ताटव्यात गेला. नंतरही त्याची कामगिरी सुमारच झाली. ब्राइटनच्या प्रतिस्पर्ध्यानं त्याच्यावर सहज मात केली.

पण तरी ईस्टबोर्नबरोबरच्या सामन्यासाठी निवड झाल्यावर त्याला धक्काच बसला. या वेळी मात्र दडपण असूनही त्याची कामगिरी बरी झाली. त्यानंतर मात्र

त्यानं एकही सामना चुकवला नाही.

रॉबिननं त्याच्या वडिलांच्या बऱ्याच जबाबदाऱ्या पेलल्या; पण त्यांचा परिणाम त्याच्या गोल्फप्रेमावर मात्र होऊ दिला नाही. सोमवारी ड्राइव्हिंग, बुधवारी बंकर शॉट्स आणि शुक्रवारी पटिंग या सरावात कधीही खंड पडला नाही. त्याचा भाऊ माल्कम यानं देखील फर्ममध्ये उमेदवारी पूर्ण केली होती. दर शनिवारी माल्कमचं लक्ष दुकानात असे, तर अगदी अठरा होल्स पूर्ण होईपर्यंत रॉबिनचं गोल्फ बॉलवर.

दर रविवारी चर्चमधून आल्यानंतर (अजून त्याच्यावर आईचा प्रभाव होता.) दुपारच्या जेवणापर्यंत तो नऊ होल्सचा खेळ पूर्ण करत असे.

त्याच दरम्यान दोन महत्त्वाच्या घटना घडल्या. त्याच्या वडिलांनी निवृत्त होऊन धंद्याची सूत्रं त्याच्या हाती सोपवली आणि त्याच वेळी त्याची साउथ-एंड गोल्फ क्लबचा सर्वांत तरुण कॅप्टन म्हणूनही निवड झाली; पण यापैकी कोणतं समाधान मोठं, हे त्याला कळेना.

पुढच्या ख्रिसमसला त्याचे वडील नेहमीप्रमाणे त्यांच्या जागेवर सिगारेट ओढत बसले होते. त्या वेळी वार्षिक अहवाल मात्र रॉबिननं सादर केला होता. 'मॅनेजर' म्हणून त्याच्या पहिल्याच वर्षी त्यांचा नफा दुप्पट झाला होता. पण त्यानं स्वतःच या मुद्द्यावर भर द्यायचं टाळलं. त्याच्या खेळातल्या प्रावीण्याबद्दल तर तो बोललाच नाही.

त्याचं आयुष्य असंच समाधानात चालू राहिलं असतं, ही कथाही लिहिली गेली नसती; पण या तरुण क्लब कॅप्टनच्या टेबलावर येऊन पडलेल्या आमंत्रणामुळं पुढचं सगळं चित्रचं पालटलं.

रॉयल जर्सी गोल्फ क्लबनं साउथ-एंडला सामना खेळण्यासाठी आमंत्रण दिलं होतं. रॉबिन ही संधी हातची जाऊ देणार नव्हता. आता तो हॅरी व्हार्डनच्या गावी जाऊन त्याला प्रसिद्धी मिळवून देणाऱ्या मैदानावर खेळणार होता.

सहा आठवड्यांनी रॉबिन आणि त्याचा संघ रेल्वेनं वायमाउथला आणि तिथून बोटीनं सेंट हिलियरला पोचले. यापूर्वी ते तिथल्या गोल्फ कोर्टवर कधीही खेळले नव्हते. त्यामुळे सामन्याच्या आदल्या दिवशीच तेथे पोचून संपूर्ण मैदान नजरेखालून घालावं, अशी रॉबिनची योजना होती. परंतु दुर्दैवानं त्याची बोट समुद्री वादळात सापडल्यानं सगळंच वेळापत्रक फिसकटलं. ती जुनाट बोट हेलकावे खात कशीबशी जर्सीच्या दिशेनं जाऊ लागली. सर्व खेळाडू कठड्यावर रेलून उलट्या करत होते. रॉबिन मात्र आरामात डेकवर फिरत समुद्री वाऱ्याचा आनंद

घेत होता. काहीजणांना त्याचा हेवा वाटत होता, तर काही त्याच्याकडे अविश्वासानं पाहत होते.

बोट सेंट हिलियरला पोचेपर्यंत प्रत्येकाचं वजन अनेक पाउंडांनी घटलं होतं. हॉटेलमध्ये पोचल्यावर दुसऱ्या दिवशी सकाळी ब्रेकफास्टपर्यंत कुणीच खोलीबाहेर पडलं नाही. रॉबिननं मात्र टॅक्सी पकडली आणि 'जर्सी रॉयल क्लब' असा पत्ता सांगितला.

"रॉयल जर्सी." टॅक्सीवाल्यानं त्याची चूक सुधारली, "जर्सी रॉयल ही बटाट्याची जात आहे." तो हसत म्हणाला.

टॅक्सीतून उतरताच रॉबिन त्या समोर दिसणाऱ्या दिमाखदार क्लब हाउसकडे पाहतच राहिला त्याची नजर 'मेंबर्स ओन्ली' – 'फक्त सदस्यांसाठी' या पाटीवर खिळली. "दोन शिलिंग, साहेब." टॅक्सीवाल्याच्या शब्दांनी तो भानावर आला. त्याचे पैसे देऊन रॉबिन जरा बिचकतच क्लब हाउसच्या दिशेनं चालू लागला. त्यानं ते भलंमोठं दार भीत भीत उघडलं आणि एका सुंदर संगमरवरी हॉलमध्ये तो शिरला. तेथे भिंतीवर समोरासमोर दोन मोठी तैलचित्रं होती. त्यांतलं हॅरी व्हार्डनचं पोर्ट्रेट त्यानं लगेच ओळखलं. कार्डिगन कोट चढवून, हाती निबलिक घेऊन तो उभा होता. रॉबिननं मान तुकवून त्याला अभिवादन केलं आणि दुसऱ्या चित्रावर नजर टाकली. ते एक रेखीव चेहऱ्याचे वयस्कर गृहस्थ होते. लांब काळा फ्रॉक कोट आणि करड्या रंगाची पँट असा त्यांचा वेष होता.

अचानक रॉबिनला आपल्या जवळ कुणीतरी उभं असल्याचं जाणवलं. एक तरुण प्रश्नार्थक मुद्रेनं त्याच्याकडे पाहत होता. "मी रॉबिन चॅपमन", तो बिचकत म्हणाला, "मी..."

"साउथ-एंड गोल्फ क्लबचा कॅप्टनच ना." तो तरुण म्हणाला, "मी नायजेल फोरसाईथ, रॉयल जर्सीचा कॅप्टन. चल, ड्रिंक घेऊ या."

"थँक यू!" रॉबिन म्हणाला. ते दोघेजण पलीकडच्या खोलीत गेले. तिथे चांगला जाड गालिचा आणि मोठ्या लेदरच्या खुर्च्या होत्या. नायजेलनं एका खिडकीकडे बोट दाखवलं. तिथून क्लबच्या गोल्फ कोर्सचं अठरावं होल दिसत होतं. रॉबिननं ते संपूर्ण मैदान निरखून बघण्याचा मोह आवरला.

तेवढ्यात नायजेल शँडीचे दोन ग्लास घेऊन आला. "तुमच्या टीममध्ये तू एकटाच तर नाहीस ना?" नायजेलनं ग्लास उंचावत विचारलं.

रॉबिन हसला. "नाही. बाकी सगळे अजून बिछान्यातच आहेत. त्यांच्या खोल्या अजून हेलकावे खात असतील."

"ओऽऽ! तुम्ही वेमाउथमार्गे आलेले दिसता?"

"हो.", रॉबिन म्हणाला, "पण तुम्ही आमच्याकडे याल, तेव्हा आम्ही पराभवाचा

वचपा काढू.''

''ते विसर.'' नायजेल म्हणाला, ''आम्ही नेहमी साउदॅम्प्टनमार्गे येतो. त्या रूटवर आधुनिक स्थिर बोटी आहेत. मी हे पत्रात लिहायला हवं होतं.''

तो हसला. ''अंधार पडायच्या आत मैदानावरून एखादा राउंड मारून येऊ या, चल.''

मैदानावर गेल्यावर सगळे जुने खेळाडू सतत रॉयल जर्सीची आठवण का काढतात, ते रॉबिनला कळलं. इतक्या सुंदर मैदानावर तो पूर्वी कधीच खेळलेला नव्हता. जेथे हॅरी व्हार्डन खेळला त्या हिरवळीवरून चालताना त्याच्या आनंदात भरच पडली.

रॉबिननं तिथं एक चेंडू फटकावला तिथं तो फटकावलेला चेंडू शेवटच्या होलपासून पाच फूट अंतरावर थांबला. नायजेल म्हणाला, ''रॉबिन, तुझ्या संघातले बाकीचे खेळाडू जर तुझ्याइतकेच चांगले असतील, तर उद्याचा सामना आम्हाला चांगलाच जड जाणार असं दिसतंय.''

''माझ्या पेक्षाही ते खूप चांगले खेळाडू आहेत.'' रॉबिन शांतपणे म्हणाला.

दोघं क्लब हाउसमध्ये परतले.

''अजून एक ग्लास?'' नायजेल बारकडे बघत म्हणाला.

''चालेल, पण माझ्यातर्फे.'' रॉबिन म्हणाला.

''छे छे! मित्रा इथे पाहुण्यांनी बिल द्यायचं नसतं. क्लबचा नियम!''

रॉबिन पुन्हा त्या वयस्कर माणसाच्या चित्रासमोर उभा राहिला. त्यानं प्रश्न विचारण्याआधीच नायजेलचं उत्तर आलं, ''हे आमचे प्रेसिडेंट लॉर्ड ट्रेंट. चित्रात वाटतात तेवढे काही ते भीतिदायक नाहीत. उद्या डिनरला भेटतीलच. बस, मी ड्रिंक्स आणतो.''

नायजेल बारजवळ उभा असताना एक तरुणी लगबगीनं त्याच्याजवळ आली आणि त्याच्या कानात काहीतरी सांगून झटकन निघून गेली.

ती जाईपर्यंत रॉबिनची नजर तिच्यावरून हटली नाही.

''तुमच्या बेटावर असं दैवी सौंदर्य असल्याचं तू बोलला नाहीस.'' तो शँडीचा ग्लास घेत म्हणाला.

''तू डायनाबद्दल बोलत असणार.''

''अगदी त्या देवीला शोभेल असं नाव.'' रॉबिन म्हणाला, ''आणि तुम्ही बायकांना सभासद करून घेता, हे फार छान आहे.''

''मुळीच नाही.'' नायजेल हसत म्हणाला, ''ती लॉर्ड ट्रेंटची सेक्रेटरी आहे. उद्याच्या डिनरला ती असेल. त्यामुळे तुला तुझ्या देवीला भेटता येईल.''

रॉबिन हॉटेलवर परतला. त्याच्या टीममधल्या एकाचीच जेवायची इच्छा

होती. बाकीचे उद्या सकाळपर्यंत तरी सावरतील की नाही, याची रॉबिनला भीती वाटली. पण त्याच्या मनात प्रामुख्याने उद्याच्या डिनरचाच विचार अधिक घोळत होता.

साउथ-एंडनं कसाबसा संपूर्ण संघ मैदानात उतरवला. पंचानी दोन्ही कर्णधारांना खेळ सुरू करायला सांगितलं.

पाहुण्या संघाचा कॅप्टन म्हणून रॉबिननं पहिला चेंडू फटकावला. सामना पाच तास चालला. रॉयल जर्सीनं साउथएंड गोल्फ क्लबचा साडेचार विरुद्ध साडेतीन डावांनी पराभव केला. एकूण परिस्थिती पाहता निकाल वाईट नव्हता. रॉबिनदेखील इतका चांगला कधीच खेळला नव्हता. मात्र त्यामागे आणखी एक कारण होतं. डायना सतत नायजेलच्या मागेमागे फिरत होती. घरच्या मैदानाचा फायदा!

क्लबमध्ये ड्रिंक झाल्यावर साउथएंडचा संघ डिनरच्या तयारीसाठी हॉटेलवर परतला. डायनाचा पत्ता नव्हता. रॉबिन सर्वांत आधी तयार होता. तो अस्वस्थपणे टायशी चाळा करत होता. त्यानं संघासाठी तीन टॅक्सीज तयार असल्याची खात्रीही करून घेतली.

क्लबला पोचेपर्यंत रॉबिन गप्पच होता. तिथे नायजेल त्याच्या स्वागताला हजर होता. तेथेही शेजारी डायना होतीच. नशीबवान माणूस!

"पुन्हा भेटून आनंद झाला, मित्रा.'' नायजेल म्हणाला. मग वळून डायनाकडे पाहत म्हणाला, "तू माझ्या बहिणीला भेटला नसशीलच!''

"काय म्हणालास?'' त्याच्या वडिलांनी विचारलं.

"होय, मी जर्सीला राहायला जाणार आहे. तिथे चॅपमन्स क्लीनिंग सर्व्हिसेसची शाखा काढायचं मी ठरवलंय.''

"पण मुख्य दुकान मी चालवायला घेतल्यानंतर साउथएंडलाच दुसरी शाखा तू काढणार होतास ना?'' माल्कम म्हणाला. तोदेखील भावाच्या निर्णयानं चकित झाला होता.

"माल्कम, तू मुख्य दुकान चालव. मी देशाबाहेरची पहिली शाखा काढतो.'' कधी नव्हे ते रॉबिनच्या वडिलांना काय बोलावं ते सुचेना. त्याच्या आईनं ती संधी साधली. ती रॉबिनकडे रोखून पाहत म्हणाली, "जर्सीला जाण्याचं खरं कारण सांग.''

"आई, तिथं जगातलं सर्वोत्कृष्ट गोल्फ कोर्स आहे. त्यांनी जर मला सभासद म्हणून स्वीकारलं, तर आयुष्यभर तिथे गोल्फ खेळायला मला आवडेल.''

"नाही.'' त्याची आई शांतपणे म्हणाली, "मी खरं कारण विचारते आहे.''

सर्वांनी कान टवकारले.

"मला तिथे पृथ्वीतलावरची सर्वांत सुंदर स्त्री भेटली, आणि तिनं होकार दिला तर तिच्याशी लग्न करण्याची माझी इच्छा आहे.''

❖

पुढच्याच शुक्रवारी रॉबिन बोट पकडून जर्सीला हजर झाला. पण त्याच्या आईच्या तिसऱ्या प्रश्नाचं उत्तर त्याच्याकडे नव्हतं. "पण तुझी पत्नी होण्याची तिची तयारी आहे का?''

डायना त्याच्याबरोबर थोडाच वेळ डान्स करायला राजी झाली. पण त्या तीन मिनिटांमध्ये त्यानं मनोमन जाणलं की, ती त्याला आयुष्यभर अशीच बाहुपाशात हवी आहे. "मी पुढच्या वीकएंडला येईन.'' तो तिचा निरोप घेत म्हणाला.

"पण शनिवारी तर टीमची वेंटबर्थबरोबर मॅच आहे.'' ती निरागसपणे म्हणाली.

❖

पुढच्या शनिवारी रॉबिननं पुन्हा जर्सीची बोट पकडली. धक्क्यावर डायना उभी असलेली पाहून त्याला आश्चर्य वाटलं. ती दुसऱ्या कुणा पुरुषाला भेटायला आलीय की काय, अशी त्याला भीती वाटून गेली. तो पुलावरून उतरताना ती त्याच्याकडे पाहून मोकळं हसली. हेच हास्य गेला आठवडाभर त्याच्या मनात कोरलं गेलं होतं.

"मी खरंच येईन यावर तुझा विश्वास नव्हता ना?'' शेकहँड करताना तो लाजत म्हणाला.

"तू येणार याची खात्री होतीच;'' ती म्हणाली, "पण म्हटलं, बिचारा एवढं वीकएंडचं गोल्फ बुडवून मला भेटायला येतोय, तर निदान त्याला घ्यायला तरी जावं.''

आज साउथएंडची कुणाबरोबर मॅच आहे, हेसुद्धा आपल्याला ठाऊक नाही या विचारानं त्याला हसू आलं. तो डायनाचा हात हातात घेऊन बाहेर पडला.

त्यानं वीकएंडला काय केलं हे कुणी विचारलं असतं, तर त्याला एकच गोष्ट आठवली असती. ती म्हणजे अगदी जिवावर येऊन परतीच्या बोटीत बसण्याचा

क्षण. निरोप घेताना प्रथमच त्यानं तिचं चुंबन घेतलं.

बोट हलताना तो ओरडला, ''पुढच्या शनिवारी याच वेळी.'' पण बोटीच्या भोंग्याच्या आवाजात त्याचा आवाज विरून गेला. त्यानंतर दर शनिवारी डायना त्याची वाट पाहत धक्क्यावर उभी असे.

एरवीही रोज संध्याकाळी तो डायनाला फोन करायचा. डायना तिच्या मोकळ्या वेळात त्याच्या दुकानासाठी सेंट हेलियरमध्ये योग्य जागेचा शोध घेत असे. अखेर हाय स्ट्रीटवर तिला एक दुकान भाडेपट्टीनं मिळालं. समोरच एक हॉटेल होतं. आजूबाजूला बरीच रेस्टॉरंट्सही होती. त्या सर्वांना त्यांच्या चादरी, टॉवेल्स, नॅपकिन्स यांसाठी लाँड्रीची गरज होती. 'चॅपमन्स क्लीनिंग सर्व्हिसेस'ची शाखा उघडायला ती अगदी योग्य जागा होती.

पुढच्याच शनिवारी त्यानं ते दुकान तीन वर्षांच्या भाडेकरारानं घेतलं. दुकानाच्या वरच्या फ्लॅटमध्ये मुक्काम हलवला. एक गोष्ट मात्र त्यानं ठरवली होती की, भाडे करार संपेपर्यंत डायनाचा होकार आणि रॉयल जर्सी गोल्फ क्लबचं सदस्यत्व मिळालं नाही. तर पराभव मान्य करून इंग्लंडला परतायचं आणि साउथएंडला चॅपमन्सची शाखा उघडायची.

ही दोन्ही आव्हानं पार करता येतील, याचा त्याला विश्वास होता; पण डायनाच्या होकारापेक्षा क्लबची मेंबरशिप मिळवणं खूपच कठीण होतं.

लवकरच रॉबिनची क्लबचा खेळाडूसदस्य म्हणून निवड झाली. आणि नायजेलनं त्याला गर्नसीबरोबरच्या चुरशीच्या सामन्यात खेळायचं आमंत्रण दिलं. तेव्हा तर त्याच्या आनंदाला पारावार राहिला नाही. तो त्याची मॅच जिंकला आणि त्याच रात्री त्यानं डायनाला लग्नाची मागणी घातली.

''टीममध्ये तुझी निवड झाली नसती तर काय केलं असतंस?'' डायनाची नजर तिच्या बोटातल्या अंगठीत चमचमणाऱ्या हिऱ्यावर खिळली होती.

''मी तुला इंग्लंडला पळवून नेलं असतं आणि वेमाउथची बोट बुडवून टाकली असती.'' तो पटकन म्हणाला.

''मग आता कमिटीसदस्यांना जिंकण्यासाठी माझ्या चँपियनची काय योजना आहे?'' तिनं हसून विचारलं.

''त्यांनी पुढच्या महिन्यात मला मुलाखतीसाठी वेळ दिलीय.'' तो म्हणाला, ''आता आपलं पुढचं आयुष्य सेंट हेलियरमध्ये जाणार की साउथएंडमध्ये, ते लवकरच कळेल.''

''एक मात्र विसरू नकोस, अर्ज करणाऱ्या तिघांपैकी एकाचीच वर्णी वेटिंग लिस्टवर लागते.'' डायनानं बजावलं.

रॉबिन हसला. ''असेल. पण माझं नाव लॉर्ड ट्रेंटनी सुचवलंय आणि तुझ्या

भावानं अनुमोदन दिलंय. त्यामुळे मला नक्कीच जास्त संधी आहे.''

"अच्छा! म्हणून तुला माझ्याशी लग्न करायचं होतं तर?'' डायना त्या अंगठीकडे पाहत म्हणाली.

◈

मुलाखतीच्या वेळी रॉबिन चांगलाच अस्वस्थ झाला होता. पण मुलाखत घेणारे सदस्य त्याच्या प्रत्येक उत्तरावर हसून माना डोलावत होते. हॅरी व्हार्डनच्या आयुष्याबद्दल रॉबिनला असलेली अचूक माहिती पाहून ते खूश झाले.

दहा दिवसांनी रॉबिनच्या पत्त्यावर क्लबच्या सेक्रेटरीचं पत्र आलं. त्याचं नाव वेटिंग लिस्टवर घेण्यात आलं होतं.

"वेटिंग लिस्ट?'' रॉबिन वैतागून म्हणाला, "मग मेंबर व्हायला किती वाट पाहावी लागले?''

"जर तुमचा जन्म या बेटावर झालेला नसेल, तर दहा ते पंधरा वर्षं लागतात. असं माझ्या भावानं बजावल्याचं डायनानं सांगितलं.''

"दहा-पंधरा वर्षं?'' आता रॉबिन चांगलाच चिडला. "पण लॉर्ड ट्रेंटदेखील इथे जन्मलेले नाहीत.''

"खरंय!'' डायना म्हणाली. "पण ते जेव्हा नवीन अध्यक्षांच्या शोधात होते, तेव्हा त्यांना एखादा किताब असलेली असामी हवी होती; म्हणून त्यांना मानद आजीवन सदस्यत्व मिळालं.''

"आणखी कुणाला मिळालंय?''

"फक्त हॅरी व्हार्डन.'' डायना म्हणाली.

"पण मी काही हॅरी व्हार्डन नाही.''

"आणखी एक मार्ग आहे.'' डायना म्हणाली.

"कोणता?'' रॉबिननं उत्सुकतेनं विचारलं.

"प्रेसिडेंट कप जिंकणं!''

"गेल्या वर्षी मी दुसऱ्याच राउंडमध्ये हरलो होतो.'' रॉबिन म्हणाला, "आणि तुझ्या भावाचा दर्जा माझ्यापेक्षा निश्चितच वरचा आहे.''

"तू त्या वर्षी फायनलमध्ये ये.'' ती म्हणाली, "भावाचं मी बघते.''

◈

त्या उन्हाळ्याच्या अखेरीस रॉबिन आणि डायना गावातल्याच चर्चमध्ये विवाहबद्ध झाले. पाद्रीबुवा रविवारी लग्न लावून द्यायला तयार झाले. कारण शनिवारी रॉयल जर्सीची रायबरोबर महत्त्वाची मॅच होती.

रॉबिनचे आईवडील आणि भाऊ साउदॅम्प्टनहून बोटीनं आले. लग्नाआधी काही दिवस त्यांनी आनंदानं एकत्र काढले. डायनाशीही त्यांचं छान जमलं. फक्त एका डान्सनंतर रॉबिनला जर्सीला परतायची एवढी घाई का झाली होती, हे त्याच्या आईला लग्नाच्या वेळी कळलं. लग्नाला निमंत्रितांची एवढी गर्दी झाली होती की, चर्चमध्ये जास्तीच्या खुर्च्या मांडाव्या लागल्या.

मि. व मिसेस चॅपमन बनून ते चर्चच्या बाहेर पडले. डायनावर मैत्रिणींनी फुलं उधळली. रॉयल जर्सी गोल्फ क्लबचे ब्लेझर्स घातलेल्या क्लब्जच्या तरुण खेळाडूंनी गोल्फ क्लब उंचावून गाडीपर्यंत त्यांच्यासाठी कमान तयार केली.

स्वागत समारंभ रॉयल जर्सीमध्ये पार पडला. 'बेस्ट मॅन' म्हणून माल्कमनं सुरेख भाषण केलं. ते ऐकल्यावर चॅपमन्सच्या झपाट्यानं होणाऱ्या प्रगतीचं रहस्य सर्वांना उलगडलं.

निमंत्रितांच्या वतीनं बोलायला लॉर्ड ट्रेंट उभे राहिले. त्यांनी भाषणात सर्वांना ठाऊक असलेलं गुपित सांगितलं, ते म्हणजे, नवदांपत्य मधुचंद्रासाठी त्यांच्या खाजगी बोटीतून फ्रेंच किनारपट्टीच्या सफरीवर जाणार होतं. मात्र फक्त दहा दिवस; कारण नंतर रॉबिनला लगेच प्रेसिडेंट कपमध्ये खेळायचं होतं. डायनाचा विश्वास बसेना.

त्यांची समुद्रसफर आनंदात पार पडली. बोटीच्या कप्तानानं लॉर्ड ट्रेंटना सांगितलं की, रॉबिन इतका तयार नावाडी होता की विश्रांती, घ्यावीशी वाटली, तर तो बोटीचं चाक निर्धास्तपणे रॉबिनच्या हाती सोपवत असे.

दुसऱ्या दिवशी रॉबिन प्रेसिडेंट कपच्या पहिल्याच फेरीत गारद झाला.

रॉबिन आणि डायनानं लवकरच त्यांच्या नवीन घरात बस्तान बसवलं. जर्सीत आल्यावर प्रथमच रॉबिनला चालत कामावर जावं लागलं. अकरा महिन्यांनी डायनानं त्यांच्या पहिल्या मुलाला – हॅरीला – जन्म दिला.

डायना हॉस्पिटलमध्ये होती. मित्रमंडळींनी पाठवलेली फुलं आणि शुभेच्छा कार्डं यांनी खोली भरून गेली होती. डायना अचानक म्हणाली, "क्लबचा मेंबर होता यावं म्हणून तू वाट्टेल ते करू शकशील?"

"काहीही!" रॉबिन झोपलेल्या बाळाला अलगद उचलत म्हणाला.

"मला एक गोष्ट कळलीय. त्यामुळे तुझं काम सोपं होईल." डायना हसत म्हणाली.

बाळ एकदम मोठ्यानं रडू लागलं. त्याला घाईघाईनं तिच्या हाती देत रॉबिन म्हणाला, "कसली माहिती?"

"माझा भाऊ सांगत होता की, सेंट हेलियर लाइफ बोटीसाठी त्यांना नवीन माणूस हवाय. तिथे तुझी वर्णी लागू शकेल. नाहीतरी लॉर्ड ट्रेंटच्या बोटीवर तुझा जास्त वेळ बोट चालवण्यातच जायचा."

"पण त्यामुळे मला मेंबर कसं होता येईल?"

"आरएनएलआयचा प्रेसिंडेंट कोण ते सांग बरं?" ती मिस्कीलपणे म्हणाली.

पुढच्या वर्षी प्रेसिडेंट कपमध्ये तो दुसऱ्या फेरीत हरला. मग मात्र त्यानं लाइफ बोटच्या कामासाठी अर्ज केला.

रॉबिनची मुलाखत एका बोटीवर पार पडली. पण खरंतर मुलाखतीपेक्षा शारीरिक क्षमतेची कसोटी त्यात जास्त होती. तिथला कप्तान जॉन पॉयन्टन यानं उमेदवारांची अशी काही चाचणी घेतली की, त्यातले थोडेचजण पुढच्या आठवड्यात परत यावेत.

रॉबिनला मात्र तो अनुभव खूपच आवडला. तिथला एकोपा, मैत्री, उपयुक्त काम करण्याची संधी त्याला भावली. पण केवळ अनुभव नाही म्हणून आपल्याला डावललं जाऊ नये, याचीच आशा तो बाळगून होता.

पॉयन्टननं मात्र मुळीच विचार न करता रॉबिनची निवड केली. त्याच्या मते चॅपमन जवळ एवढी नैसर्गिक गुणवत्ता होती की, तो पाण्यावर चालला असता, तरी त्यात आश्चर्य वाटण्यासारखं नव्हतं.

पुढचे काही आठवडे रॉबिननं त्या कठोर प्रशिक्षणाचा मनसोक्त आनंद लुटला. इशाऱ्याचा भोंगा झाल्यावर सर्वांना दहा मिनिटांत बोट हाउसवर हजर व्हावं लागे. पण दर वेळी ही रंगीत तालीम आहे की खरंच कुणी संकटात आहे, हे कळायचं नाही. कप्तान त्यांना वारंवार बजावत असे की, प्रत्यक्ष जेव्हा संकटात सापडलेल्यांसाठी धावून जाण्याची वेळ येईल, तेव्हा या खडतर प्रशिक्षणाची किंमत त्यांना कळेल.

एका मध्यरात्री भोंगा वाजला. बोट हाउसच्या मैलभर परिसरातले सर्वजण खडबडून जागे झाले. रॉबिन उडी मारूनच बिछान्यातून उठला, त्याला छान स्वप्न पडलं होतं आणि त्यात प्रेसिडेंट कप जिंकण्यासाठी तो अखेरचा विजयी फटका लगावण्याच्या तयारीत होता. त्यानं पटकन कपडे बदलले.

"काय? मैत्रिणीला भेटायला निघालास वाटतं?" डायनानं कूस बदलत विचारलं.

"हो, आठ जणींना!" रॉबिन म्हणाला, "ब्रेकफास्टपर्यंत परतलो म्हणजे झालं."

"येशील." ती म्हणाली, "शनिवारी प्रेसिडेंट कपची फायनल आहे आणि तुझी माझ्या भावाशीच मॅच आहे. जिंकायची अशी संधी पुन्हा येणार नाही."

"मी स्वप्नात त्याला नेहमी हरवतो." रॉबिन सायकलच्या क्लिपा घेत म्हणाला.

"हं. स्वप्नात!"

रॉबिन सायकल हाणत निघाला. तेवढ्यात पुन्हा भोंगा वाजला आणि रॉबिननं वेग वाढवला.

तो सर्वांच्या आधी बोट हाउसवर पोचला. कप्तानाच्या चेहऱ्याकडे पाहूनच त्यानं ताडलं की, ही काही रंगीत तालीम नाही. आज तो प्रथमच संकटग्रस्तांच्या मदतीला धावणार होता.

"एका लहान बोटीवरून तातडीचा संदेश आलाय की, आर्डेन रॉकजवळ एक बोट बुडतेय." कप्तान सर्व अधिकाऱ्यांना म्हणाला. आणि बचावकार्यासाठी सज्ज असलेल्या सर्वांनी ताबडतोब समुद्री पोशाख आणि बूट चढवले. "एक तरुण जोडपं मजा म्हणून मध्यरात्री समुद्रसफरीवर निघालं होतं." तो गुरगुरला, "दोन मिनिटांत निघूच!" सर्वांनी आपापली जागा धरली.

सर्वजण सज्ज झाले. 'थंब्ज अप'ची खूण करून कप्तान ओरडला, "चला, निघू या!"

त्यांची लाइफ बोट लाटांमधून वाट काढत बंदराबाहेर पडली. रॉबिनच्या सर्वांगात चैतन्य संचारलं. बंदराभोवतीचा बंधारा ओलांडून खुल्या समुद्रात आल्यावर बोट हेलकावे खाऊ लागली. कुणाच्याही चेहऱ्यावर भीतीचा लवलेश नव्हता. त्यामुळे रॉबिनचाही आत्मविश्वास वाढला. नेमून दिलेलं काम चोखपणे पार पाडायचं हेच आता प्रत्येकाचं लक्ष्य होतं.

टेहेळणी करणाऱ्यानं सर्वांत आधी ती बुडणारी 'यॉट' हेरली. तिकडं बोट दाखवत त्या घोंघावणाऱ्या वाऱ्यात तो मोठ्याने ओरडला, "वायव्येला तीनशे यार्डांवर."

ते हळूहळू त्या दिशेनं निघाले. रॉबिनच्या अंगात उत्साह संचारला. गेले अनेक महिने केलेल्या सरावाच्या कसोटीचा क्षण आता जवळ आला होता. ते त्या बोटीजवळ आले. रॉबिनला त्या जोडप्याचे भेदरलेले डोळे दिसले. त्यांचा यावर विश्वासच बसत नव्हता की, बेटावरची आठ माणसं स्वत:चा जीव धोक्यात घालून त्यांची सुटका करायला येऊ शकतात! कप्तान त्यांना ओरडून पाण्यात फेकलेला दोरखंड पकडायला सांगत होता, पण ते काही त्या यॉटचा कणा सोडायला तयार नव्हते. त्यातल्या मुलीपेक्षा मुलगाच जास्त बावरलेला दिसत होता. लाटांचा मारा चालूच होता. आता आणखी किती वेळ कप्तान त्याच्या

सहकाऱ्यांचा जीव धोक्यात घालेल, याची शाश्वती नव्हती. त्यांनी त्यांची लाइफबोट त्या बुडणाऱ्या यॉटजवळ आणण्याचा शेवटचा प्रयत्न केला.

जेव्हा ती बोट लाटांनी उंच उचलली गेली तेव्हा रॉबिननं धोका पत्करायचं ठरवलं. आता विचार करण्यात अर्थ नव्हता. बोट खाली येताच त्यानं समुद्रात झेप घेतली आणि सर्व शक्तीनिशी बुडणाऱ्या यॉटची कड घट्ट पकडली. पुढच्या लाटेनं यॉट उचलली जाताच तो उडी मारून त्या अर्धवट बुडालेल्या बोटीवर चढला आणि त्याही परिस्थितीत त्या थक्क झालेल्या जोडप्याकडे पाहून हसला.

"माझा हात पकड!" तो त्यातल्या मुलीला ओरडून म्हणाला. क्षणभर ती घुटमळली. तिनं त्या बोटीचा कणा सोडून रॉबिनचा हात पकडला. आता ही आपल्यालाच पुन्हा दर्यात ढकलते की काय, अशी त्याला भीती वाटून गेली.

"आता मी इशारा केल्याबरोबर तुला उडी घ्यायची आहे." घोंघावणाऱ्या वाऱ्यामुळे रॉबिनला ओरडावं लागत होतं. ती मुलगी साशंक दिसली. "तयार?" एक लाट येताना दिसल्यावर रॉबिन ओरडला. त्याच्या लाइफबोटीनं एका लाटेवर घोड्यासारखी उसळी घेतली. "चल आता!" असं म्हणून रॉबिननं तिला यॉटवरून ढकलून दिलं.

पाण्यातच तिच्याभोवती त्यानं हातांचा विळखा घातला आणि तिला लीलया उचलून लाइफ बोटीवर घेतलं. पुढच्या लाटेबरोबर रॉबिननं तिच्या मित्रालाही तशीच सूचना देऊन ढकलून दिलं. तो मात्र तितका नशीबवान नव्हता. त्याला उचलून बोटीत टाकताना त्याचं डोकं बोटीच्या कडेवर आपटलं. कपाळातून रक्ताची धार लागली, अशा समुद्री वादळात प्रथमोपचाराचं सामान आणणंही अशक्य होतं; तिथं ते वापरणं तर दूरच.

रॉबिनला ती यॉट खाली जात असल्याचं जाणवलं. आता त्याला स्वत:चाच जीव वाचवायचा होता. आता एखाद्या लाटेनंच त्या यॉटला जलसमाधी मिळाली असती अन् तीच एकमेव संधी होती.

त्यानं शरीराचं मुटकुळं केलं आणि लाइफबोट लाटेवर उंच उचलली जाताच एखाद्या ॲथलीटसारखी त्यावर उसळी घेतली; पण त्याची उडी चुकली आणि तो त्या दोरखंडापासून अनेक फूट दूर त्या खवळलेल्या दर्यात कोसळला. त्या अक्राळ-विक्राळ लाटांमध्ये गटांगळ्या खाताना त्याच्या मनात अखेरचे विचार आले, ते डायना आणि हॅरीचे. मात्र लाट ओसरल्यावर त्याचं डोकं पाण्यावर आलं, तेवढ्यात एका हातानं त्याचे केस धरले आणि दुसऱ्यानं खांदा. तो हळूहळू त्याच्या बोटीकडे ओढला जाऊ लागला. पण वर येणं कठीण होतं. अखेर एका प्रचंड लाटेच्या रेट्यानं तो ढकलला जाऊन बोटीच्या कडेवर आदळला. हाताचं हाड मोडल्याचा आवाज आला. त्याला वर ओढून घेतलं

जात असताना तो जोरात किंचाळला; पण त्या वादळात त्याचं किंचाळणं कुणालाच ऐकू गेलं नाही. त्यानं कप्तानाचे आभार मानण्याचा प्रयत्न केला, पण त्या क्षणी त्याला भडभडून उलटी होऊन त्याच्या पोटातलं सारं खारं पाणी कप्तानाच्या अंगावर फवारलं गेलं. निदान पॉयन्टननं ते हसण्यावारी नेण्याचं सौजन्य दाखवलं.

परतीच्या प्रवासातल्या दोन गोष्टी त्याला आठवत होत्या. त्याच्या उजव्या दंडात होणाऱ्या असह्य वेदना आणि त्यानं वाचवलेल्या जोडप्याच्या चेहऱ्यावर ओसंडून वाहणारा सुटकेचा आनंद.

त्याची बोट अखेर खवळलेल्या समुद्रातून बंधाऱ्याच्या आत आली. ''ब्रेकफास्टला पोचू आपण.'' कप्तान म्हणाला. ते परतल्यावर तिथं जमलेल्या गर्दीनं जल्लोषात त्यांचं स्वागत केलं.

बाहेर डायना उभी होती, तिची नजर रॉबिनला शोधत होती. त्यानं तिच्याकडं पाहून हसत त्याचा सुस्थितीत असलेला हात हलवला.

दुसऱ्या दिवशीचं वर्तमानपत्र वाचल्यावर डायनाच्या लक्षात आलं की, ती जवळजवळ विधवाच झाली होती. कप्तानानं रॉबिनच्या धाडसाचं कौतुक केलं. त्या संकटात सापडलेल्या जोडप्याची त्यानं स्वत:चा जीव धोक्यात घालून सुटका केली होती. विपरीत परिस्थितीत त्याच्या या नि:स्वार्थी धैर्यामुळेच आज ते जोडपं जिवंत होतं. पण कप्तानानं त्याला खाजगीत सांगितलं की, हा त्याचा वेडेपणा होता आणि निरोपाचा शेकहँड करताना त्यानं रॉबिनचा हात दाबला, तो पुन्हा किंचाळला. कारण तो नेमका चुकीचा हात होता.

रॉबिन हॉस्पिटलच्या पलंगावर बसला होता. त्याचा एक हात प्लॅस्टरमध्ये होता, तर दुसऱ्या हातात कॉर्नफ्लेकची वाटी आणि चमचा. त्याची तक्रार एकच होती, ''या वेळी मला प्रेसिडेंट कपच्या फायनलमध्ये खेळता येणार नाही.''

❖

वर्षभरानं डायनानं एका मुलीला जन्म दिला, त्यांनी तिचं नाव 'केट' ठेवलं आणि रॉबिन पुन्हा एकदा प्रेमात पडला.

चॅपमन्स क्लीनिंग सर्व्हिसेसची भरभराट सुरूच होती. रॉबिन आता चांगलाच लोकप्रिय झाला होता. अनेकजण त्याला आता उपरा न समजता त्यांच्यापैकीच एक मानू लागले होते.

पुढच्या वर्षी तो रोटरी क्लबचा उपाध्यक्ष झाला, आणि बोटीचा कप्तान निवृत्त झाल्यानंतर ते पदही त्याला मिळालं. पण हे मानसन्मान मिळूनही रॉयल जर्सी क्लबचा मेंबर होण्याच्या दृष्टीनं मात्र त्याची काहीच प्रगती होत नव्हती. उलट, गुणसंख्या रोडावली होती, आणि प्रेसिडेंट कप जिंकून मेंबर होण्याची संधीही

त्याच्या हातून निसटली होती. त्यानं डायनाला तसं बोलून दाखवलं.

"तू दुसऱ्या एखाद्या क्लबचा मेंबर होऊ शकतोस. रॉयल जर्सी हा काही एकच गोल्फ क्लब नाही." डायनानं सुचवलं.

"पण मी आता दुसऱ्या कलबचा मेंबर झालो, तर ते माझं नाव इथल्या प्रतीक्षायादीतून कमी करतील. मलाच संयम बाळगायला हवा. आणि माझा नंबर लागायला आणखी आठच वर्षं तर शिल्लक आहेत." तो उपरोधानं म्हणाला.

डायना हसणार तेवढ्यात भोंगा वाजला. रॉबिन हातातला पेपर टाकून उठला. तो समुद्रावर गेल्यावर त्याच्या पाठीमागे डायनाला वाटणाऱ्या काळजीची कल्पना त्याला नव्हती. काही आठवड्यांपूर्वी त्यांच्यातलाच एकजण लाटेच्या तडाख्यानं समुद्रात ढकलला गेला होता. तेव्हापासून ती खूपच धास्तावलेली होती.

"भेटू लवकरच." त्यानं चुंबन घेऊन तिचा निरोप घेतला. चार तासांनी तो परतला आणि तिची झोपमोड होऊ नये म्हणून अलगद बिछान्यात शिरला. डायना जागीच होती.

ते पत्र दुसऱ्यांदा वाचल्यावर रॉबिनच्या चेहऱ्यावर स्मितहास्य उमटलं. क्लबच्या सेक्रेटरीकडून आलेली ती चिठ्ठी होती. त्यात अधिकृत असं काहीच नव्हतं; पण त्यात लिहिलं होतं की, रॉबिनला लवकरच रॉयल जर्सीचं सदस्यत्व मिळेल. 'लवकरच म्हणजे नेमकं केव्हा?' हे मात्र रॉबिनला कळलं नाही. कारण वेटिंग लिस्टमध्ये त्याच्या आधी बरीच नावं होती. पण डायना म्हणाली होती की, "बऱ्याच सदस्यांना हे जाणवलं होतं की, हात मोडल्यामुळे त्याला प्रेसिडेंट कपच्या फायनलमधून माघार घ्यावी लागली होती, तेव्हाच त्याला मेंबरशिप मिळायला हवी होती."

लाइफ बोटीचा कप्तान म्हणून रॉबिनचा कार्यकाल संपत आला होता. डायनालाही तो केव्हा एकदा मोकळा होतो, असं झालं होतं. त्यामुळे त्याला खवळलेल्या दर्यात सापडलेल्यांचा जीव वाचवण्यापेक्षा खेळाकडे जास्त लक्ष देता आलं असतं.

पुढच्याच वर्षी रॉबिननं सेंट ब्रेलेडला दुसरी शाखा सुरू केली. गर्नसीला तिसरी सुरू करण्याचाही त्याने विचार केला होता. त्याचा भाऊ माल्कम इंग्लंडमध्ये चार दुकानं चालवत असल्यामुळे रॉबिनला थोडंसं अपराधी वाटत होतं. माल्कम नफाही जास्त कमवत होता आणि त्याच्या मुलांचं संगोपनही उत्तम प्रकारे करत होता.

रॉबिनही समाधानी होता. त्यानं डायनाला वचन दिलं की, आणखी एक वर्षात

तो हे काम सोडेल. मग मेंबरशिप मिळो वा न मिळो 'आपल्या भविष्यासाठी,' तो ग्लास उंचावत म्हणाला. डायनानंही तसंच प्रत्युत्तर दिलं. पण युरोपच्या दूरवरच्या भागात असलेल्या एका माणसाच्या मनात मात्र वेगळंच काही होतं.

३ सप्टेंबर १९३९ या दिवशी ब्रिटननं जर्मनीविरुद्ध युद्ध पुकारलं. तेव्हा इंग्लंडला जाऊन सैन्यात भरती व्हावं, हीच रॉबिनची पहिली प्रतिक्रिया होती. त्याच्या बोटीवर काम करणारे अनेकजण नौदलात भरतीही झाले होते; पण डायनानं त्याचं मन वळवलं आणि त्याच्या कौशल्याची जर्सीमध्येच जास्त गरज असल्याचं पटवून दिलं.

मुलांना मात्र इंग्लंडमध्ये ठेवायचं असं त्यांनी ठरवलं. माल्कम आणि त्याच्या पत्नीनंही सुट्टीत मुलांची जबाबदारी घेण्याचं आनंदानं कबूल केलं.

त्यानंतर केवळ नऊ महिन्यांत जर्मन सेना संचलन करत पॅरिसच्या शँझेलिझेमध्ये शिरली आणि आता काही आठवड्यांतच हिटलरचा मोर्चा खाडीतल्या बेटांकडे वळणार, हे रॉबिननं ताडलं. बेटावरच्या तीस हजार नागरिकांना त्यांच्या मुला-बाळांसकट ब्रिटनला हलवलं गेलं. सेंट हेलियर आणि सेंट पीटरवर जर्मन बाँब बरसू लागले.

"आता मला कप्तान म्हणून राहावंच लागेल." रॉबिन डायनाला म्हणाला. "आधीच तरुणांचा तुटवडा आहे, आणि युद्ध संपल्याशिवाय माणसंही मिळणार नाहीत."

डायना नाइलाजानं तयार झाली. निदान प्रत्यक्ष युद्धापेक्षा हा धोका कमी होता.

जेव्हा लॉर्ड ट्रेंटनी रॉबिनला फोन करून खाजगी भेटसाठी क्लबमध्ये बोलावून घेतलं; तेव्हा आतातरी आपल्या मेंबरशिपवर शिक्कामोर्तब होणार, असंच त्याला वाटलं.

रॉबिन ठरलेल्या वेळेच्या आधीच काही मिनिटं तेथे हजर झाला. त्याला सरळ लॉर्ड ट्रेंट यांच्या अभ्यासिकेत बोलावण्यात आलं. प्रेसिडेंट साहेबांच्या चेहऱ्याकडे पाहूनच त्याला मामला गंभीर वाटला. लॉर्ड ट्रेंट जागेवरून उठले, त्यांनी खुणेनंच रॉबिनला आरामात बसायला सांगितलं आणि ब्रँडीचे दोन ग्लास भरले.

स्थानापन्न झाल्यावर ते म्हणाले, "रॉबिन, मला तुझ्या मदतीची गरज आहे."

"जरूर सर!" रॉबिन म्हणाला, "मी काय करू शकतो?"

"तुला कल्पना असेलच की, वेमाउथ आणि साउथअॅम्प्टनमध्ये ये-जा करणाऱ्या बोटी सरकारनं मदत कार्यासाठी मागवून घेतल्या आहेत. त्यांचा निर्णय योग्यच आहे, पण त्यामुळे एक अडचण उभी राहिलीय; कारण पंतप्रधानांनी मला लवकरात लवकर इंग्लंडला बोलावलंय."

रॉबिननं कारण विचारण्यापूर्वीच त्यांनी खिशातून एक तार काढली आणि त्याच्या हातात दिली. त्या कागदावरचा पत्ता पाहून रॉबिनच्या काळजाचा ठोकाच चुकला – "१० डाउनिंग स्ट्रीट, लंडन, एस-डब्ल्यू - १" विन्स्टन चर्चिल यांची ती तार वाचून होईपर्यंत ट्रेंट काहीच बोलले नाहीत.

"पंतप्रधानांना मला बहुधा तातडीनं भेटायचं असावं;" ट्रेंट म्हणाले, "पण एक गोष्ट ते विसरलेले दिसतात की, मी या बेटावरून बाहेर कसा पडणार?" ब्रँडीचा एक घोट घेऊन ते पुढं म्हणाले, "तुझ्या लाइफ बोटीवरून तू मेरीला आणि मला इंग्लंडला पोचवू शकशील का, हा विचार मी करत होतो."

रॉबिनला ठाऊक होतं की, नियमानुसार बचतकार्य वगळता इतर कुठल्याही कारणासाठी लाइफबोटीला बंदर सोडून जाता येत नाही. पण थेट पंतप्रधानांचीच विनंती असल्यामुळे नियम धाब्यावर बसवायला हरकत नव्हती. रॉबिन जरा विचार करून म्हणाला. "अंधार पडल्यावर आपल्याला निसटता येईल; म्हणजे मी सूर्योदयापूर्वी परतू शकेन. कुणालाच पत्ता लागणार नाही."

"तुला योग्य वाटेल तसं कर."

"उद्या रात्री जमेल, सर?"

"थँक यू, रॉबिन!" ट्रेंट म्हणाले.

"तर उद्या रात्री नऊ वाजता मी तुम्हा दोघांची बंदरावर वाट पाहतो, सर!"

असं म्हणून रॉबिन बाहेर पडला. ब्रँडीच्या ग्लासला त्यानं स्पर्शही केला नव्हता.

रॉबिनबरोबर त्याचे दोन सहकारीही इंग्लंडला जाण्यास निघाले. त्यांना नौदलात भरती व्हायचं होतं. त्यांनी खाडी विनासायास पार केली. पौर्णिमेची रात्र होती. ऑक्टोबरच्या मानानं समुद्र खूपच शांत होता. लेडी ट्रेंटना या प्रवासाचा काहीच त्रास झाला नाही. लॉर्डसाहेबांना मात्र बोट चांगलीच लागली.

वेमाउथ बंदरावर पोहोचताच ट्रेंट दांपत्याला लंडनला घेऊन जाण्यासाठी तिथे एक रोल्स रॉइस हजरच होती. रॉबिननं त्यांचा अखेरचा निरोप घेतला.

रॉबिननं तिथल्याच पबमध्ये सँडविच आणि बिअर घेतली आणि दोन्ही सहकाऱ्यांचा निरोप घेऊन तो परतीच्या प्रवासाला निघाला.

उजाडायच्या आतच तो सेंट हेलियरमध्ये हजर झाला. पण धक्क्यावर पाऊल ठेवताक्षणी त्याच्या पोटात एक जोरदार ठोसा बसला. तो कळवळून गुडघ्यांवर कोसळला. त्यानं काही प्रतिकार करण्याआधीच दोन गणवेशधारी धटिंगणांनी त्याला जमिनीवर दाबून धरलं. पण त्यांची भाषा मात्र इंग्लिश नव्हती.

ते त्याला पकडून हाय स्ट्रीटवरच्या पोलिसस्टेशनमध्ये घेऊन गेले. तेथे त्याचं हसतमुखानं स्वागत करायला नेहमीचा सार्जंट नव्हता. त्यांनी त्याला धसमुसळेपणानं ढकलत तळघरात नेऊन एका कोठडीत डांबलं. तिथल्या बाकावर बसलेल्या डायनाला पाहून, तर त्याच्या पोटात ढवळूनच निघालं. ती धावत येऊन त्याला बिलगली.

"ठीक आहेस ना?" तिनं विचारलं.

"हो, पण या तुरुंगवासानंतर रॉयल जर्सीची मेंबरशिप मिळणं मुश्कील होणार आहे." थट्टा करून त्यानं ताण हलका करण्याचा प्रयत्न केला. डायनाला मुळीच हसू आलं नाही.

थोड्याच वेळानंतर ते लोखंडी दार पुन्हा उघडलं गेलं आणि दोन तरुण सैनिक आत आले. त्यांनी रॉबिनला ओढतच बाहेर नेलं. कर्फ्यू लागल्यामुळे रस्त्यावर शुकशुकाट होता. आता हे आपल्याला गोळी घालणार की काय, असंच रॉबिनला वाटलं; पण ते त्याला नगरपलिकेच्या बेलिफाच्या ऑफिसमध्ये घेऊन गेले.

रॉबिन तिथे पूर्वी अनेकदा गेला होता, कारण कोणाही बेलिफाला पहिल्याच दिवशी त्याच्या गाउनवर एकही डाग असलेला खपत नसे. या वेळी मात्र बेलिफाच्या खुर्चीवर एक जर्मन लष्करी अधिकारी बसला होता. त्याच्या अंगावरच्या करकरीत गणवेशाकडे पाहून त्याला चॅपमन्स सर्व्हिसची गरज असल्याचं मुळीच वाटत नव्हतं.

"मि. चॅपमन," तो अस्खलित इंग्रजीत म्हणाला, "मी कर्नल क्रूगर. या चॅनल आयलंडचा मुख्य अधिकारी. तुम्ही लॉर्ड ट्रेंटना इंग्लंडला का घेऊन गेलात, ते सांगाल का?"

रॉबिननं उत्तर दिलं नाही.

"लॉर्ड आणि लेडी ट्रेंट तिकडे रिझ हॉटेलमध्ये झकास ब्रेकफास्ट घेत असतील आणि तुम्ही मात्र इथे त्यांच्यासाठी एवढा त्रास घेऊन तुरुंगात खितपत पडाल." तो उठून रॉबिनसमोर आला. "तुम्ही जर मला मदत केली नाहीत, तर जर्मनीला जाणाऱ्या पुढच्या जहाजावर जागा होईपर्यंत असेच खितपत पडाल."

"पण यात माझ्या बायकोचा काही संबंध नाही." रॉबिन कुरकुरला.

"एरवी मी हे मान्यही केलं असतं, पण तुमची पत्नी लॉर्ड ट्रेंट यांची सेक्रेटरी होती." रॉबिन त्यावर काहीच बोलला नाही. "आता तुम्ही लॉर्ड ट्रेंटनी

घाईघाईनं इंग्लंडला जाण्याचं कारण सांगितलं नाही तर तुमची रवानगी यापेक्षा कमी सोयी असणाऱ्या तुरुंगात होईल.''

रॉबिन आणि डायना यांनी एकोणीस दिवस त्या लहानशा कोठडीत काढले. त्या दिवसांत त्यांना फक्त ब्रेड आणि पाणी एवढाच आहार मिळत असे. असं फक्त डिकन्सच्या काळातच व्हायचं, ही रॉबिनची समजूत खोटी ठरली. इथले अधिकारी आपलं अस्तित्वच विसरून गेले की काय, अशी शंका त्याला भेडसावू लागली.

पोलिसस्टेशनमध्ये जबरदस्तीनं कामाला जुंपल्या गेलेल्या काही स्थानिक रहिवाशांकडून त्याला त्रोटक माहिती मिळत असे. त्यातली महत्त्वाची बातमी म्हणजे सैनिक, शस्त्र आणि दारूगोळा यांनी भरलेली जर्मन जहाजं एका पाठोपाठ सेंट हेलियरमध्ये येऊन दाखल होत आहेत.

विसाव्या दिवशी सकाळी मिळालेल्या एका बातमीनं मात्र ते पार हादरून गेले. दुसऱ्या दिवशी हॅंबर्गहून एक जहाज येणार होतं आणि त्याच्या परतीच्या प्रवासाच्या यादीत रॉबिन आणि डायनाची नावं होती. आता मात्र डायनाला रडू आवरेना. त्या रात्री त्या दोघांच्या डोळ्याला डोळा लागला नाही.

मध्यरात्री ते अर्धवट झोपेत असताना अचानक त्यांच्या कोठडीचं दार उघडलं गेलं. दारात दोन जर्मन सैनिक उभे होते. एकानं नम्रपणे रॉबिनला त्यांच्याबरोबर चलायची विनंती केली. त्यांच्या या सौजन्यपूर्ण वागणुकीमुळे रॉबिन बुचकळ्यात पडला. एखाद्याला गोळी घालण्यापूर्वी जर्मन सैनिक असे वागत असावेत, असं त्याला वाटलं.

तो त्यांच्याबरोबर जिना चढून वर गेला. आता बोटीवर रवानगी होणार की काय? बहुतेक नसावी. कारण मग त्यांनी डायनालाही बरोबर घेतलं असतं. त्याला पुन्हा त्याच रस्त्यावरून बेलिफाच्या ऑफिसमध्ये नेण्यात आलं. या खेपेला मात्र दोन्ही सैनिक त्याचे हात न धरता त्याच्या बाजूनं चालत होते.

बेलिफाच्या ऑफिसमध्ये कर्नल क्रूगर बसला होता. त्याचा चेहरा चिंताग्रस्त दिसत होता. तो सरळ मुद्द्यावर आला. ''कैद्यांना हॅंबर्गला नेण्यासाठी येणारं जहाज एका खडकावर धडकलंय. ते झपाट्यानं बुडतंय.'' धोक्याचा इशारा देणारे समुद्रातले दिवे काढणाऱ्याच्या धाडसाचं रॉबिनला कौतुक वाटलं.

कर्नल पुढं म्हणाला, ''त्यांना वाचवायला लाइफबोट तातडीनं गेली नाही, तर जहाजावरच्या सर्वांचा जीव धोक्यात येईल.'' त्या वेळी 'माझे देशबांधव' असं म्हणणं त्यानं सोईस्करपणे टाळलं.

''आपण हे मला सांगण्याचं प्रयोजन, कर्नल? ''रॉबिननं विचारलं.

"लाइफ बोटीवरचे क्रूचे सदस्य त्यांच्या प्रमुखाशिवाय बंदर सोडायला नकार देतायत. त्यामुळे मी तुम्हाला..." तो जरा अडखळला, "कळकळीची विनंती करतो की, तुम्ही फार उशीर होण्यापूर्वी तिथं जावं."

हे धर्मसंकट समोर उभं राहिल्यावर रॉबिनचं विचारचक्र सुरू झालं. मिळालेले आदेश त्याला तोंडपाठ होते. समुद्रात संकटात सापडलेल्यांच्या मदतीला धावून जाणं, हे त्याचं कर्तव्य होतं. संकटग्रस्तांचं राष्ट्रीयत्व, वर्ण, वंश यांतलं काहीही त्याच्या आड येऊ शकत नव्हतं. अगदी त्या देशाचं ब्रिटनशी युद्ध सुरू असलं तरीही! त्यानं होकार दिला.

दारात त्याला बंदरावर न्यायला गाडी हजर होती. पंधरा मिनिटांत तो बंदरातून बाहेर पडला.

रॉबिन आणि त्याच्या सहकाऱ्यांनी त्या रात्री आर्डेन रॉकच्या अनेक खेपा केल्या. त्यांनी त्र्याहत्तरजणांना वाचवलं. त्यांत अकरा जर्मन अधिकारी आणि सदतीस खलाशांचा समावेश होता. बाकीचे प्रशासनात मदत करण्यासाठी आलेले बिनलष्करी नागरिक होते. जहाजात असलेली शस्त्रं, दारूगोळा आणि वाहनं यांना मात्र जलसमाधी मिळाली.

बचावकार्य संपवून परतल्यावर दोन जर्मन अधिकारी रॉबिनची वाटच पाहत होते. तो धक्क्यावरून उतरताक्षणी ते त्याला हातकड्या घालून पोलिसस्टेशनमध्ये घेऊन गेले. त्याच्या कोठडीत पोचल्यावर त्यानं कित्येक दिवसांनी प्रथमच डायनाच्या चेहऱ्यावर हास्य पाहिलं.

दुसऱ्या दिवशी सकाळी कोठडीचं दार उघडून एक तरुण जर्मन कॉर्पोरल आत आला. त्यानं अंडी, बेकन, गरमागरम चहा असा भक्कम नाश्ता त्यांच्या पुढ्यात ठेवला.

"आपल्याला ठार करण्यापूर्वीचा बहुधा शेवटचा ब्रेकफास्ट!" रॉबिन म्हणाला.

"तुझी अखेरची इच्छा काय असेल, याचा अंदाज करणं काही कठीण नाही." डायना हसत म्हणाली.

त्या अनपेक्षित मेजवानीवर ताव मारून झाल्यावर काही मिनिटांतच दुसरा एक सैनिक हजर झाला. "तुम्हाला कमांडंटसाहेबांच्या मुख्यालयात जायचंय." तो म्हणाला.

"मी बेलिफच्या ऑफिसमध्ये तुझ्यासोबत आनंदानं येईन." रॉबिन उर्मटपणे म्हणाला.

"आपल्याला तिथं जायचं नाहीये." तो सैनिक म्हणाला, "आता कमांडंट साहेबांनी त्यांचं हेडक्वार्टर गोल्फ क्लबमध्ये थाटलंय."

"चला, निदान तुझी अखेरची इच्छा तरी पूर्ण झाली!" कारच्या मागच्या सीटवर बसताना डायना रॉबिनला म्हणाली. त्या तरुण जर्मन सैनिकाच्या चेहऱ्यावरील

हावभाव चांगलेच गोंधळलेले दिसत होते.

क्लबमध्ये पोचल्यानंतर त्यांना थेट लॉर्ड ट्रेंटच्या ऑफिसमध्ये नेण्यात आलं. कर्नल क्रूगरनं त्याचं स्वागत करून त्यांना बसण्याची विनंती केली. पण रॉबिन उभाच राहिला.

कर्नल क्रूगर म्हणाला, "आज सकाळी मी तुम्हाला जर्मन तुरुंगात पाठवण्याचा आदेश मागे घेऊन तुमची तत्काळ सुटका करण्याचा आदेश दिलाय. तुम्हाला घरी जाण्याची परवानगी देण्यात येतेय. मात्र मि. चॅपमन, पुन्हा जर कायदा मोडण्याचा मूर्खपणा केलात, तर पुढच्याच जहाजानं तुमची जर्मनीला रवानगी होईल. तुमच्या देशात म्हणतात तशी 'निलंबित शिक्षा' समजा हवं तर."

कमांडंट पुन्हा उभा राहिला. "मि. चॅपमन, तुम्ही खरंच एक विलक्षण गृहस्थ आहात. तुमचे देशबांधवही जर अशाच पोलादाचे बनलेले असतील, तर तुमचा पराभव करणं खरंच जड जाणार आहे."

"तुम्ही 'हेन्री द फिफ्थ' वाचा." रॉबिननं सुचवलं.

"मी वाचलंय;" क्रूगर म्हणाला. त्यानं खिडकीबाहेर नजर टाकली. गोल्फच्या मैदानावर एकत्र गवत माजलं होतं. "पण आमच्या फ्यूररनं वाचलं नसावं!"

युद्धाच्या बाकी काळात रॉबिनच्या दृष्टीनं म्हणावी अशी कुठलीच खास घटना घडली नाही. अधूनमधून भोंगा वाजल्यावर बचावकार्याला धावून जाणं एवढाच काय तो अपवाद. जर्मन सैन्य बेटावर असेपर्यंत तो लाइफबोटीचा प्रमुख होता.

त्या बेटावर जर्मन सैन्याचा कब्जा असेपर्यंत रॉयल जर्सीच्या सदस्यांना क्लबमध्ये प्रवेश करण्याचीही परवानगी नव्हती. प्रत्यक्ष गोल्फ खेळणं तर दूरच. वर्षांमागून वर्ष सरली. त्या उत्तम निगा राखलेल्या हिरवळीवर एकच रान माजलं. खाणाखुणा दिसेनाशा झाल्या. गोल्फ क्लब्जवर गंज चढू लागला, खुणेसाठी लावलेल्या झेंड्यांची लक्तरं झाली.

९ मे १९४५ या दिवशी इंग्रज सैन्य बेटावर उतरलं. जर्मन कमांडंटनं शरणागती पत्करली.

तिथल्या ३६ हजार घुसखोरांनी बेट सोडल्यानंतर स्थानिक रहिवासी आयुष्य पुन्हा पूर्वपदावर आणण्यासाठी झगडू लागले. पण ते काम सोपं नव्हतं. जर्मनांनी तिथल्या कित्येक नोंदी नष्ट केल्या होत्या. त्यात रॉयल जर्सी गोल्फ क्लबच्या सदस्यत्वासाठी आलेल्या अर्जांचाही समावेश होता.

बाकी गोष्टी लवकरच पूर्वपदावर आल्या. रॉबिन आणि डायना वेमाउथहून येणाऱ्या बोटीची वाट पाहत उभे होते. कधी एकदा मुलांना भेटतोय, असं त्यांना झालं होतं.

"बापरे! किती मोठी झालीयेत ही!" डायना आश्चर्यानं उद्गारली.

"आपण त्यांना पाच वर्षांनी पाहतोय." रॉबिननं तिला आठवण करून दिली. एक तरुण मुलगा आपल्या धाकट्या बहिणीचा हात धरून बोटीतून उतरला.

ते सहा दिवस चॅपमनकुटुंबानं खूप आनंदात घालवले. नंतर मात्र हॅरीला पुढच्या शिक्षणासाठी डरहॅम युनिव्हर्सिटीत जायचं होतं, तर केटला सेंट मेरीजमध्ये. दोघांनाही पुढील ख्रिसमसला घरी जर्सीला परतण्याची ओढ होती.

◈

रॉबिन सकाळचा पेपर वाचत असताना दार ठोठावलं गेलं.

दारात एक पोस्टमन रजिस्टर्ड पत्र घेऊन उभा होता. रॉबिननं सही करून ते पत्र घेतलं. पाकिटाच्या वरच्या डाव्या कोपऱ्यात रॉयल जर्सी गोल्फ क्लबचं बोधचिन्ह होतं. त्यानं ते पत्र वाचलं. डायनाच्या हाती किचनमध्ये देण्यापूर्वी त्यानं ते आणखी एकदा वाचलं. दोन वेळा वाचून डायनाच्या हाती दिलं.

दि रॉयल जर्सी गोल्फ क्लब
सेंट हेलियर, जर्सी

९ सप्टेंबर १९४६

महोदय,

आमच्या माहितीनुसार आपण रॉयल जर्सी गोल्फ क्लबच्या सदस्यत्वासाठी अर्ज केला होता. दुर्दैवानं जर्मन आक्रमणाच्या वेळी आमच्या सर्व नोंदी नष्ट झाल्या आहेत.

जर आपणास अजूनही सदस्य होण्याची इच्छा असेल, तर पुन्हा अर्जाची प्रक्रिया पूर्ण करावी लागेल. आपल्याला मुलाखतीची वेळ देण्यात येईल.

आपला अर्ज स्वीकृत झाल्यास आपलं नाव प्रतीक्षा यादीत घेण्यात येईल.

आपला,

जे. एल. टिंडाल

(सेक्रेटरी)

जर्मन सैन्य बेट सोडून गेल्यापासून प्रथमच रॉबिनच्या तोंडून शिवी बाहेर पडली. डायना त्याचं सांत्वन करू शकली नाही. युद्धानंतर प्रथमच त्याचा भाऊ वीकएंडला भेटायला येणार होता. तरीही रॉबिनची मन:स्थिती सुधारली नाही.

माल्कम साउदँम्प्टनच्या बोटीनं आला. त्यानं रॉबिनला कंपनीच्या विस्ताराच्या योजना सांगितल्या. मुलांचे निरोप दिले. त्यामुळे रॉबिनच्या मनाला जरा उभारी आली.

"केटला बॉयफ्रेंड मिळालाय." माल्कम म्हणाला.

"बापरे!" रॉबिन म्हणाला, "मी एवढा वयस्कर झालोय?"

"नक्कीच!" डायना हसत म्हणाली.

रात्री जेवताना माल्कम म्हणाला, "मी ब्राइटनला चौथी शाखा उघडायचा विचार करतोय. तिथे खूप कारखाने उभे राहतायत. आपल्याला चांगला वाव आहे."

"तुला एखादा मॅनेजर हवाय का?" रॉबिननं विचारलं.

"का? तू तयार आहेस का?" माल्कमनं आश्चर्यानं विचारलं.

"नाही. मुळीच नाही." डायना ठामपणे म्हणाली.

माल्कम परत जाईपर्यंत रॉबिनचा मूड बराच सुधारला होता. आता तो रॉयल जर्सीच्या मुलाखतीबद्दल थट्टेनं बोलू लागला. पण प्रत्यक्ष मुलाखतीचा दिवस आल्यावर मात्र डायनाला त्याला गाडीत ढकलून क्लबच्या दारात सोडावं लागलं.

"गुड लक!", ती त्याच्या गालाचं चुंबन घेत म्हणाली, "तू किती रागावलायस, हे त्यांना जाणवू देऊ नकोस. जर्मनांनी कागदपत्र नष्ट केली, यात त्यांचा काहीच दोष नाही."

"मी माझा अर्ज जम्परमध्ये टाकायला सांगीन." तो म्हणाला दोघंही खळखळून हसले. हा इंग्लंडचा नवा शब्दप्रयोग होता. "आणखी पंधरा वर्षांनी मी किती म्हातारा झालेलो असेन, याची त्यांना कल्पना तरी आहे का?"

रॉबिन दिलेल्या वेळेच्या पाच मिनिटं आधीच हजर आला. टाय ठीकठाक करून तो क्लब हाउसच्या दिशेनं चालू लागला. त्याच्या मनात असंख्य आठवणी दाटून आल्या. डायनाची पहिली भेट. तिच्या भावाशी तिला बोलताना पाहिलं तो क्षण, तो क्लबचा कॅप्टन झाला तो दिवस, शेवटचा फटका चुकल्यामुळे हातून निसटलेला प्रेसिडेंट कप, हात मोडल्यामुळे चुकलेला अंतिम सामना, लॉर्ड ट्रेंटनी पंतप्रधानांच्या भेटीसाठी इंग्लंडला घेऊन जाण्यासाठी केलेली विनंती, त्याच्या देशबांधवांचे प्राण वाचवल्यानंतर जर्मन अधिकाऱ्यानं दाखवलेला आदर आणि

आज... तो ते नव्यानं रंगवलेलं दार ढकलून आत शिरला.

त्यानं हॅरी व्हार्डनच्या पोर्ट्रेटवर नजर टाकली आणि किंचित मान झुकवून त्याला अभिवादन केलं. नंतर त्यानं लॉर्ड ट्रेंटच्या पोर्ट्रेटकडे पाहिलं. गेल्या वर्षीच त्यांचं निधन झालं होतं. युद्धकाळात त्यांनी अन्नपुरवठा मंत्री म्हणून काम पाहिलं होतं.

''आता समिती आपली भेट घेईल, मि. चॅपमन.'' मॅनेजरच्या शब्दांनी तो भानावर आला.

डायना गाडीतच थांबली होती. मुलाखतीला फारसा वेळ लागणार नाही, हे तिनं गृहीत धरलं होतं. कारण ते सर्व सदस्य रॉबिनला गेली वीस वर्षं ओळखत होते. अर्ध्या तासानंतर मात्र ती सारखी घड्याळाकडे पाहू लागली. तास उलटला तरी रॉबिनचा पत्ता नव्हता. मग मात्र तिनं मॅनेजरकडे चौकशी करायचं ठरवलं. तेवढ्यात क्लब हाउसचं दार उघडून रॉबिन बाहेर आला. त्याचा चेहरा गंभीर दिसत होता. ती धावतच त्याच्याकडे गेली.

''अर्ज करणाऱ्या कुणालाही पुढची पंधरा वर्षं मेंबरशिप मिळण्याची आशा नाही.'' तो सरळ पुढे जात म्हणाला.

''याला एखादा अपवाद?'' डायना त्याच्या मागोमाग येत म्हणाली.

''फक्त नवीन प्रेसिडेंट!'' रॉबिन म्हणाला, ''त्याला मात्र मानद आजीव सदस्यत्व मिळेल. त्याला बाकी नियम लागू नाहीत.''

''पण हा अन्याय आहे.'' आता तिला रडू कोसळलं, ''मी स्वत: नवीन प्रेसिडेंटकडे तक्रार करीन.''

''नक्कीच करशील राणी,'' तो तिला मिठीत घेत म्हणाला, ''पण म्हणून मी तिची दखल घेईनच, असं नाही.''

मुत्सद्दी नसलेला मुत्सद्दी *

पर्सिव्हल आर्थर क्लॅरेन्स फोर्सडाईक – त्याची आई त्याला 'पर्सिव्हल' म्हणायची, तर मित्र 'पर्सी'. तो अशा कुटुंबात जन्माला आला होता की, ज्या कुटुंबाने ब्रिटिश साम्राज्यावरचा सूर्य कधीच मावळू नये म्हणून आपला खारीचा वाटा उचलला होता.

पर्सीचे आजोबा लॉर्ड क्लॅरेन्स फोर्सडाईक सुदानचे गव्हर्नर जनरल होते, तर वडील सर आर्थर फोर्सडाईक मेसोपोटेमियात अधिकारी होते. त्यामुळे सर्वांनाच पर्सीकडून मोठ्या अपेक्षा होत्या.

जन्माला आल्यावर काही तासांतच पर्सीचं नाव ड्रॅगन प्रायमरी स्कूल, विंचेस्टर कॉलेज आणि केंब्रिजमधील ट्रिनिटी कॉलेज इथे नोंदवलं गेलं. याच संस्थांमध्ये फोर्सडाईक घराण्याच्या चार पिढ्या शिकल्या होत्या.

केंब्रिजचं शिक्षण संपल्यानंतर पर्सी त्याच्या प्रसिद्ध पूर्वजांप्रमाणेच, किंबहुना त्याहून सरस कामगिरी परराष्ट्र खात्यात बजावेल, अशीच सर्वांची अपेक्षा होती. पण हे सर्व योजनेबरहुकूम होण्यात एकच अडचण होती. ती म्हणजे पर्सी नको तितका हुशार होता. अगदी स्वत:चं नुकसान करून घेण्याइतका. वयाच्या आठव्या वर्षी विंचेस्टरमध्ये त्याने निवडणूक जिंकली. ट्रिनिटीमध्ये 'क्लासिक' बक्षीस मिळवलं, तेव्हाही तो अर्ध्या विजारीतच होता. केंब्रिजमधून प्रथम क्रमांक मिळवून बाहेर पडल्यावर त्यानं प्रशासकीय सेवेची परीक्षा दिली. त्या परीक्षेतही त्याच्या पहिला येण्याचं कुणालाच आश्चर्य वाटलं नाही.

परराष्ट्र आणि राष्ट्रकुल विभागात त्याचं अगदी उत्साहानं स्वागत झालं; पण तिथेच त्रासाला सुरुवात झाली. त्याच्या अतीबिनचूक असण्याचा त्याला नव्हे, तर परराष्ट्र खात्यालाच त्रास होऊ लागला.

त्या खात्यातले ज्येष्ठ सनदी अधिकारी विशेष चमक दाखवणाऱ्या उमेदवारांना हेरून त्यांना झपाट्यानं पदोन्नती देत; पण पर्सीच्या बाबतीत त्यांना नाइलाजानं

वेगळा निष्कर्ष काढावा लागला. कारण या तरुणाला ना वागण्याचा पोच होता, ना चांगली जनसंपर्ककला. आपल्या देशाचं परदेशात प्रतिनिधित्व करण्यासाठी लागणाऱ्या सौजन्याचीही त्याच्याकडे वानवाच होती. परराष्ट्र खात्यातल्या कारकिर्दीला ही गोष्ट मारक होती.

त्याची पहिली नेमणूक नायजेरियात झाली. तिथं त्यानं थेट त्यांच्या अर्थमत्र्यांनाच ठणकावलं की, त्यांना अर्थशास्त्रातलं काही कळत नाही. आणि मंत्रिमहोदयांना त्यातलं खरोखरच काही कळत नव्हतं. पण त्यामुळे पर्सीची मात्र पुढल्याच बोटीनं इंग्लंडला रवानगी झाली.

दोन वर्षं प्रशासनात काढल्यावर पर्सीला दुसरी संधी मिळाली. तो पॅरिसला सहायक सचिव म्हणून रुजू झाल; पण तिथंही त्यानं घोटाळा केला. एका सरकारी समारंभात त्याने फ्रान्सच्या राष्ट्राध्यक्षांच्या पत्नीलाच सुनावलं की, 'जगाला आधीच लोकसंख्यावाढीची समस्या भेडसावतेय आणि त्या इतक्या मुलांना जन्म देऊन त्यात आणखी भर घालताहेत.' त्याचा मुद्दा योग्यच होता; कारण बाईसाहेबांना सात अपत्यं होती आणि त्या पुन्हा गरोदर होत्या. पर्सीला दुसऱ्याच दिवशी गाशा गुंडाळावा लागला. पुन्हा काही दिवस प्रशासनात काम केल्यावर त्याला अखेरची संधी मिळाली.

या खेपेला त्याची नेमणूक मध्य आफ्रिकेतल्या एका ब्रिटिश वसाहतीत झाली. पण सहा महिन्यांतच त्यानं तिथं शंभर वर्षं गुण्यागोविंदानं राहणाऱ्या दोन जमातींमध्ये भांडण लावून दिलं. दुसऱ्याच दिवशी तो लंडनच्या विमानात होता. मग मात्र त्याची कधीच परराष्ट्रात नेमणूक झाली नाही.

लंडनला परतल्यावर त्याची दफ्तर विभागात नेमणूक झाली, आणि तळघरात एक लहानसं ऑफिसही त्याला मिळालं.

त्या तळघरात फारसं कुणी जात नसे. त्यामुळे पर्सीची भरभराट झाली. काही आठवड्यांतच त्यानं सर्व भाषणं, समझोते, करार यांची अचूक नोंद ठेवणारी प्रणाली तयार केली. त्यामुळे कोणत्याही मंत्र्यानं मागवलेला दस्तऐवज तो क्षणात काढून देऊ शकत असे. वर्षभरातच तो कागदपत्र न बघताही ही माहिती देऊ लागला.

त्याच्या बॉसनं स्वेच्छानिवृत्ती घेतल्यावर अपेक्षेप्रमाणे पर्सीला बढती मिळाली. पण इतकं होऊनही पर्सीला त्याच्या वडिलांच्या पावलांवर पाऊल ठेवून परदेशी काम करायचं होतं. लोकांनी आपल्यासाठी 'युवर एक्सलन्सी' हे संबोधन वापरावं, ही त्याची इच्छा होती. मात्र ते त्याच्या नाशिबी नव्हतं. पुढची तीस वर्षं वयाच्या

साठाव्या वर्षी निवृत्त होईपर्यंत त्याला त्या तळघराबाहेर काही पडता आलं नाही.

पर्सीचा निरोपसमारंभ इंडिया रूममध्ये पार पडला. परराष्ट्र सचिवांनी त्याच्या ज्ञानकोशासारख्या स्मरणशक्तीचं तोंडभरून कौतुक केलं. ते म्हणाले की, 'ब्रिटननं केलेले सर्व करार पर्सीला मुखोद्गत आहेत.' सभागृहात कौतुकाची लाट उसळली. त्यात पर्सीचं पुटपुटणं कुणालाच ऐकू गेलं नाही, "प्रत्येक नाही, मंत्रिमहोदय."

निवृत्तीनंतर सहा महिन्यांनी, त्याचं नाव नवीन वर्षाच्या सन्मान यादीत झळकलं. पर्सिव्हल आर्थर क्लॅरेन्स फोर्सडाईक यांना परराष्ट्र खात्यात बजावलेल्या सेवेबद्दल ब्रिटनचा 'सीबीई' हा किताब मिळाला.

पर्सीला मात्र ते सन्मानपत्र वाचून विशेष आनंद झाला नाही; उलट, आपल्या कुटुंबाच्या अपेक्षा पूर्ण करण्यात अपयशी ठरल्याबद्दल त्याला खंत वाटली. त्याच्या आजोबांनी आणि वडिलांनी सरकारदरबारी उच्च पदं भूषविली होती; त्यानं मात्र सुमार दर्जाचं काम केलं होतं.

पण आता या चुकीची भरपाई करण्याची योजना त्याच्यापाशी तयार होती.

परराष्ट्रं खातं सोडल्यावर पर्सी काही लगेच स्मृतिचित्रांच्या लेखनाच्या भानगडीत पडला नाही. कारण एखादा ऐतिहासिक दस्तऐवज ठरावा. असं काहीच त्याच्या हातून घडलं नव्हतं. किंवा तो त्याच्या खेड्यातल्या घरी गुलाबाचे ताटवे फुलवायलाही गेला नाही, कारण तिथे ना घर होते ना गुलाब! मात्र परराष्ट्र सचिवाचे ते शब्द ऐकून त्यानं त्याच्या ज्ञानकोशासारख्या अफाट स्मरणशक्तीचा वापर करायचं ठरवलं.

त्याच्या विलक्षण मनाच्या एका कोपऱ्यात एका पुरातन ब्रिटिश कायद्यानं घर केलं होतं. तो कायदा राजे तिसरे जॉर्ज यांच्या राजवटीत १७६२ साली ब्रिटिश संसदेत संमत झाला होता. गेल्या दोनशे वर्षांत तो मागे घेतला गेला नव्हता, याची त्यानं पुन:पुन्हा खातरी करून घेतली. त्यातून त्याला समजलं की, तो कायदा मागे घेतला जाणं तर दूरच; पण १९१९ सालच्या व्हर्साइल करारात आणि १९४५ साली झालेल्या यूनो ठरावात त्याच्यावर शिक्कामोर्तबच झालं होतं आणि त्याला लागलेल्या या शोधानं तो खूश झाला. या दोन्ही संघटनामध्ये पर्सीची बुद्धी लाभलेला माणूस त्यांच्या तळघरात नसावा. अनेकदा पुन:-पुन्हा तो कायदा वाचल्यानंतर त्यानं रॉयल जिओग्राफिक सोसायटीला भेट दिली. तिथं त्यानं ब्रिटिश बेटांसभोवतालच्या समुद्री नकाशाचा बारकाईनं अभ्यास केला.

त्याचं संशोधन पूर्ण झाल्यावर त्याची खातरी पटली की, आता कायद्यातलं कलम-७, दुरुस्ती-२ याची पूर्तता करता येईल.

त्याच्या पिम्लिकोमधल्या घरी गेल्यावर त्याने पुढील तीन आठवडे स्वतःला आपल्या अभ्यासिकेत कोंडून घेतलं. सोबतीला होतं फक्त त्याचं तीन पाय आणि एक डोळा असलेलं मांजर – होरॅशियो. पर्सीनं १७६२च्या प्रादेशिक समझोता कायद्याचं महत्त्व आणि त्याचा २००९ साली ब्रिटनशी असलेला संदर्भ याचं सविस्तर टाचण तयार केलं.

त्यानं ते एकोणीसपानी टाचण आणि त्या कायद्याची एक प्रत एका मोठ्या पाकिटात घालून त्यावर पत्ता लिहिला – सर नायजेल हेंडरसन, कायम सचिव, परराष्ट्र व राष्ट्रकुल विभाग, किंग चार्लस स्ट्रीट, व्हाइट हॉल, लंडन.

पण त्यानं ते पाकीट बंद न करता कप्प्यात ठेवलं, पुढचे तीन महिने तो नाहीसा होणार होता.

होरॅशियो गुरगुरला...

२२ जून २००९ला पर्सी टॅक्सीनं यूस्टन स्टेशनवर गेला आणि रात्री तिथून त्यानं इव्हरनेसला जाणारी ट्रेन पकडली. त्याच्याजवळ मोजकंच सामान होतं. एक दिवसाचे कपडे असलेली बॅग, शाळेतली जुनी ट्रंक आणि खिशात रोख दोन हजार पौंड.

इव्हरनेसला त्यानं ट्रेन बदलली आणि थेट स्कॉटलंडचं ईशान्य टोक गाठलं. त्या पॅसेंजर गाडीचं शेवटचं स्टेशन होतं, बंदरावरचं 'विक' नावाचं गाव.

तिथं उतरल्यावर तो गावातली एकमेव टॅक्सी पकडून तिथल्या एकुलत्या एक हॉटेलात पोचला. तिथंही एकच खोली शिल्लक होती. सगळा स्टाफ रात्री नऊलाच घरी गेल्यामुळे त्याला कसंबसं एकच पदार्थ असलेलं राहिलेलं जेवण मिळालं. रात्री 'रॉबिन्सन क्रूसो' वाचता वाचता त्याला झोप लागली.

तो तिथल्या रहिवाशांप्रमाणे सूर्योदयालाच उठला आणि त्यानं भरपेट नाश्ता केला. मग वर्तमानपत्र न वाचता त्या दिवशी प्रथम खरेदी करण्याच्या वस्तूंची लांबलचक यादी त्यानं तपासली.

आधी एक तासभर त्यानं नुसताच फेरफटका मारून त्याला हवं असलेलं सामान कोणत्या दुकानात मिळेल, याचा अंदाज घेतला.

आधी त्यानं मॅक्फर्सन कँपिंग स्टोअरला भेट दिली. 'ट्रेकिंगसाठी लागणारं सर्व सामान मिळेल', अशी पाटी त्या दुकानाच्या दारावर होती. पूर्ण तपासणीअंती त्यानं एक घडीचा तंबू घेतला. उभारायला सोपा आणि थंडी, वादळ, वारा यांत टिकून राहील असा.

पर्सी त्या दुकानातून चार मोठ्या पिशव्या घेऊन बाहेर पडला. त्यांत तो तंबू, स्टोव्ह, किटली, झोपण्यासाठी स्लीपिंग बॅग, हवेची उशी, कॅन, तो उघडण्यासाठी चाकू, मजबूत वेलिंग्टन बूट, मासेमारीसाठी गळ, कॅमेरा, होकायंत्र आणि दुर्बिण असा प्रचंड ऐवज होता.

मॅक्फर्सननं पर्सीला समोरच्याच 'मॅक्फर्सन जनरल स्टोअर'मध्ये जाण्याचा सल्ला दिला. ते त्याच्या भावाचंच दुकान होतं.

दुसऱ्या मॅक्फर्सनच्या दुकानात त्यानं एक फावडं, प्लॅस्टिकचा मग, बशी, सुरी, काटा, चमचा, काड्यापेट्यांचे एक डझनभर पुडे, रेडिओ, तीन डझन एव्हररेडी बॅटऱ्या, चार डझन मेणबत्त्या आणि एक प्रथमोपचार पेटी एवढं सामान खरेदी केलं. तिसरा मॅक्फर्सन नसल्यामुळे तो मेंझिसमध्ये गेला. तिथं त्यानं रेडिओ, टाइम्स, समग्र शेक्सपीयर, २००९ची डायरी आणि उत्तर समुद्राचा नकाशा एवढी खरेदी केली.

टॅक्सीनं हॉटेलमध्ये पोचेपर्यंत त्याच्या हातांत नऊ पिशव्या होत्या. अनेक खेपा करून त्यानं त्या आपल्या खोलीत नेल्या आणि दुपारचं हलकं जेवण करून पुन्हा बाजारपेठेकडं निघाला.

ती दुपार त्यानं एका सुपरमार्केटमध्ये काढली. नव्वद दिवस पुरेल इतकी अन्नसामग्री विकत घेऊन तो हॉटेलमध्ये परतला. त्यानं पुन्हा एकदा सामानाची यादी तपासली. आता एकच आवश्यक गोष्ट राहिली होती. आणि ती घेतल्याशिवाय तो गाव सोडू शकत नव्हता.

ती वस्तू त्याला कोणत्याच दुकानात मिळाली नाही, पण ती त्याला हॉटेलच्या छपरावर दिसली होती. त्याची मागणी ऐकून हॉटेलमालक चकित झाला. पण पर्सीची गरज पाहून त्यानं त्या वस्तूची किंमत फुगवून सांगितली. त्याच्या कुटुंबात पूर्वापार असलेल्या त्या वस्तूसाठी तो सत्तर पौंडाखाली एक दमडाही घ्यायला तयार नव्हता.

"पण तो जुना आणि लक्तरं झालेला आहे." पर्सी कुरकुरला.

"पटत नसेल तर दुसरीकडे शोधा," मालक बेफिकिरीनं म्हणाला. अखेर पर्सी कबूल झाला आणि त्यानं किंमत चुकती केली. धूर्तपणा म्हणजे काय, हे त्याला त्या दिवशी कळलं. ती वस्तू सकाळपर्यंत छपरावरून उतरवून देण्याचं मालकानं वचन दिलं.

तो दिवस इतका दगदगीचा जाऊनसुद्धा एक काम शिल्लक होतंच. त्याचं काम करू शकेल, अशा गावातल्या एकमेव माणसाचा ठावठिकाणा त्याला तिथल्या वेटरकडून कळला. जेवणानंतर दात घासून झाल्यावर (रोजचा नियम) पर्सी त्या बंदरावरच्या मच्छीमारांच्या वस्तीकडे गेला. निघताना खिशात पैसे

आणि नकाशा असल्याची खात्री करूनच!

पबमध्ये शिरताक्षणी अनेकांच्या चौकस नजरा त्याच्याकडं वळल्या. एक आगंतुक इंग्रज त्यांच्या इलाख्यात आल्याचं त्यांना रुचलं नसावं. त्याला हवा असलेला माणूस एका कोपऱ्यात तीन तरुणांबरोबर सोंगट्यांचा डाव मांडून बसला होता. पर्सी तिथं जाईपर्यंत सर्वांच्या नजरा त्याच्याकडेच होत्या. तो एक जाडजूड माणूस होता. वाढलेली दाढी, अंगात जाड निळा स्वेटर आणि जीन्स, असा त्याचा अवतार होता.

त्यांच्या खेळात व्यत्यय आल्यामुळे त्यानं त्या आगंतुकाकडे काहीशा नाराजीनं पाहिलं.

"कॅप्टन कॅम्पबेल तुम्हीच का?" पर्सीनं विचारलं.

"असेन. का?" त्या दाढीवाल्यानं त्याच्याकडं संशयानं पाहत विचारलं.

"माझं नाव फोर्सडाईक." पर्सी म्हणाला. पण त्यानंतर त्यानं खड्या आवाजात एक भाषणच ठोकल्यामुळे बघणारे सगळेच चकित झाले.

पर्सीचं बोलणं संपल्यावर त्या दाढीवाल्यानं नाखुशीनंच सोंगट्या टेबलावर टाकल्या. त्याची स्थानिक बोलीभाषा समजणं पर्सीला जरा जड जात होतं.

"मी तुम्हाला कुठे न्यावं, अशी तुमची अपेक्षा आहे?" त्यानं विचारलं.

पर्सीनं त्याच्या जवळचा नकाशा उलगडून टेबलावर पसरला. टेबलावरच्या सोंगट्या विखुरल्या गेल्या. त्यानं उत्तर समुद्राच्या मधोमध बोट ठेवलं. त्या चौघांनी त्याच्याकडं अविश्वासाच्या नजरेनं पाहिलं. कॅप्टननं नकारार्थी मान हलवली.

"शक्य नाही." ते पुटपुटले. पण पर्सीनं त्यांना पाचशे पौंड देण्याची भाषा करताच ते सगळे लगेच टेबलापाशी गोळा झाले. त्यांना त्यात अचानक रस वाटू लागला. कॅप्टन कॅम्पबेल त्याच्या सहकाऱ्यांशी त्यांच्या अगम्य बोलीभाषेत काहीतरी बोलू लागला. त्याचं ते बोलणं कुणाही परक्या माणसाला दुभाष्याशिवाय कळणं शक्य नव्हतं. शेवटी तो पर्सीला म्हणाला, "मला शंभर पौंड ॲडव्हान्स हवाय. आणि बोटीवर पाऊल ठेवण्याआधी उरलेले चारशे पौंड."

पर्सीनं विसाच्या पाच नोटा काढून टेबवलावर ठेवल्या. कॅप्टन प्रथमच हसला. "उद्या पहाटे पाच वाजता धक्क्यावर हजर राहा. बोटीचं नाव बॉनी बेल." त्यानं पैसे सहकाऱ्यांमध्ये वाटले. मग म्हणाला. "उरलेले चारशे पौंड मला मिळाल्यावरच मी तुम्हाला त्या बेटावर नेईन."

पर्सी सकाळी पाचच्या आधीच तिथे हजर झाला. एक लहान बॅग, शाळेतली जुनाट ट्रंक आणि एक दहाफुटी बांबू एवढंच त्याचं सामान होतं. अंगावर थ्रीपीस

सूट, पांढरा शर्ट आणि शाळेचा टाय होता. परराष्ट्र खात्यातर्फे परदेशी नेमणूक होताना त्याचा हाच थाट असे. बोचरा वारा सुटला होता. तो कप्तानाची बोट पाहू लागला. पर्सी खूप आनंदात होता. पण त्याच वेळी त्याचा भीतीनं थरकापही उडाला होता.

त्यानं त्याच्या मोहिमेसाठी भाड्यानं घेतलेल्या बोटीवर नजर टाकली. ती बोट किनारा सोडून फारशी दूर गेली असेल, असं त्याला वाटेना. उत्तर समुद्राच्या मध्यभागी ती जाणं तर शक्यच वाटत नव्हतं, पण त्याच्या वडील आणि आजोबांच्या प्रतिमा डोळ्यांसमोर येताच त्याचा निश्चय आणखीनच दृढ झाला.

पाचला एक मिनिट असताना कॅप्टन आणि त्याचे सहकारी हजर झाले. त्यांच्या अंगावर कालचाच पोशाख होता. ते पबमधून थेट इथेच आलेत की काय, अशी पर्सीला शंका आली. ते लटपटत चालत होते. आता ही खलाशांची नेहमीची चाल होती की, स्कॉटिश लोकाचं गाजलेलं मद्यपान?

कॅप्टननं पर्सीला एक नाटकी सलाम ठोकून हात पुढे केला. पण तो शेकहँडसाठी नव्हता, तर पैसे घेण्यासाठी होता. पर्सीनं त्याला चारशे पौंड दिले आणि मगच कॅप्टननं त्याच्या सहकाऱ्यांना पर्सीचं सामान बोटीवर चढवण्याचा हुकूम दिला. पर्सीची ट्रंक चांगलीच वजनदार असल्याचं पाहून त्यांना आश्चर्य वाटलं. पर्सीही बोटीवर आला, पण त्यानं तो बांबू मात्र हातचा सोडला नाही.

कॅप्टननं नकाशा बारकाईनं पाहून त्या ठिकाणाची खात्री करून घेतली आणि बंदर सोडलं. "मला वाटतं, आपल्याला तिथं पोचायला एक दिवस आणि एक रात्र लागेल." कॅप्टन म्हणाला, "तेव्हा आता तुम्ही आडवं झालेलं बरं. कारण बंदरापासून लांब गेल्यावर बोट चांगलीच हेलकावे खाणार आहे."

बंदरावरचा दीपस्तंभ ओलांडून पुढे गेल्यावर पर्सीला लगेचच कॅप्टनच्या बोलण्याची प्रचीती आली. सकाळी भरपेट नाश्ता केल्याचा त्याला पश्चात्ताप होऊ लागला. बोट लागून त्याला सारख्या उलट्या सुरू झाल्या. तो पूर्ण दिवस आणि ती रात्र पर्सी कठड्यावर रेलून उलट्या करत होता. रात्रीचं जेवणही त्यानं नाकारलं.

पुढचे तीस तास ही बोट बुडावी किंवा आपल्याला कुणीतरी समुद्रात ढकलून द्यावं, असं पर्सीला सारखं वाटत होतं. अखेर खलाशांपैकी एकजण ओरडला, "पाहा, जमीन दिसतेय." पण क्षितिजाजवळ दिसणाऱ्या बेटाजवळ पोचेपर्यंत आणखी बराच वेळ गेला.

पर्सीला आनंदानं अगदी जल्लोष करावासा वाटला; पण त्याच्या तोंडून शब्द फुटेना. बेटावर उतरण्याजोगी जागा शोधण्यासाठी त्यांनी बेटाला प्रदक्षिणा घालायला सुरुवात केली. पण भलेमोठे खडक आणि उंच कडे यांशिवाय त्यांना

तिथं काही आढळले नाही. पर्सी मान खाली घालून मटकन खाली बसला. या मोहिमेचाही त्याच्या कारकिर्दीप्रमाणेच शेवट होणार होता. पण तेवढ्यात कॅप्टनला एक लहानशी खाडी आणि सपाट किनारा दिसला.

त्या अनुभवी खलाशांनी पर्सीला त्याच्या सामानासकट बेटावर उतरवलं. कॅप्टनचा निरोप घेण्यापूर्वी पर्सी म्हणाला, "जर बरोबर एक्याण्णव दिवसांनी तू मला मुख्य प्रदेशावर परत घेऊन गेलास, तर एक हजार पौंड तुला मिळतील."

कॅप्टनची प्रतिक्रिया त्याला अपेक्षितच होती. त्यामुळे त्यानं आधीच त्याच्या हातावर दोनशे पौंड ठेवले, आणि 'बॉनी बेल'ला फोर्सडाईक बेटावर घ्यायला परत येण्याची नेमकी तारीख त्याला सांगितली.

"पण जर तू एक्याण्णव दिवसांच्या एक दिवस जरी आधी आलास, तरी छदामही मिळणार नाही." पर्सीनं बजावलं. पण त्याचं स्पष्टीकरण मात्र दिलं नाही.

कॅप्टननं खांदे उडवले. या तऱ्हेवाईक इंग्रजाचे हेतू समजावून घेण्याचे प्रयत्न त्यानं कधीच सोडून दिले होते. पण पैसे हातात आल्यावर त्यानं पुन्हा एकदा सलाम ठोकला. खलाशी परतले आणि इंग्लंडच्या किनाऱ्यापासून दीडशे मैलांच्या कायदेशीर सीमेच्या आत आल्यावर त्याचं नेहमीचं काम सुरू झालं.

पर्सी पाय फाकवून उभा राहिला. तीस तासांच्या प्रवासानंतर अजूनही ते संपूर्ण बेट हेलकावे खात असल्याचा त्याला भास होत होता. बोट दिसेनाशी होईपर्यंत तो हलला नाही.

मग त्यानं त्याचं सामान ओढत एका उंचवट्यावर नेलं आणि तंबू उभारण्यासाठी योग्य अशी जागा तो शोधू लागला. पण सतत घोंघावणारा वारा आणि पावसाच्या सरी यांमुळे त्याचं काम अवघड होत होतं.

अखेर त्याला बेटावरच्या सर्वांत उंच भागात एक सपाट मैदान दिसलं. तिथंच एका कपारीच्या आड एक गुहा सापडली. त्याचा तो पूर्ण दिवस त्याच्या नवीन घरात बस्तान बसवण्यात गेला.

त्या पहिल्या रात्री डब्यातले बीन्स आणि पिशवीतले दूध असं जेवण करून तो बरोबर आणलेल्या स्लीपिंग बॅगमध्ये शिरला. आणि अशा तऱ्हेनं फोर्सडाईक बेटावरची ती पहिली रात्र पार पडली. त्याला होरॅशियोची आठवण झाली.

एका लहान, निर्जन बेटावर नव्वद दिवस एकाकी काढणं, म्हणजे कुणासाठीही चिकाटीची परीक्षा पाहणारीच गोष्ट होती. पण परराष्ट्र खात्याच्या तळघरात तीस वर्षं काढणाऱ्या पर्सीला त्याचं विशेष काही वाटलं नाही. उलट, त्याच्या पूर्वजांच्या

दृष्टीनं यामुळे त्याचं व्यक्तिमत्त्व आणखी कणखरच होणार होतं.

त्याचा पहिला पूर्ण दिवस ट्रंकेतलं सामान काढून व्यवस्थित लावण्यात गेला. बरोबर आणलेलं अन्न त्यानं गुहेच्या सर्वांत थंड भागात ठेवलं आणि बाकीचं सामान व्यवस्थितपणे रचून ठेवलं.

गेले कित्येक आठवडे विचार करून त्यानं त्याचा बेटावरचा दिनक्रम आखला होता. उठल्यावर कॉर्नफ्लेक्स, उकडलेलं अंडं आणि चहा असा नाश्ता झाल्यावर तो रेडिओवरच्या बातम्या ऐकत असे. मग निसर्गानं साथ दिल्यास बेटाच्या उंचवट्यावर खोदकाम, दुपारी जेवण आणि वामकुक्षी. पर्सीला उन्हाचं वावडं नव्हतं; पण दमल्यामुळे तो लगेच बाहेर पडत नसे. दुपारी जाग आल्यावर तो त्याच्या साम्राज्याचा प्रत्येक कानाकोपरा पालथा घालत असे. सूर्यास्तानंतर पुन्हा हॅम आणि बीन्सचं जेवण. मात्र आपलं पाककौशल्य मर्यादित असल्याबद्दल त्याला खंतही वाटू लागली होती.

रात्री दहाच्या बातम्या ऐकल्यावर मेणबत्तीच्या प्रकाशात शेक्सपीयर वाचण्यात त्याचा वेळ जायचा. मात्र झोपण्यापूर्वी डायरीमध्ये दिवसाच्या नोंदी करणं चुकायचं नाही. कारण हा सर्व पुरावा त्याला परराष्ट्र खात्यापुढे सादर करायचा होता.

त्या नव्वद दिवसांच्या एकांताची निवड पर्सीनं काळजीपूर्वक केली होती. त्यानं इंग्लंड-ऑस्ट्रेलिया यांच्यामधल्या पाच कसोटी आणि सात एक दिवसीय सामन्यांची बॉल-न्-बॉल कॉमेंट्री ऐकली. रेडिओवर दर आठवड्याला तेरा नाटकं आणि 'द आर्चर्स'चे चौसष्ट भाग ऐकले. बागकामावरचे कार्यक्रम ऐकणं मात्र बंद केलं. कारण त्या एकाकी बेटावर त्याचा काय उपयोग?

त्याच्या मांजराला बरोबर न आणू शकल्यामुळंही त्याला खंत वाटत होती. अर्थात उबदार किचनमधून या थंडी-वाऱ्यात येणं होरॅशिओला रुचलं नसतंच. पण त्यानं त्याच्या हाउसकीपरला त्याला वेळेवर जेवण द्यायला बजावलं होतं.

पर्सीजवळ नव्वद दिवस सहज पुरेल एवढा अन्नपाण्याचा साठा होता. आणि इंग्लंडला परतण्यापूर्वी पुन्हा एकदा शेक्सपीयर संपूर्ण वाचण्याचा त्याचा निश्चय होता.

पहिला महिना संपेपर्यंत त्याची एखाद्या नाटकात काम करण्याइतकी तयारी झाली होती.

पण रोजच्या उपयोगाची गोष्ट म्हणजे तो त्याच्याजवळच्या टोकदार काठीनं मासेमारी करायला शिकला. नेमकं सांगायचं, तर त्यानं माशाची पहिली शिकार एकोणचाळिसाव्या दिवशी केली. आता तो स्वत:ला तिथला रहिवासी म्हणवून

घेऊ शकत होता.

त्रेसष्टाव्या दिवशी त्यानं बेटावरच्या सर्वांत उंच भागात पाच फूट खोल खड्डा खणून पूर्ण केला. पण त्या वेळी एका अनपेक्षित अडचणीवर त्याला मात करावी लागली. तो खड्डा पाण्याने भरलेला असे. कारण पावसाविना एकही दिवस जायचा नाही. आणि रोज काम पुढे सुरू करण्याआधी त्याला ते पाणी प्लॅस्टिक मगनं उपसावं लागे. मग त्यानं मोठमोठे दगड गोळा करून खड्ड्याच्या बाजूनं लावले.

एकोणनव्वदाव्या दिवशी पर्सीनं त्याचा दहा फुटी बांबू त्या उंचवट्यावर समुद्रसपाटीपासून २२७ फूट नेला. मग गुहेत परत येऊन स्त्रियांसाठी असलेला कार्यक्रम ऐकला. गेल्या तीन महिन्यांत त्याला स्त्रियांबद्दल बरीच माहिती मिळाली होती. दुपारी त्यानं बुटांना पॉलिश केलं. शर्ट स्वच्छ धुतला आणि ब्रिटनच्या राणीसाहेबांच्या वतीनं तो देणार असलेलं भाषण त्यानं पाठ केलं.

त्या रात्री तो लवकर झोपला; कारण दुसऱ्या दिवशीच्या समारंभासाठी त्याला ताजंतवानं राहायचं होतं.

२३ सप्टेंबर २००९ या दिवशी पर्सी सूर्योदयापूर्वीच उठला. त्यानं हलका नाश्ता केला. रेडिओवर जिम नॉटी आणि कॅमेरॉन यांची चर्चा चालू होती. निवडणुकीपूर्वी तीनही पक्षप्रमुखांनी टीव्हीवर परिसंवादासाठी एकत्र यावं का, हा त्या चर्चेचा विषय होता. पर्सीला ब्रिटिश परंपरेला न साजेशी ही कल्पना मुळीच पसंत नव्हती.

नऊ वाजता त्यानं स्वच्छ दाढी केली (आणि अनेक ठिकाणी गाल कापून घेतले). त्यानंतर आता फारसा पांढरा न राहिलेला शर्ट, थ्री-पीस सूट, शाळेचा टाय, चमकणारे बूट असा पेहराव करून सज्ज झाला. असा हा वेष त्यानं तीन महिन्यांत केला नव्हता.

जेव्हा पर्सी रेडिओ घेऊन त्याच्या गुहेबाहेर पडला, तेव्हा स्वच्छ निळ्याशार आकाशात सूर्य तळपताना पाहून त्याला आनंदाश्चर्याचा धक्का बसला. त्यानं टेकडीवर खणलेल्या खड्ड्यातही पाण्याचा टिपूस नव्हता. देव नक्कीच इंग्रज असला पाहिजे.

सकाळचे दहा वाजून सव्वीस मिनिटं झाली होती. कायद्यानुसार सर्व सोपस्कार पार पाडायला अजून अवकाश होता. बाजूलाच बसून त्यानं 'पाचवा हेन्री' नाटकातला त्याचा आवडता संवाद घोकला; मधूनच तो घड्याळाकडे नजर टाकत होता.

बरोबर अकरा वाजता पर्सीनं त्या बांबूचं एक टोक त्या खड्ड्यात रोवलं. बाजूनं दगड टाकून तो बांबू बसवायला त्याला चाळीस मिनिटं लागली. ते काम

पार पडल्यावर तो दमून जमिनीवरच बसला. थोडी विश्रांती घेतल्यावर त्यानं रेडिओ सुरू केला. बिगबेन घड्याळाचे बारा टोल पडेपर्यंत त्याला थांबावं लागलं. तोपर्यंत सूर्य माथ्यावर आला होता. बारा वाजून एक मिनिटाने पर्सी ताठ उभा राहिला. त्यानं ब्रिटनचा युनियन जॅक फडकावला आणि १७६२च्या कायद्यानुसार अनिवार्य असलेली वाक्य उच्चारली- ''मी या सार्वभौम प्रदेशावर ब्रिटनच्या राणीसाहेब दुसऱ्या एलिझाबेथ यांच्या वतीनं हक्क सांगत आहे. मी त्यांचा अधिकार मान्य करत आहे.'' मग त्यानं राष्ट्रगीत म्हणून घोषणा दिल्या.

हा समारंभ यथासांग पार पडल्यावर त्यानं गुडघे टेकून ब्रिटिश साम्राज्याची सेवा करण्याची संधी दिल्याबद्दल ईश्वराचे आणि पूर्वजांचे आभार मानले.

मग मात्र त्यानं डोळ्याला दुर्बीण लावली आणि दूरवर समुद्रात त्याला न्यायला येणाऱ्या बोटीचा शोध घ्यायला सुरुवात केली. तासागणिक तो 'बॉनी बेल', कॅप्टन कॅम्पबेल आणि त्याचे सहकारी कुठे असतील, या विचारानं बेचैन होऊ लागला. ते त्याचे पैसे पबमध्ये उडवत तर बसले नसतील ना, या भीतीनं त्याला घेरलं.

त्या संध्याकाळी ब्रिटिश साम्राज्याच्या या भागावर सूर्य मावळल्यानंतर त्यानं त्याचा आहार निम्म्यावर आणला. आता उरलेलं आयुष्य फोर्सडाईक बेटावरच काढावं लागणार आणि आपल्या या यशस्वी कामगिरीची कुणीही दखल घेणार नाही, या विचारानं त्याची झोप उडाली.

दुसऱ्या दिवशी ब्रेकफास्ट आणि रेडिओवरच्या बातम्या यांना फाटा देऊन तो थेट टेकडीवर गेला. तिथे अजूनही युनियन जॅक फडकताना पाहून तो खूश झाला.

पुन्हा त्यानं डोळ्यांना दुर्बीण लावून समुद्रावरून नजर फिरवली. आणि त्याला दूरवर लाटांमधून मार्ग काढत त्या बेटाच्या दिशेनं येणारी बोट दिसली. पर्सी सहसा भावनांचं प्रदर्शन करत नसे; पण आता मात्र तो आनंदानं अक्षरश: नाचला. तो धावतच गुहेत परतला. त्याची बॅग आणि त्याचा दावा सिद्ध करणारा सर्व पुरावा गोळा करून तो किनाऱ्यावर आला. ट्रंक आणि बाकी सामान त्यानं गुहेतच राहू दिलं. तो खरंच नव्वद दिवस त्या बेटावर होता, हे सिद्ध करायला त्यामुळे मदत होणारी होती.

अखेर तीन तासांच्या प्रतीक्षेनंतर ती बोट त्या अघोषित राजदूताला पुन्हा इंग्लंडला नेण्यासाठी बेटावर पोचली.

फोर्सडाईकसाहेब त्या बेटावर एक्याण्णव दिवस का राहिले, यात कॅप्टन कॅम्पबेलला काडीचाही रस दिसला नाही. त्यानं पर्सीला विश्रांतीसाठी केबिनमध्ये सोडलं. परतीच्या प्रवासातही त्याला बोट लागून सतत उलट्या होत होत्या. पण त्याचं हृदय मात्र आनंदानं उचंबळत होतं.

ते सर्वजण धक्क्यावर परत येताक्षणी जवळच्या बँकेत गेले. पर्सीनं बँकेतून आठशे पौंड काढून कॅम्पबेलला दिले. पण त्यापूर्वी त्यानं त्याची आणि त्याच्या मुख्य सहकाऱ्यांची एका पत्रावर सही घेतली. त्यात लिहिलं होतं की, त्यांनी पर्सीला २५/६/२००९ या दिवशी फोर्सडाईक बेटावर सोडलं आणि २४/९/२००९ रोजी पुन्हा मुख्य प्रदेशावर आणलं. बँक मॅनेजरनं त्या पत्रावर साक्षीदार म्हणून सही केली.

पर्सी टॅक्सीनं विक स्टेशनवर आला आणि तिथून इव्हरनेस आणि पुढे लंडन असा प्रवास त्यानं पूर्ण केला. ट्रेनच्या खडखडाटामुळे त्याला त्या अरुंद बर्थवर झोप लागली नाही. ब्रेकफास्टला मिळालेले मासेही बहुधा तो येण्याच्या काही दिवस आधीच समुद्रातून आणलेले वाटत होते. युस्टनला पोचेपर्यंत तो पार थकून गेला होता. भूकही सपाटून लागली होती. त्यातच लंडनला त्याला टॅक्सीसाठी लांबलचक रांगेत उभं राहावं लागलं.

घरी आल्यावर तो थेट त्याच्या अभ्यासिकेत गेला, टेबलाच्या कप्प्यातून त्यानं त्याचं टाचण आणि १७६२ सालच्या प्रादेशिक समझोता कायद्याची प्रत ठेवलेलं पाकीट काढलं, त्यानं पाकिटात दोन नकाशे, त्याची डायरी आणि कॅप्टन कँपबेलचं प्रतिज्ञापत्र घालून पाकीट सील केलं आणि त्यावर ठळक अक्षरात 'फॉर युवर आइज ओन्ली' असं ठळक अक्षरांत लिहिलं.

पर्सी स्वप्नपूर्तीसाठी कितीही अधीर झालेला असला, तरी होरॅशियोचा निरोप घ्यायला तो विसरला नाही. "मी ते जमवलं होरॅशियो, मी ते जमवलं!" पर्सी त्याच्या कानात कुजबुजला. मग त्यानं घराचा मुख्य दरवाजा बंद करून टॅक्सी पकडली. '१९ परराष्ट्र कार्यालय' टॅक्सीच्या मागच्या सीटवर बसता-बसता तो म्हणाला.

टॅक्सी किंग चार्लस स्ट्रीटवर थांबली. "इथेच थांबा. मिनिटाभरात आलोच." त्यानं टॅक्सीवाल्याला सांगितलं.

तिथल्या रखवालदाराला तो आधी रस्त्यावरचा भटका माणूसच वाटला. मि. फोर्सडाईकची ओळख पटायला त्याला काही क्षण लागले.

पर्सी त्याच्या हातात पाकीट देऊन म्हणाला, "हे आत्ताच्या आत्ता, सर नायजेल हेंडरसन यांच्याजवळ दे."

"होय, मि फोर्सडाईक." तो पर्सीला सलाम ठोकत म्हणाला. परतीच्या वाटेवर तो त्याचं आवडतं गाणं गुणगुणत होता.

घरी आल्यावर आधी त्यानं होरॅशियोला खायला घातलं. संध्याकाळच्या बातम्या ऐकायला टी. व्ही. लावला. त्याच्या कामगिरीची बातमी एवढ्यात येणार नव्हती. पण लवकरच परराष्ट्रमंत्री किंवा कदाचित स्वत: पंतप्रधानसुद्धा संसदेत

ही घोषणा करतील, अशी आशा तो बाळगून होता. रात्री बिछान्यात शिरताक्षणी त्याला गाढ झोप लागली.

दुसऱ्या दिवशी दुपारी सर नायजेल यांचा फोन आल्यावर पर्सीला आश्चर्य वाटलं नाही; पण त्यांच्या बोलण्याचं मात्र वाटलं.

"गुड आफ्टरनून, पर्सी!" सर नायजेल म्हणाले, "तुला शक्य होईल तितक्या लवकर तू परराष्ट्र सचिवांना भेटावसं, अशी त्यांची इच्छा आहे."

"जरूर!" पर्सी म्हणाला.

"छान! मग उद्या सकाळी अकरा वाजता जमेल?"

"नक्कीच." पर्सी म्हणाला.

"उत्तम! मग मी सकाळी गाडी पाठवतो. आणि हो, तू पाठवलेली कागदपत्रं दुसऱ्या कुणी पाहिली नाहीत ना?"

"नाही, सर नायजेल. ती माझ्या हस्ताक्षरांत आहेत. त्यामुळे तुमच्याजवळ आहे, तीच एकमेव प्रत."

"हे ऐकून आनंद झाला." सर नायजेल म्हणाले, आनंदाचं कारण मात्र त्यांनी सांगितलं नाही. फोन बंद झाला.

सकाळी साडेदहा वाजता पर्सी सरकारी गाडीतून व्हाइट हॉल इथल्या परराष्ट्र कार्यालयात हजर झाला. विजय साजरा करण्याच्या अपेक्षेनं त्यानं त्याचा खास सॅव्हिल रो सूट, पांढराशुभ्र शर्ट, शाळेचा टाय असा पोशाख चढवला होता.

तिथे प्रवेश करताना पर्सीला नेहमीच आनंद होत असे; पण आज त्याला आत नेण्यासाठी एक खास कारकून उभा असल्याचं पाहून त्याला सन्मान झाल्यासारखं वाटलं. तो प्रत्येक क्षणाचा आनंद घेत तिथला संगमरवरी जिना चढून वर गेला. जिन्याच्या बाजूच्या भिंतीवर कॅसलरीप, कॅनिंग, पामरस्टन, सॉलिस्बरी यांची पोर्ट्रेट्स होती. वरच्या मजल्यावर स्टुअर्ट, डग्लस, कॅलॅहन, कॅरिंग्टन, हर्डकूक यांच्या तसबिरी होत्या.

ऑफिससमोर पोचल्यावर त्या कारकुनानं हळूच दार ठोठावलं. पर्सी आत आला. परराष्ट्रसचिव आणि सर नायजेल त्याची वाटच पाहत होते.

"वेलकम बॅक, पर्सी!" एखाद्या जुन्या मित्राचं स्वागत करावं तसं ते म्हणाले. प्रत्यक्षात त्यांची भेट यापूर्वी एकदाच, पर्सीच्या निरोप समारंभाच्या वेळी झाली होती. "चल, शेकोटीजवळ बसूनच बोलू. आपण ॲशेस सीरीज

झकास जिंकली ना? पण तुला पाहता आली नसेल.''

''मी रेडिओवर संपूर्ण कॉमेंटरी ऐकली. उत्तम सीरीज झाली.'' पर्सी आरामात बसत म्हणाला, तेवढ्यात कॉफी आली.

''हं, वेळ जायला मदत झाली असेल.'' सर नायजेल म्हणाले.

''पर्सी, मी कालच तुझा रिपोर्ट वाचला. केवळ अप्रतिम!'' ते सरळ मुद्द्यावर आले. ''आणि १७६२च्या कायद्यातली विसंगती नेमकी हेरल्याबद्दल तुझं अभिनंदन! आमच्याही नजरेतून ती सुटली होती.''

''आणि तीही २०० वर्षं!'' सचिव म्हणाले ''तुझा पूर्ण अहवाल वाचल्यावर सर नायजेलनी मला फोन करून सविस्तर माहिती दिली. मी थेट पंतप्रधानांचा भेट घेऊन त्यांना तुझ्या कामगिरीची माहिती दिली. ते खूश झाले. त्यांच्या वतीने तुझं अभिनंदन!''

पर्सीच्या चेहऱ्यावर समाधान झळकलं. ''थँक यू.'' तो म्हणाला. माझ्यातर्फेही त्यांना शुभेच्छा हे शब्द त्याने आवरले.

''पंतप्रधानांनी तुझा निर्णय विचारलाय.'' ते पुढे म्हणाले.

''माझा निर्णय?'' आता पर्सी काहीसा अस्वस्थ झाला.

''हो.'' सर नायजेल म्हणाले, ''एक अडचण निर्माण झालीय आणि ती तुला सांगणं आवश्यक आहे.''

१७६२च्या प्रादेशिक समझोता कायद्याविषयी कोणत्याही प्रश्नाचं उत्तर द्यायला पर्सी सज्ज होता.

सर नायजेल म्हणाले, ''पर्सी, एक गोष्ट ऐकून तुला आनंद होईल. लॉर्ड चॅन्सेलर यांनी ग्वाही दिली आहे की, तुझा दावा योग्यच आहे आणि कोणत्याही आंतरराष्ट्रीय कोर्टात तो ग्राह्य मानला जाईल.'' पर्सी काहीसा निवळला. ''आणि तू हा दावा पुढे रेटलास तर फोर्सडाईक बेट हे नक्कीच ब्रिटिश साम्राज्यात समाविष्ट होईल. तुझे मूल्यमापन अगदी योग्य आहे. तू तिथे नव्वद दिवस वास्तव्य केलंस, आणि त्या काळात अन्य कोणत्याही व्यक्तीनं किंवा देशानं त्यावर हक्क सांगितला नाही. त्यामुळे त्या बेटावर तुझा हक्क आणि पर्यायानं ब्रिटिश कायदा लागू होतो. म्हणजे सहा महिन्यांच्या आत मंजुरी मिळाली तर. अर्थात मला बरोबर आठवत असेल, तर १७६२चा असाच कायदा आहे ना?''

शब्दन् शब्द अचूक; पर्सीच्या मनात आलं. तो परराष्ट्र सचिवांकडे वळून म्हणाला, ''याचा अर्थ असा की, त्या बेटाच्या दीडशे मैल त्रिज्येपर्यंत आपल्याला मासेमारीचा हक्क तर मिळतोच; पण त्या भागातले तेलाचे साठेही आपल्या मालकीचे होतात. आपली संरक्षणसिद्धता वाढते ती वेगळीच.''

''आणि ही कहाणी इथेच लटकत राहते.'' सचिव म्हणाले.

शेक्सपीयरच्या चारपैकी कोणत्या नाटकातलं वाक्य ते बोलताहेत हे पर्सीला कळेना. तो म्हणाला. "पण माझी खातरी आहे की, मी ब्रिटिश सरकारच्या वतीनं केलेल्या दाव्याला राष्ट्रसंघात नक्कीच मंजुरी मिळेल."

"अगदी खरंय तुझं;" सर नायजेल म्हणाले, "पण परराष्ट्रखात्याला याचा जास्त व्यापक दृष्टिकोनातून विचार करावा लागतो. आणि त्याचे संभाव्य परिणाम लक्षात घ्यावे लागतात." ते दोघे उठून टेबलाजवळ गेले. तिथं एक भला मोठा पृथ्वीचा गोल ठेवला होता.

सर नायजेलनी तो गोल फिरवून पॅसिफिक महासागरातल्या एका ठिपक्यावर बोट ठेवलं. "जर रशियानं या बेटावर हक्क सांगितला, तर अमेरिकेसाठी क्यूबापेक्षाही मोठी डोकेदुखी निर्माण होईल." त्यांनी पुन्हा तो गोल फिरवला आणि चीनच्या दक्षिणेकडच्या समुद्रातल्या एका निनावी बेटावर बोट ठेवलं.

"कोणत्याही देशानं यावर हक्क सांगितला, तर चीन आणि जपान यांच्यात युद्धाचा भडका उडेल."

त्यांनी तो गोल पुन्हा फिरवून मृत समुद्रावर बोट ठेवलं. "इस्रायलला या कायद्याबद्दल कळू नये, अशी आपण प्रार्थना करू. कळलं तर मध्यपूर्वेतल्या शांतता वाटाघाटी फिस्कटतील."

पर्सी अवाक् झाला. त्याला त्याच्या पूर्वजांचं नाव उज्ज्वल करायचं होतं आणि त्यांच्याप्रमाणेच परराष्ट्रखात्यात मोलाची सेवा करायची होती; पण झालं भलतंच! पुन्हा एकदा त्याच्यामुळे घराण्याची आणि तो ज्यावर जीवापलीकडे प्रेम करत होता, त्या मायदेशाची अवस्था विचित्र होणार होती.

सचिव त्याच्या खांद्यावर हात ठेवत म्हणाले, "जर तू तुझा अहवाल सरकारी दफ्तरात जमा केलास आणि ही भेट झाल्याचं विसरून गेलास, तर पंतप्रधान आणि राणीसाहेब तुझे सदैव ऋणी राहतील."

"जरूर, सर!" पर्सी मान झुकवून म्हणाला.

काही मिनिटांतच तो बाहेर पडला. पुन्हा त्यानं फोर्सडाईक बेट हा विषय होरॅशियो सोडून अन्य कुणाजवळही काढला नाही; पण यदाकदाचित उत्तर समुद्रात भरकटलेल्या एखाद्या वाटसरूला तो युनियन जॅक दिसला तर...

एक जानेवारी २०१० रोजी नवीन वर्षाचे पुरस्कार जाहीर झाले. पर्सीला 'सर' या किताबानं गौरवण्यात आलं होतं.

सर पर्सिव्हल आर्थर क्लॅरेन्स फोर्सडाईक!

आयरिश नशीब *

ही कहाणी एका आयरिश माणसाची नसती, तर तिच्यावर कुणीही विश्वास ठेवला नसता.

लायाम केसीचा जन्म कॉर्कचा. भांड्याकुंड्यांना कल्हई व डाग देणाऱ्या एका कारागिराचा तो मुलगा होता. त्याच्या चाणाक्ष वडिलांकडून त्याला एक कानमंत्र मिळाला होता; तो म्हणजे एखाद्या शहाण्या माणसाला चार पैसे कमवायला दिवसभर राबावं लागतं; पण एखादा मूर्ख तेच पैसे क्षणात गमावतो.

लायामनंही त्याच्या आयुष्यात दहा कोटी पौंड कमावले. पण वडिलांचा इशारा लक्षात असूनही ते त्याने काही मिनिटांत गमावलेदेखील.

शाळेतून बाहेर पडल्यावर तो कॉलेजमध्ये जायच्या भानगडीत पडला नाही. तो त्याच्या मित्रांना सांगे की, त्याला खऱ्या जगात उडी घ्यायची आहे. एक गोष्ट त्याला लवकरच कळून चुकली; ती म्हणजे उज्ज्वल भवितव्याच्या शिडीची पायरी चढण्यापूर्वी जीवनाच्या विद्यापीठाची पदवी घ्यावी लागते. त्यानं अनेक किरकोळ कामं करून पाहिली. कुठे पेट्रोल पंपावरच्या मदतनिसाचे काम, कधी बस कंडक्टरचे, तर कधी घरोघरी जाऊन विश्वकोश विकण्याचा उद्योग. अखेर तो हॅम्टन्स या प्रसिद्ध इंग्लिश इस्टेट एजंटाच्या ऑफिसमध्ये शिकाऊ उमेदवार म्हणून रुजू झाला. त्याच्या आयर्लंडमध्ये अनेक शाखा होत्या.

पुढच्या तीन वर्षांत त्यानं एखाद्या व्यावसायिक किंवा निवासी प्रॉपर्टीची किंमत ठरवणं, भाडं ठरवणं, वसुली करणं आणि एखादा व्यवहार पूर्ण करताना स्वत:चा फायदा पदरात पाडून घेऊनही गिऱ्हाईक न गमावणं, या गोष्टी आत्मसात केल्या. कंपनीच्या मॅनेजरनं त्याला एक कानमंत्र दिला : 'प्रत्येक माणूस आयुष्यात सरासरी पाच वेळा घर बदलतो. त्यामुळे त्याचा विश्वास संपादन करणं महत्त्वाचं असतं.'

त्यावर लायामनं शेरा मारला, ''मला जेम्स जॉईसचा एजंट व्हायला आवडेल.''

''का?'' मॅनेजरनं गोंधळून विचारलं.

''कारण त्यानं आयुष्यात शंभराहून अधिक वेळा घर बदललं.'' लायाम म्हणाला. पण त्याला जॉईसबद्दल एवढीच माहिती होती.

इंग्लिश कंपनीत काम करताना आणखी एक गोष्ट लायामनं हेरली. तुम्ही जर आयरिश हेल काढून बोललात आणि तुमचं वागणं-बोलणं आकर्षक असेल, तर इंग्रज तुम्हाला कमी लेखण्याची चूक करतात; जी ते गेली हजारो वर्षं करत आले आहेत.

आणखीही एक महत्त्वाचा धडा तो शिकला, जो कोणत्याही विद्यापीठात तुम्हाला शिकवला जाणार नाही. तो म्हणजे एखादा किरकोळ काम करणारा माणूस आणि बॅकिंग क्षेत्रातला बडा माणूस यांच्यात एकच फरक असतो; तो म्हणजे खेळत्या भांडवलाची रक्कम. पण त्याचा उपयोग कसा करायचा, हे त्याला मॅगी मॅकब्राईडशी भेट झाल्यावरच कळलं.

लायाम देखणा होता. कंपनीसाठी उत्तम होता. पण किरकोळ उद्योग करणाऱ्या कामगाराचा मुलगा मॅगीला नवरा म्हणून शोभला नसता. परंतु जेव्हा लायामनं तिला स्पेनच्या मायोर्का बेटावर सुट्टीसाठी येण्याबद्दल विचारलं, तेव्हा मात्र तिला त्याच्यात रस वाटू लागला.

अलाईड आयरिश बँकेच्या त्याच्या खात्यात बेताचीच रक्कम होती. त्यात नैर्ऋत्य किनाऱ्यावरच्या मॅगलफ रिसॉर्टमध्ये काही दिवस काढणं परवडण्यासारखं होतं. दर वर्षी तीन महिने तो किनारा ब्रिटिश पर्यटकांनी गजबजून जात असे.

'वन-स्टार' हॉटेलमध्ये उतरायला मॅगी नाखूशच होती. त्याच्या खोलीत एकच डबलबेड होता. मॅगीनं त्याला एक गोष्ट सांगितली, ती म्हणजे ते सुट्टीला बरोबर आलेले असले तरी ते एकाच खोलीत झोपतील, या भ्रमात त्यानं राहू नये. लायामला त्याचं बजेट ताणून आणखी एक खोली घ्यावी लागली. पण त्यातून तो आणखी एक धडा शिकला. कोणत्याही करारावर सही करण्यापूर्वी तो बारकाईनं वाचा!

दुसऱ्या दिवशी ते स्विमिंग ड्रेस घालून एका गजबजलेल्या बीचवर लोळत पडले होते. उन्हामुळे मिनिटागणिक त्यांच्या शरीरावर लालसर मुलामा चढत होता. त्याला त्याच्या आईचे शब्द आठवले : जगातली सर्वांत हिरवीगार हिरवळ आणि गोरीपान कांती तुम्हाला आयर्लंडमध्येच सापडेल. आज त्याला या वाक्याच्या उत्तरार्धाचा अर्थ उमगला.

दुसऱ्या दिवशीही मॅगीच्या बाबतीत त्याची काही प्रगती होईना, तेव्हा मात्र त्याला तिला बरोबर घेऊन आल्याचा पश्चात्ताप होऊ लागला. पण त्याला एक वेगळीच गोष्ट समजली. तिथे आलेल्या हजारो इंग्लिश बायकांचा उद्देश एकच

होता. आणि त्यासाठी एक देखणा आयरिश तरुण हजर होता.

डॉकॅस्टरमध्ये एका मुलीशी गप्पा मारताना ती म्हणाली, "तू चांगलाच लालबुंद झालायंस." शरीर लाल झाल्यामुळे त्याला ती पूर्ण रात्र पालथं झोपून काढावी लागली. त्याला हलता येत नव्हतं. पण त्यामुळे त्याची मैत्रीण चांगलीच नाराज झाली.

दुसऱ्या दिवशी लायामनं अंगभर सनस्क्रीन मलम चोपडलं. फुलपँट आणि पूर्ण बायांचा शर्ट चढवला आणि पामा गावात जाणारी बस पकडली. ते मॅगॅलफसारखंच गाव असेल, अशी त्याची समजूत होती.

पण ते मध्ययुगीन गाव पाहून तो अगदी चकितच झाला. रुंद रस्ते, कडेला पामची झाडं, फुलांचे ताटवे, बाजूला चिंचोळ्या गल्ल्या आणि त्यांतली सुंदर टुमदार रेस्टॉरंट्स पाहून त्याला वेगळ्याच देशात आल्याचा भास झाला.

तिथे हिंडताना तो आपसूक इस्टेट एजंटांच्या पाट्या पाहू लागला. तिथल्या घरांच्या किमती कॉर्कच्या तुलनेत खूपच कमी असल्याचं पाहून त्याला आश्चर्य वाटलं. आणि बँका ऐंशी ते नव्वद टक्के कर्ज देत असल्याचं पाहून तर तो थक्कच झाला.

त्याच्या मनात शेकडो प्रश्न निर्माण झाले. एखाद्या ऑफिसमध्ये जाऊन त्यांची उत्तरं मिळवावीत, असं त्याला वाटलं. पण त्याला स्पॅनिश भाषेचा गंधही नव्हता. त्यामुळे बाहेर लावलेल्या अनेक देखण्या इस्टेटींची चित्रं पाहण्यातच त्याला समाधान मानावं लागलं. मॅगॅलफला परतण्याच्या विचारात असतानाच त्याला अचानक एक चिरपरिचित हिरवा-केशरी-पांढरा झेंडा दिसला. आयरिश तिरंगा! दुकानावर पाटी होती : पॅट्रिक ओ'डोनोव्हॅन इंटरनॅशनल रियल इस्टेट कंपनी.

लायाम बिनधास्त दार ढकलून आत गेला. तिथल्या उत्तम पोशाख केलेल्या बाईनं मान वर करून त्याच्याकडे पाहिलं. तिथे एक वयस्कर माणूसही होता. वाढलेली दाढी, मळकट जीन्स आणि टी-शर्ट असा त्याचा अवतार होता. त्यानं टेबलावर टाकलेले पाय खाली घेतले आणि त्याच्याकडे पाहून हसला.

"मला विचारायचं होतं की..." लायामानं सुरुवात केली.

"आयरिश बंधू!" तो माणूस उडी मारत म्हणाला, "माझी ओळख करून देतो. मी पॅट्रिक ओ'डोनोव्हॅन."

"लायाम केसी." लायाम शेकहँड करत म्हणाला.

"इकडे कसा काय, लायाम? सुट्टी की धंदा?"

"ठाऊक नाही;" लायाम म्हणाला, "पण सुट्टीसाठी आल्यावर..."

"वा! सुट्टीला!" ओ'डोनोव्हॅन म्हणाला, "चल मग, खास आयरिश पद्धतीनं

आपल्या दोस्तीची सुरुवात साजरी करू या. मारिया, कोणी आलं, तर आम्ही फ्लॅनॅगन आर्म्स पबमध्ये आहोत.''

पुढे एक शब्दही न बोलता ओ'डोनोव्हॅन लायामला घेऊन रस्ता ओलांडून समोरच्या एका बोळीत शिरला. तिथे आडोशाला एक सहज लक्षात येणार नाही असा पब होता. आपल्या नवीन मित्राची, लायामची आवड न विचारताच पॅट्रिकनं सरळ ऑर्डर दिली, ''दोन बाटल्या गिनेस.''

ओ'डोनोव्हॅन भानावर असेपर्यंत लायामनं त्याच्या बहुतेक सर्व प्रश्नांची उत्तरं मिळवली. गेली तीस वर्षं पॅट्रिक या बेटावर राहत होता. सोन्याच्या खाणी सापडल्यावर कॅलिफोर्नियाची जशी भरभराट झाली, तशीच मॅजोर्काची होणार, याबद्दल त्याला खातरी होती. दर वर्षी विक्रमी संख्येने पर्यटकांचा ओघ चालू होता. पण महत्त्वाचं म्हणजे अनेक ब्रिटिशांना तिथे रिटायरमेंट होम घेण्याची इच्छा होती.

तिसऱ्या गिनेसचे घोट घेत पॅट्रिक म्हणाला, ''मी जेव्हा माझी एजन्सी सुरू केली, तेव्हा मॅजोर्का आजच्याइतकं फॅशनेबल नव्हतं. या धंद्यात आम्ही डझनभरच लोक होतो. आता मात्र प्रत्येकजण स्वत:ला इस्टेट एजंट समजू लागलाय. माझं छानच चाललंय. त्याबद्दल तक्रार नाही; पण मी तुझ्या वयाचा असायला हवा होतो.''

''का?'' लायामनं निरागसपणे विचारलं.

''अरे, आता भरभराटीचा काळ येतोय, ओ'डोनोव्हॅन म्हणाला, ''आता वयस्कर, पण श्रीमंत लोकांच्या झुंडीच्या झुंडी इथे येतील.''

गिनेसची पाचवी बाटली येईपर्यंत लायामचे एक-दोनच प्रश्न उरले होते. पण आता पॅट्रिक उत्तर देण्याच्या पलीकडे गेला होता.

दुसऱ्या दिवशी आणि नंतरही पुढील संपूर्ण आठवडाभर लायाम एकदाही मैत्रिणीबरोबर त्या बीचच्या गर्दीत गेला नाही. तो थेट पामा गावात गेला. पॅट्रिकला भेटण्याआधी त्याला काही माहिती मिळवायची होती.

दिवसभर तो अनेक इस्टेट एजंटांच्या भेटी घेऊन अपार्टमेंट, इस्टेटी नजरेखालून घालायचा. एकूण पॅट्रिकचं मत योग्य असल्याचं त्याला पटलं. मॅजोर्काची झपाट्यानं वाढ होणार होती.

त्याच्या सुट्टीच्या शेवटच्या दिवशी म्हणजे दहाव्या दिवशीही तो बीचवर परतला नाही. उलट, आता लालबुंद झालेली त्याची कांती पुन्हा गोरीपान आयरिश झाली होती. त्यानं बस पकडून पुन्हा एकदा पामा गाठलं. आणि थेट

पॅट्रिकच्या ऑफिसमध्ये जाऊन त्याला एकच प्रश्न विचारला, ''मला तुझा ज्युनियर पार्टनर म्हणून घेशील?''

''मुळीच नाही;'' पॅट्रिक म्हणाला, ''पण पार्टनर म्हणून नक्कीच घेईन.''

दुसऱ्या दिवशी मॅगी मॅक्ब्राईडनं एकदाही संबंध न येता आयर्लंडचं विमान पकडलं. कॉर्कचा कारागीर मॅजोर्कातच राहिला.

पण दिवस-रात्र काम करूनही त्याचं मॅजोर्कातलं पहिलं वर्ष विशेष फायद्याचं गेलं नाही. लायाम दिवसभर ग्राहकांना इस्टेटी दाखवत हिंडत असे आणि पॅट्रिक दिवसभर पबमध्ये बसून कंपनीचा रोडावलेला नफा उडवत असे.

दुसऱ्या वर्षाअखेर लायाम आयर्लंडला परतायचा गंभीरपणे विचार करू लागला. कारण युरोपीय समूहाकडून मिळणाऱ्या भरघोस मदतीमुळे आयर्लंडलाही बरकत आली होती. पण एका अनपेक्षित घटनेमुळे हा निर्णय त्याच्या हाती राहिला नाही. एका दुपारी पॅट्रिक पबमधून परतलाच नाही. ऑफिसपासून शंभर यार्डांवर तो जो कोसळला, तो कायमचाच.

लायामनं स्वत: पॅट्रिकचा अंत्यविधी पार पाडला. फ्लॅनॅगन आर्म्स पबमध्ये त्याला श्रद्धांजली वाहिली गेली. पहाटे तीन वाजता तो घरी पोचला, तोपर्यंत त्याचा निर्णय पक्का झाला होता.

दुसऱ्या दिवशी त्यानं दुकानासाठी नवीन पाटी रंगवून घेतली.

''केसी अॅन्ड कंपनी– इंटरनॅशनल इस्टेट एजंट.''

त्यानंतर त्यानं पीप मायरो नावाच्या माणसाला फोन केला. मायरो त्याच्या प्रतिस्पर्धी कंपनीत कामाला होता. अनेक व्यवहारांमध्ये त्यानं लायामवर कुरघोडी केली होती.

संध्याकाळी ते एका बारमध्ये भेटले; आणि आपण भागीदार म्हणून काम करणं फायद्याचं कसं ठरेल, असं लायामनं त्याला पटवून दिलं.

महिन्याभरातच त्या ऑफिसवर आयरिश झेंड्याच्या जोडीनं स्पॅनिश झेंडाही फडकू लागला. दुकानावर पुन्हा नवीन पाटी झळकली : केसी, मायरो अँड कंपनी.'' पीप स्थानिक ग्राहकांना सेवा देत असे, तर लायाम परदेशी लोकांना. कामाची अगदी योग्य वाटणी.

नवीन कंपनीचा नफा हळूहळू का होईना; पण योग्य दिशेने वाढू लागला. पण एकदा पीपनं लायामला तिथल्या एका रिवाजाबद्दल सांगितलं आणि नंतर मात्र त्याचं भाग्यच उजळलं.

मॅजोर्का तसं लहानसंच बेट आहे. सुपीक जमीन, द्राक्षं, बदाम आणि जवसाच्या बागा. जेव्हा तेथील एखादा शेतकरी मरण पावतो, तेव्हा परंपरेप्रमाणे

त्यांच्या थोरल्या मुलाला जमिनीचा सुपीक भाग मिळतो, तर मुलीच्या वाट्याला किनाऱ्यालगतची पडीक जमीन येते. या पुरुषी अन्यायातून फायदा कसा मिळवायचा, याचा गुरुमंत्र लायामनं या मुलींना दिला. त्याचं आयरिश देखणेपण आणि मोहक वागणं, त्याच्या चांगलंच कामी आलं.

१९९१ साली त्यानं तिथं एका मध्यमवयीन स्त्रीकडून पहिला प्लॉट खरेदी केला. तिला पैशांची आणि बॉयफ्रेंडची गरज होती. तिच्या वाट्याला किनारपट्टीजवळील पडीक जमिनीची एक पट्टी आली होती. तिथल्या काही भागातून भूमध्य समुद्र दिसत असे. लायामनं बुलडोझर लावून तो भाग सपाट करून घेतला. कंत्राटी मजूर लावून जागाही स्वच्छ करून घेतली. मग तीच जागा एका बिल्डरनं त्यानं मोजलेल्या किमतीच्या दुप्पट रकमेला खरेदी केली.

दुसरा प्लॉट त्यानं एका विधवेकडून विकत घेतला. तिथून थेट बार्सिलोनापर्यंतचं विहंगम दृश्य दिसायचं. पुन्हा त्यानं ती जागा सपाट करून घेतली. या खेपेला त्यानं मुख्य रस्त्यापासून तिथपर्यंत गाडी येऊ शकेल, असा रस्ताही तयार करून घेतला. या व्यवहारात त्यानं आधीपेक्षाही जास्त नफा कमावला. त्यातून त्यानं एक लहानसं घरही बांधलं. घरासाठीचा तो प्लॉट पण एका स्पॅनिश बाईकडून घेतला होता. वर्षभरानं त्यांना त्याच मिळकतीचे तिप्पट पैसे आले.

लायामनं घेतलेला चौथा प्लॉट चांगलाच मोठा होता. त्यानं त्याचे तीन भाग केले. त्याच्या लक्षात आलं की, तो आता इस्टेट एजंटपेक्षा विकसकच अधिक होता. एकीकडे पीप स्पॅनिश मुली आणि विधवा हेरून त्यांना पटवायचा आणि लायाम त्या ओसाड जमिनी विकसित करून भरपूर नफा कमवायचा. कंपनीच्या नफ्याचे आकडे चढते होते. लायामच्या लक्षात आलं की, भांडवलाची कमतरता ही त्यांच्या अधिक वेगानं प्रगती होण्यातली मुख्य अडचण ठरत होती. त्यानं आयर्लंडला जायचं ठरवलं. तिकडे त्याचं क्वचितच जाणं होत असे.

तो कॉर्क सोडून थेट डब्लिनच्या अलाईड आयरिश बँकेत जाऊन धडकला. तिथल्या मॅनेजरनं त्याचा प्रस्ताव काळजीपूर्वक ऐकून त्याला दोन नवीन जागा घेण्यासाठी एक लाख पौंडांचं कर्ज मंजूर केलं. पुढच्याच वर्षी लायामनं चाळीस टक्के नफा कमावल्याचं पाहून बँकेनं त्याच्यापेक्षा दुप्पट रक्कम मंजूर केली.

१९९७ साली प्रथमच त्यानं दहा लाख पौंडांचा एक व्यवहार पूर्ण केला. त्याची भरभराट अशीच चालू राहिली असती; पण तो त्याच्या वडिलांचा सल्ला विसरला : *'शहाण्या माणसाला चार पैसे कमवायला एक दिवस लागतो; पण मूर्खाला ते घालवायला काही क्षण पुरतात.'*

३१ डिसेंबर १९९९च्या रात्री लायाम आणि पीपनं आपली मित्रमंडळी आणि ग्राहक यांना एक जंगी पार्टी दिली. आता दोघंही लक्षाधीश झाले होते. नवीन सहस्रकाला आत्मविश्वासानं सामोरं जायला सज्ज होते. १ जानेवारी २००० या दिवशी पीपनं आपण आयुष्यातला सर्वांत मोठा व्यवहार करणार असल्याचं जाहीर केलं. पण त्याबद्दल सविस्तर माहिती देण्याच्या अवस्थेत तो यायला दोन दिवस जावे लागले.

त्या बेटावरच्या खूप जुन्या परिवारातला एकजण मृत्युपत्र न करता मरण पावला. बऱ्याच कोर्टकचेऱ्या होऊन शेवटी त्याच्या पत्नीला त्याची सर्व मालमत्ता मिळावी, असा निर्णय झाला. व्हाल्डेमोसामधली ती जमीन डोंगरउतारापासून थेट समुद्रकिनाऱ्यापर्यंत अनेक किलोमीटर पसरली होती.

मग लायामनं डब्लिनमध्ये आठवडाभर मुक्काम ठोकला. अलाईड आयरिश बँकेकडून त्यानं त्यांच्या इतिहासातलं सर्वांत मोठं कर्ज मंजूर करून घेतलं. त्यासाठी लायाम आणि पीपला हमीपत्र द्यावं लागलं. लायामच्या वडिलांना मात्र हे रुचलं नसतं. लायाम आणि पीपनं त्या विधवा स्त्रीबरोबर व्यवहाराची बोलणी सुरू केली. अखेर तिनं ती दोन हजार हेक्टरची प्रॉपर्टी तेवीस दशलक्ष युरोंना विकण्याचं मान्य केलं.

काही दिवसांताच लायामनं बर्सिलोनामधला एक प्रसिद्ध आर्किटेक्ट, माद्रिदमधला प्रतिष्ठित सर्व्हेअर आणि पामामधला दांडगा जनसंपर्क असलेला वकील असा संघ तयार केला. त्या प्रकल्पाची आखणी, स्थानिक पालिकेची मंजुरी, कागदपत्रं तयार करणे, या कामाला सर्वांनी जुंपून घेतलं. त्या जागेचा प्रस्तावित नकाशा तयार केला. त्यात ३६० प्लॉट्स, अंतर्गत रस्ते, रुंद फुटपाथ, पथदिवे, वीजजोड, सांडपाण्याचा निचरा, १८ होल्सचं गोल्फ कोर्स, शॉपिंग मॉल, सिनेमागृह आणि ११ रेस्टॉरंट्स यांचा समावेश होता. प्रत्येक घराला स्विमिंग पूल आणि त्याहून मोठा प्लॉट घेणाऱ्याला टेनिस कोर्ट असा थाट होता. शिवाय एक मोठ्ठं आकर्षण असं होतं की, कोणताही प्लॉट त्या उतारावर कुठेही असो; तिथून समुद्राचं सुंदर दृश्य सतत दिसणार होतं.

पण या प्रकल्पाला अनेक वर्षं लागणार असल्यामुळे तो पूर्ण झाल्याशिवाय दुसऱ्या व्यवहाराला हात घालता येणार नाही, हे वास्तव स्वीकारणं त्यांना भाग होतं.

त्यांनी त्या प्रकल्पाचं नामकरण 'व्हाल्डामोसा व्हिजन' असं केलं. ग्राहकांना आकर्षित करण्यासाठी त्याची प्रतिकृती आणि वीस मिनिटांची व्हिडिओ डॉक्युमेंटरी तयार केली. ती पाहून अलाईड आयरिश बँकेनंदेखील सुरुवातीची तेवीस लाख यूरोची उचल त्यांना दिली.

पण ही सर्व योजना मॅजोर्का परिषदेसमोर सादर करण्यात वर्ष निघून गेलं.

लायाम या प्रकल्पाची माहिती देण्यासाठी उभा राहिला, तेव्हा त्याच्यासमोर तेथील सर्व लोकप्रतिनिधी हजर होते. त्यानं सर्वांना प्रकल्पाची माहिती दिली आणि प्रश्नांची उत्तरं द्यायला सज्ज झाला.

आपण जागरूक आहोत, हे दाखवण्यासाठी राजकारण्यांजवळ प्रश्न नेहमीच तयार असतात; पण लायामजवळ त्यांच्या सर्व अपेक्षित प्रश्नांची उत्तरं तयार होती. प्रश्नोत्तरं संपल्यानंतर सर्वांनी टाळ्यांचा कडकडाट केला.

बेलिखिसच्या गव्हर्नरसाहेबांनी या उत्कृष्ट आणि कल्पक प्रकल्पाबद्दल त्याचं अभिनंदन केलं. आणि व्हाल्डामोसाच्या महापौरांनी सर्वपक्षीय सदस्यांना ग्वाही दिली की, या प्रकल्पामुळे कित्येक श्रीमंत लोक इथे वास्तव्याला येतील आणि पालिकेच्या तिजोरीत पुढची अनेक वर्षं घसघशीत भर पडेल.

त्यामुळे 'केसी, मायरो आणि कंपनी'च्या प्रकल्पाला मंजुरी मिळाली, तेव्हा कुणालाच आश्चर्य वाटलं नाही. महापौरांनीही या प्रकल्पाचं वर्णन पत्रकार परिषदेत 'धाडसी, कल्पक आणि महत्त्वपूर्ण' असं केलं. पण बँकेकडून आणखी वीस दशलक्ष यूरो मिळवण्यापूर्वी आणखी एक अडथळा पार करायचा होता. या जागेवर पहिला बुलडोझर येण्यापूर्वी माद्रिदच्या सुप्रीम कोर्टानं त्यावर शिक्कामोर्तब करणं आवश्यक होतं.

माद्रिद, बार्सिलोना आणि पामा इथं वकिलांचे वेगवेगळे संघ अहोरात्र झटत होते. अखेर नऊ महिन्यांनी सुप्रीम कोर्टाची मंजुरी मिळाल्यावर सर्वांना हायसं वाटलं.

दुसऱ्याच दिवशी लायामानं डब्लिनचं विमान पकडलं. तिथेही अनेक वकील त्या दस्तऐवजांवर काम करत होते. ते बँकेकडून पन्नास दशलक्ष युरोचं कर्ज टप्प्याटप्प्यानं मंजूर करून घेणार होते.

त्या करारावरची शाई वाळण्याआधीच युरोपातल्या चार मोठ्या बांधकाम कंपन्यांची वाहनं त्या प्रकल्पाच्या दिशेनं धावू लागली, आणि हजारो कामगार काम मिळण्याच्या आशेनं तिथे हजर झाले.

लायामनं मॅजोकिच्या राजकारणात कधीच फारसा रस घेतला नव्हता. दोन प्रमुख पक्षांपैकी त्याचा कुणालाच पाठिंबा नव्हता. पण त्या दोन्ही पक्षांच्या प्रचारनिधीला तो सारखीच रक्कम मदत म्हणून देत असे. त्यामुळे कुणीही सत्तेवर आलं, तरी त्याचं काम सुरळीत चालू राहायचं.

त्या वेळी 'पार्टिडो सोशालिस्टा ऑब्रेरो इस्पॅनॉल' आणि 'पार्टिडो पॉप्युलर' या दोन पक्षांमध्ये तीव्र चुरस होती. दर काही वर्षांनी सत्ताबदल होत असे. यावेळचा

निकाल मात्र धक्कादायक होता. दोन्ही पक्षांना सारख्याच जागा मिळाल्या. पण पर्यावरणप्रेमी 'ग्रीन पार्टी'ला तीन जागा मिळून सत्तेच्या किल्ल्या त्यांच्या हाती गेल्या. लायामनं तिकडे विशेष लक्ष दिलं नाही. मात्र वृत्तपत्रांनी बातमी दिली की, त्यांच्या विचारांना पाठिंबा देणाऱ्या पक्षाच्या पारड्यात ग्रीन पार्टी आपलं वजन टाकेल. त्यांच्या जाहीरनाम्यात त्यांनी स्पष्ट केलं होतं की, यापुढे व्हाल्डामोसामध्ये कोणत्याही प्रकल्पाला मंजुरी दिली जाऊ नये. ही गोष्टही लायामच्या पथ्यावर पडणार होती. कारण सुप्रीम कोर्टानं मंजुरी दिलेला त्याचा शेवटचा प्रकल्प ठरणार होता. आणि प्रतिस्पर्ध्यांचा तो मार्ग आपसूक बंद होणार होता. पण या विजयानं ग्रीन्सचा उत्साह वाढला आणि चालू असलेल्या प्रकल्पांची मंजुरी रद्द करण्यात यावी, अशी त्यांनी मागणी केली. आता मात्र लायाम धास्तावला. कारण सुप्रीम कोर्टानं जरी पालिकेचा निर्णय फिरवला, तरी या वेळखाऊ प्रक्रियेत अनेक वर्षं जाणार होती.

त्यानं पीपला बजावलं की, 'काम जरी थांबलं तरी खर्च चालूच राहणार होता. आणि दोनपैकी कुठल्याही पक्षानं जरी ग्रीन्सना पाठिंबा दिला, तरी त्याचं दिवाळं निघणार होतं.'

पालिकेत जेव्हा हा विषय मतदानासाठी आला, तेव्हा लायाम आणि त्याचे सहकारी अस्वस्थ होऊन प्रेक्षकांच्या गॅलरीत बसले होते. दोन्ही बाजूंनी जोरदार भाषणं झाली. पारडं कुणाच्या बाजूनं झुकणार, याचा शेवटपर्यंत अंदाज येत नव्हता.

मतदान सुरू होताच तिथे शांतता पसरली. शेवटी महापौरांनी निकाल जाहीर केला. ग्रीन पार्टीचा प्रस्ताव तेवीस विरुद्ध बावीस मतांनी मंजूर झाला होता.

लायामची सर्व संपत्ती क्षणार्धात नष्ट झाली.

सगळे कामगार काम सोडून गेले. अर्धवट बांधलेली घरं दारं-खिडक्यांविना तशीच पडून राहिली. महागड्या यंत्रसामग्रीवर गंज चढू लागला. लायामला त्याच्या वडिलांचे शब्द आठवले; पण तोपर्यंत फार उशीर झाला होता.

कंपनीच्या वकिलांनी अपील करायचा सल्ला दिला. लायाम नाइलाजानं कबूल झाला. कारण त्याच्या वकिलांनी बजावलं होतं की, जरी सुप्रीम कोर्टानं हा निर्णय फिरवला, तरी त्यात अनेक वर्षं जातील आणि झालेला नफा, व्याज आणि वकिलांची फी यांतच संपून जाईल.

◆

व्हाल्डामोसाची बातमी कळताक्षणी अलाईड आयरिश बँकेनं लायामची सर्व खाती

तत्काळ गोठवली; आणि 'केसी मायरो आणि कंपनी'नं त्याचं उरलेलं सदतीस दशलक्ष युरोचं कर्ज लवकरात लवकर फेडावं, असा तगादा लावला. पण बँकेलाही कल्पना होती की, कर्जफेड तर सोडाच, पण आता त्यांना डब्लिनचं विमानभाडंही परवडणार नव्हतं.

आपण सुप्रीम कोर्टात जाणार असल्याचं लायामनं बँकेला कळवलं. पण सर्वांना पुरेपूर कल्पना होती की, कोर्टाचा निकाला येईपर्यंत तो सर्वस्व गमावणार होता.

कोर्टात अपीलाची तारीख पडली. पण लायाम आणि पीपला दोन्ही देशांतल्या वकिलांची फी उभी करण्यासाठी त्यांची घरं आणि कंपनीची उरलीसुरली मालमत्ता विकावी लागली.

आणि तेवीस वर्षांच्या खंडानंतर लायाम प्रथमच फ्लॅनॅगन आर्म्स पबमध्ये शिरला.

अखेर दोन वर्षांनी लायाम आणि पीप सुप्रीम कोर्टात हजर झाले. न्यायमूर्तींनी दोघांविषयी सहानुभूती व्यक्त केली. कारण त्या दोघांनी दहा वर्षांचे कष्टच नव्हे, तर स्वत:ची सर्व संपत्ती त्यात ओतली होती. सर्वांनीच या प्रकल्पाला 'महत्त्वाचा धाडसी आणि कल्पक' म्हणून गौरवले होते; पण सुप्रीम कोर्टालाही स्थानिक लोकप्रतिनिधींचा निर्णय फिरवण्याचा अधिकार नव्हता. लायामनं निराशेपोटी मान खाली घातली.

न्यायमूर्ती पुढे म्हणाले, "पण तरीही अर्जदारांना भरपाई देण्याचा अधिकार कोर्टाला निश्चितच आहे. त्यांनी त्यांचा धंदा सचोटीनं आणि नियमानुसार केला. हे लक्षात घेऊन त्यांच्या झालेल्या नुकसानाचे मूल्यमापन करण्यासाठी कोर्ट एका लवादाची नेमणूक करत आहे."

स्पॅनिश प्रथेप्रमाणे तेही काम संथगतीनं झालं. मध्यस्थांनी त्यांचे निष्कर्ष एक वर्षानं कोर्टासमोर सादर केले. कुणाच्या मनात शंका राहू नये म्हणून कोर्टानेही त्यात काही दुरुस्त्या सुचवल्या. त्यात आणखी सहा महिने गेले.

ज्येष्ठ न्यायमूर्तींनी त्यांचा निकाल दिल्यावर 'एल पायस' या वृत्तपत्रानं आपल्या अग्रलेखात म्हटलं की, 'भविष्यात यापुढे तरी पूर्वलक्षी प्रभावानं कायदे करू नये, हा राजकारण्यांना मिळालेला इशारा आहे.'

लायाम केसी, पीप मायरो आणि सहकारी यांना व्हाल्डामोसा कौन्सिलने १२१ दशलक्ष युरोंची भरपाई द्यावी, असा कोर्टानं आदेश दिला. सहा महिन्यांनी झालेल्या निवडणुकीत ग्रीन पार्टीचा त्यांच्या तीनही जागांवर धुव्वा उडाला.

पीपनं माजोर्कातला धंदा ताब्यात घेतला. लायाम कॉर्कला परतला, तिथे त्यानं एक गढी आणि भोवतालची शेकडो एकर जमीन खरेदी केली. तो स्वत: मात्र त्यानंतर एखाद्या आउट हाउससाठीही परवानगी घेण्याच्या भानगडीत पडला नाही.

ता. क. – या कथेचा कालखंड ध्यानात घेतला, तर चाणाक्ष वाचकांच्या लक्षात एक गोष्ट निश्चित आली असेल. ती म्हणजे ग्रीन पार्टीला लायाम आणि पीपचा प्रकल्प थांबवण्यात जरी यश आलं नसतं, तरी त्यानंतर लगेच आलेल्या जागतिक मंदीमुळेसुद्धा त्यांचं दिवाळं वाजलंच असतं. भरपाई मिळण्याचाही प्रश्न उद्भवला नसता. मी सुरुवातीला म्हटलं होतं ना, की आयरिश माणसाचा संबंध नसता, तर या कहाणीवर कुणीही विश्वास ठेवला नसता.

राजकीय सोय

आर्नल्डची आई त्याला नेहमी सांगत असे, 'एखाद्या पुस्तकाचं नुसतंच मुखपृष्ठ पाहून त्याबद्दल कधीच अंदाज करू नये.'

हा सुज्ञपणाचा सल्ला लक्षात असूनही आर्नल्डचं त्या नवीन माणसाला पाहताक्षणी त्याच्याबद्दल प्रतिकूल मत झालं. संभाव्य ग्राहकांशी बोलताना काळजी घ्यावी, अशी त्याच्या बँकेची शिकवण होती. दहापैकी नऊ वेळा यश आले तरी एका अपयशानं त्याच्यावर पाणी फिरतं, हे तो कटू अनुभवानं शिकला होता. त्यामुळेच त्याची बढतीही लांबणीवर पडली होती.

आर्नल्ड पेनीवर्दी हे अगदी एखाद्या बँकेतल्या माणसाला शोभणारं नाव आहे, असे सर्वांचे शेरे ऐकून त्याचे कान किटले होते. गेली दहा वर्षं तो बँकेच्या वॉक्झॉलच्या शाखेत डेप्युटी मॅनेजर होता. आता मॅनेजर म्हणून बेरी सेंट एडमंड्स इथे त्याची बदली होणार होती. शाखा जरी लहान असली, तरी चांगलं काम केलं तर अजून एखादी बढती मिळेल, असा त्याला विश्वास होता. नाहीतरी कधी एकदा लंडनच्या बाहेर पडतो, असं त्याला झालं होतं. कारण त्याच्या मते परदेशी लोकांच्या लोंढ्यांमुळे त्या शहराचं व्यक्तिमत्त्वच पार बदलून गेलं होतं.

आर्नल्डची बायको कोणतंही कारण न देता त्याला सोडून गेली होती. निदान त्यानं त्याच्या आईलातरी तसं सांगितलं होतं. नंतर त्यानं अर्कांडिया मॅन्शनमध्ये एक फ्लॅट भाड्यानं घेतला. त्याचं भाडं म्हणजे शुद्ध लूट होती, पण निदान तिथे एक वॉचमन होता. "त्यामुळे भेटायला येणाऱ्यांवर छाप पडते", असं तो आईला म्हणाला होता. अर्थात त्याची बायको निघून गेल्यावर त्याला भेटायला फारसं कुणी येतच नसे. तिथं राहण्याचा एक महत्त्वाचा फायदा होता, तो म्हणजे ती जागा बँकेपासून चालत जाण्याच्या अंतरावर होती. त्यामुळे त्याचं ट्रेन आणि बसचं भाडं वाचत असे. मात्र तिथं एक त्रास होता, तो म्हणजे त्या बिल्डिंगच्या खालच्या बाजूनंच व्हिक्टोरिया रेल्वेलाइन गेली होती. त्यामुळे रात्री

साडेबारा ते पहाटे साडेपाच या वेळातच काय ती तिथं शांतता असे.

आर्नल्डचा नवीन शेजारी पहिल्यांदा त्याला लिफ्टमध्ये भेटला. तो काहीतरी बोलेल असं आर्नल्डला वाटलं, पण तो साधं 'गुडमॉर्निंग'सुद्धा म्हणाला नाही. त्याला इंग्लिशतरी येत असेल की नाही, अशी आर्नल्डला शंका आली. त्यानं त्या नवीन माणसाकडे जरा निरखून बघितलं. उंचीला आर्नल्डपेक्षा थोडा कमी असावा. अंदाजे पाच फूट सात इंच. शरीर भक्कम पण लठ्ठ नाही, चौकोनी जबडा आणि त्याच्या आईच्या भाषेत निस्तेज डोळे. त्याचा वर्ण सावळा होता, पण काळा नव्हता. त्याची अस्ताव्यस्त दाढी पाहून आर्नल्डला आईचा आणखी एक कानमंत्र आठवला, 'दाढीवाल्या माणसावर कधीही विश्वास ठेवू नये. कारण त्याला काहीतरी लपवायचं असतं.'

आर्नल्डनं वॉचमनकडे चौकशी करायचं ठरवलं. अर्कािडया मॅन्शनमध्ये घडणाऱ्या सर्व गोष्टींची डेनिसला बित्तंबातमी असायची. लिफ्टचं दार उघडल्यावर आर्नल्डनं त्या नवीन रहिवाशाला आधी बाहेर जाऊ दिलं. तो बाहेर पडल्यावर तो रिसेप्शनवर असलेल्या डेनिसकडे गेला.

"त्याच्याबद्दल काही माहिती आहे?" तो माणूस टॅक्सीत बसत आर्नल्डनं विचारलं.

"विशेष नाही." डेनिस म्हणाला, "त्यानं काही दिवसांपुरतीच इथं जागा भाड्यानं घेतलीय. मात्र त्याला भेटायला सतत माणसं येतील, याची त्यानं मला कल्पना दिली आहे."

"लक्षण चांगलं नाही." आर्नल्ड म्हणाला, "तो कुठून आलाय, त्याचा पोटापाण्याचा उद्योग काय, याची काही कल्पना?" डेनिस म्हणाला, मुळीच नाही. "पण त्याचा वर्ण उन्हामुळे काळवंडलेला नाही एवढं निश्चित"

"नक्कीच.", आर्नल्ड हसत म्हणाला, "गैरसमज करून घेऊ नकोस, डेनिस. मी काही पूर्वग्रहदूषित नाही. माझ्याच मजल्यावर राहणारे मि. झेबारी मला आवडतात. कुणाच्या अध्यात ना मध्यात. सर्वांशी आदरानं वागतात."

"खरंय." डेनिस म्हणाला, "पण ते रेडिऑलॉजिस्ट आहेत, हे विसरू नका." अर्थात रेडिऑलॉजिस्ट म्हणजे नेमकं काय, याचा त्याला पत्ता नव्हता.

"बरं, मला निघायला हवं." आर्नल्ड म्हणाला, "उशीर होऊन चालणार नाही. आता मी मॅनेजर होणार असल्यामुळे हाताखालच्या लोकांसमोर उदाहरण घालून द्यायला हवं. पण डेनिस, कान उघडे ठेव." तो नाकपुडीला बोट लावत म्हणाला, "आपल्या नेत्यांनी हे राजकीय दृष्ट्या अयोग्य असल्याचं सांगितलंय; पण तरीही तुला मी सांगतो, मला हा माणूस आवडलेला नाही."

डेनिसनं मान डोलावली. आर्नल्ड बाहेर पडून बँकेच्या दिशेनं चालू लागला.

पुढच्या वेळी आर्नल्डनं त्याला मोटरसायकलवर बसलेल्या आणि नखशिखान्त लेदरचे कपडे घातलेल्या एका तरुणाबरोबर गप्पा मारताना पाहिलं. आर्नल्डला पाहताच त्या तरुणानं हेल्मेटचा वायझर खाली घेतला आणि मोटरसायकल सुरू करून निघून गेला. आर्नल्ड घाईघाईनं बिल्डिंगमध्ये शिरला. आत डेनिसला पाहून त्याला हायसे वाटले.

"हे दोघं जरा संशयास्पदच दिसतात." तो म्हणाला.

"त्याला दिवसभर भेटायला येणाऱ्यांच्या मानानं हे काहीच नाही. कधीकधी मला वाटतं की, आपण खैबरखिंडीजवळ आहोत की काय?"

"आलं लक्षात." आर्नल्ड म्हणाला. तेवढ्यात लिफ्टमधून मि. झेबारी बाहेर पडले.

"गुड मॉर्निंग, मि. झेबारी!" डेनिस हसून म्हणाला, "आज पुन्हा नाइट ड्यूटी?"

"हो ना! सरकारी आरोग्य योजनेत यातून सुटका नाही." ते बाहेर जात म्हणाले.

"हा खरा भला माणूस!" डेनिस म्हणाला, "माझ्या बायकोच्या वाढदिवसाला त्यांनी फुलंही पाठवली होती."

———— ◆ ————

त्यानंतर दोनच आठवड्यांनी आर्नल्डला ती मोटरसायकल बिल्डिंगच्या बाहेर उभी दिसली. त्या तरुणाचा पत्ता नव्हता. बिल्डिंगमध्ये शिरल्यावर त्याला दोन तरुण कोणत्यातरी वेगळ्याच भाषेत बोलताना दिसले. ते लिफ्टकडे गेले. आर्नल्ड बाहेरच थांबला. त्यांच्याबरोबर लिफ्टनं जायची त्याची मुळीच इच्छा नव्हती.

लिफ्टचं दार बंद झाल्यावर डेनिस म्हणाला, "ते कुणाला भेटायला आलेत, ते उघड आहे. त्या बंद दाराआड यांचे काय उद्योग चालतात देव जाण!"

"मला एक शंका आहे." आर्नल्ड म्हणाला, "पण पुरावा मिळाल्याशिवाय मी काही बोलणार नाही."

लिफ्टनं चौथ्या मजल्यावर आल्यावर त्याला लिफ्टच्या दाराच्या समोरच्या अपार्टमेंटमधून मोठ्यानं बोलण्याचे आवाज आले. ते दार किलकिलं असल्याचं पाहून त्यानं सहज आत नजर टाकली.

एक माणूस उताणा पडला होता. लिफ्टमध्ये जाताना दिसलेल्या दोन माणसांनी त्याला घट्ट दाबून धरलं होतं आणि मोटरसायकलवाल्या माणसानं त्याच्या डोक्यावर चाकू उगारला होता. खोलीच्या चारही भिंतींवर बस आणि

ट्यूब रेल्वेत ७/७ ला झालेल्या बाँबस्फोटातील विनाशाचे फोटो लावले होते. आर्नल्डला पाहताच त्या तरुणानं झटकन दार लावून घेतलं.

क्षणभर आर्नल्ड तिथेच थरथरत उभा राहिला. काय करावं, हे त्याला सुचेना. खाली जाऊन डेनिसला हे सांगावं की, स्वतःच्या फ्लॅटमध्ये जाऊन पोलिसांना फोन करावा?

समोरच्या अपार्टमेंटमधून हास्याचे फवारे उडाल्याचे आवाज आले. त्यानं धावत जाऊन त्याच्या अपार्टमेंटचं दार उघडलं. त्या गोंधळात आधी त्यानं ऑफिसच्या किल्लीनंच दार उघडायचा प्रयत्न केला. बरोबर सापडूनही हात थरथरत असल्यामुळे ती खाली पडली. अखेर कसंबसं दार उघडून तो आत आला. येताक्षणी आधी त्यानं दोन्ही कड्या आणि सेफ्टीचेन लावली. मग धाप कमी झाल्यावर खोलीतली सर्वांत मोठी खुर्ची आणून दाराला टेकवून लावून ठेवली आणि थरथरतच त्या खुर्चीत कोसळला.

पुन्हा त्यानं पोलिसांना फोन करायचा विचार केला. पण हे जर त्या माणसाला कळलं असतं, तर तोच चाकू त्याच्या डोक्यावर उगारला गेला असता. पोलिसांनी तिथे छापा टाकल्यावर कॉरिडॉरमध्ये चकमक उडाली असती. कदाचित काही निरपराध लोकही त्यात ओढले गेले असते. काय होतंय, ते पाहण्यासाठी मि. झेबारी जर त्यांच्या अपार्टमेंटमधून बाहेर पडले असते, तर सरळ त्या दहशतवाद्यांच्या समोर आले असते. आर्नल्डला तो धोका पत्करायचा नव्हता.

पुढची काही मिनिटं बाहेर कसलाच आवाज झाला नाही. त्यानं कपाटातून व्हिस्कीची बाटली काढून एक मोठा पेग भरला. तो दोन घोटांत रिचवून दुसरा पेग भरला आणि पुन्हा खुर्चीत कोसळला; पण हातातली बाटली मात्र त्यानं सोडली नव्हती. त्यानं पुन्हा एक मोठा घोट घेतला. एवढी व्हिस्की तो आठवड्याभरातही घेत नसे. पण त्याच्या छातीत अजूनही धडधडत होतं. शर्ट घामानं चिंब भिजला होता. सूर्य पलीकडच्या बिल्डिंगमध्ये दिसेनासा होईपर्यंत जागेवरून हलायचीही त्याची हिंमत झाली नाही. शुद्ध हरपेपर्यंत तो व्हिस्की पीतच राहिला.

पहाटे पहिल्या ट्रेनच्या खडखडाटाने तो दचकून जागा झाला. आपण किती तास झोपलो, हे त्याला कळेना. मग त्याला पायांजवळ पडलेली व्हिस्कीची रिकामी बाटली दिसली. त्यानं भानावर येण्याचा प्रयत्न केला. चांगलंच लख्ख उजाडलं होतं. अशा वेळी त्याच्या आईनं काय सल्ला दिला असता, हे त्याला ठाऊक होतं.

कामाला जायची वेळ झाली, तेव्हा त्यानं दाराला लावलेली खुर्ची काही इंच

मागे ओढली आणि दाराला कान लावला. बाहेर ती माणसं त्याची वाट पाहत थांबलेली तर नसतील ना? त्यानं मुळीच आवाज न करता कुलूप उघडलं आणि सेफ्टीचेन काढली. मग हळूच दार किलकिलं करून तो कॉरिडॉरमध्ये डोकावला. तिथं शुकशुकाट होता.

आर्नल्ड बूट घेऊन कॉरिडॉरमध्ये आला. हलकेच दार बंद करून मांजराच्या पावलांनी तो लिफ्टकडे गेला; पण नजर मात्र समोरच्या दारावरून हटवली नाही. आता आतून आवाज येत नव्हता. त्या लोकांनी घाबरून पळ काढला की काय, अशी त्याला शंका आली. त्यानं लिफ्टचं बटन खूप वेळा दाबलं. लिफ्ट वर येईपर्यंतचा काळही त्याला एखाद्या युगासारखा भासला. तळमजल्यावर पोचेपर्यंत त्यानं बूट घातले. लिफ्टचं दार उघडताक्षणी डेनिसच्या 'गुडमॉर्निंग'कडे पूर्ण दुर्लक्ष करत तो धावतच बिल्डिंगच्या बाहेर पडला. बँकेत पोचेपर्यंत तो कोठेही थांबला नाही. बँकेच्या मुख्य दाराचं कुलूप उघडताना धोक्याचा गजर वाजला. आर्नल्ड पहिल्यांदाच तो बंद करायला विसरला होता.

तो सरळ टॉयलेटमध्ये गेला. आरशात त्यानं स्वत:चा अवतार पाहिला. वाढलेली दाढी, लाल डोळे, त्यानं शक्य तितकं स्वत:ला नीटनेटकं करण्याचा प्रयत्न केला. त्यानं दाढी न केल्याचं आणि कालचेच कपडे घातल्याचं स्टाफच्या लक्षात येणार नाही, अशी त्याने आशा केली.

त्याच्या टेबलापाशी बसून त्यानं गेल्या महिन्याभरात पाहिलेल्या सर्व घटना सविस्तरपणे लिहायला सुरुवात केली. आदल्या रात्रीच्या घटना अधिक विस्तारानं लिहिल्या. लेखन पूर्ण केल्यावर तो काही क्षण शून्यात नजर लावून बसला. मग त्यानं ९९ला फोन लावला.

"इमर्जन्सी. आपल्याला कोणती सेवा हवी आहे?" पलीकडून विचारणा झाली.

"पोलीस." आर्नल्ड स्वत:ची घबराट लपवत म्हणाला.

मग 'क्लिक' असा आवाज होऊन वेगळाच आवाज आला, "पोलीस, आपल्या इमर्जन्सीचं स्वरूप काय आहे?"

आर्नल्डनं समोरच्या पॅडकडे पाहत त्यानं लिहिलेलं संपूर्ण निवेदन वाचून दाखवलं. "माझं नाव आर्नल्ड पेनीवर्दी. मला एका ज्येष्ठ पोलीस अधिकाऱ्याशी बोलायचंय. कारण माझ्या माहितीनुसार एक गंभीर गुन्हा घडलेला असण्याची शक्यता आहे. त्यात कदाचित दहशतवाद्यांचाही सहभाग असू शकेल."

पुन्हा एक 'क्लिक' आणि वेगळा आवाज. "कंट्रोल रूम. इन्स्पेक्टर न्यूहाउस बोलतोय." आर्नल्डनं पुन्हा त्यातला शब्दन् शब्द वाचून दाखवला.

"सर, आपण अधिक नेमकेपणानं काही सांगू शकाल?"

आर्नल्डनं सविस्तर सांगितल्यावर तो इन्स्पेक्टर म्हणाला, "फोन चालू ठेवा सर. मी स्कॉटलंड यार्डला जोडून देतो."

पुन्हा वेगळा आवाज, वेगळं नाव. "सार्जंट रॉबर्ट्स, मी आपल्याला काय मदत करू शकतो?" आर्नल्डनं तिसऱ्यांदा ते निवेदन वाचलं.

"सर, आपण फोनवर न बोललेलं बरं! प्रत्यक्ष भेटूनच चर्चा करू." रॉबर्ट्सनं सुचवलं.

बनावट कॉल्स टाळण्यासाठी ही सूचना असल्याचं आर्नल्डच्या लक्षात आलं नाही. "हरकत नाही." आर्नल्ड म्हणाला, "पण अपार्टमेंटपेक्षा बँकेत भेटलेलं बरं." "आलं लक्षात सर! मी लवकरात लवकर भेटायला येतो."

"पण तुम्हाला पत्ता ठाऊक नाही."

"माहीत आहे सर!" रॉबर्ट्स कुठलंही स्पष्टीकरण न देता म्हणाला.

आर्नल्डनं त्या सकाळी ऑफिसच्या बाहेर पाऊलही टाकलं नाही. आलेली पत्रं, ई-मेल्स त्यानं तपासले. फोनवरही अनेक निरोप आले होते, पण स्कॉटलँड यार्डचा माणूस येऊन गेल्यावरच त्यांची उत्तरं द्यायचं त्यानं ठरवलं.

तो ऑफिसमध्ये येरझारा घालत असतानाच दारावर थाप पडली.

"तुम्हाला भेटायला कुणी सार्जंट रॉबर्ट्स आलेत, सर." सेक्रेटरीच्या चेहऱ्यावर आश्चर्य होतं.

"पाठव त्यांना आत, डायन," तो म्हणाला, "आणि आता कुणाचा व्यत्यय नको." एक उंच, रुबाबदार पोशाख केलेला माणूस आत आला. त्यानं स्वत:ची ओळख करून दिली आणि ओळखपत्र काढलं.

"सार्जंट, आपण चहा किंवा कॉफी घ्याल?" आर्नल्ड ते कार्ड बारकाईनं तपासत म्हणाला,

"नको, थँक्स." आर्नल्डसमोरच्या खुर्चीत बसत, आणि त्याची वही उघडत रॉबर्ट्स म्हणाला.

"कुठून सुरुवात करू?" आर्नल्डनं विचारलं.

"मि. पेनीवर्दी, तुम्ही जे-जे काही पाहिलंय, ते सगळं अगदी नेमकेपणानं सांगा. एखादा किरकोळ वाटणारा मुद्दाही वगळू नका."

आर्नल्डनं पुन्हा त्याच्या टिपणावर नजर टाकली. गेल्या महिन्याभरातल्या सर्व घटनांचं सविस्तर वर्णन केलं. आणि शेवटी आदल्या रात्री घडलेल्या घटना अचूकपणे सांगितल्या.

"तुमच्या शेजाऱ्याचं नाव?" सार्जंटनं विचारलं.

"बापरे! मला त्याची कल्पनाच नाही. पण तो नुकताच राहायला आलाय आणि त्याचा भाडेकरार थोड्याच दिवसांकरता आहे, एवढंच तुम्हाला मी सांगू शकतो."

"तुम्ही कितव्या मजल्यावर राहता?"

"चौथ्या."

"थँक यू!", सार्जंट त्याची वही मिटत म्हणाला, "आता निदान तपासाला सुरुवात तरी करता येईल."

"आता काय होणार?" आर्नल्डनं विचारलं.

"आम्ही लगेच काही माणसं नेमून त्या बिल्डिंगवर नजर ठेवू. संशयित व्यक्तीचे काय उद्योग चाललेत, ते शोधून काढायचा प्रयत्न करू. त्यातून कदाचित तुम्ही म्हणताहात तसं काहीच निष्पन्न होणार नाही; पण तरीही विशेष काही कळलं, तर तुम्हाला नक्की कळवू."

"तुमचा वेळ उगीच वाया जाणार नाही, अशी मी आशा करतो." आर्नल्ड म्हणाला. आपण मूर्खपणातर केला नाही ना, असं आता त्याला वाटू लागलं.

"कळेल लवकरच." तो तरुण डिटेक्टिव्ह हसून म्हणाला, "जितके जास्त नागरिक तुमच्यासारखे सजग असतील, तितकं काम सोपं होईल. तुमच्या नव्या कामासाठी शुभेच्छा!" तो निघण्यासाठी उठून उभा राहिला.

सार्जंट गेल्यावर आर्नल्डनं त्याच्या आईला फोन लावला.

"आई, मी बेरी सेंट एडमंड्सला जाण्याआधी तुझ्याकडे काही दिवस राहायला येऊ?"

"जरूर, सगळं ठीक आहे ना?" आईनं विचारलं.

"काळजी करू नकोस."

बेरी सेंट एडमंड्सला रुजू झाल्यावर आर्नल्डचा बहुतेक वेळ त्या शाखेचा कारभार सांभाळण्यात जाऊ लागला. पुढचे अनेक आठवडे सार्जंट रॉबर्ट्सचा पत्ता नव्हता. अर्काडिया मॅन्शनमधल्या घटना आता विस्मृतीत जाऊ लागल्या.

अधूनमधून पोलिसांनी लीड्स, बर्मिंग हॅम, ब्रॅडफोर्ड इथल्या दहशतवाद्यांच्या अड्ड्यांवर घातलेल्या छाप्यांच्या बातम्या तो 'डेली टेलिग्राफ'मध्ये वाचत असे. पकडलेल्या संशयितांचे फोटो तो बारकाईने पाहत असे. एकदा तर त्याची खातरीच पटली की...

आर्नल्डनं एका ग्राहकाशी गहाणखताबद्दल चाललेली चर्चा संपवली. तेवढ्यात फोन वाजला.

"सार्जंट रॉबर्टसचा फोन आहे, सर." सेक्रेटरी म्हणाली.

"एक मिनिट," तो म्हणाला. त्याची छाती धडधडू लागली. त्या ग्राहकाला एकदाचं बाहेर काढून त्यानं दार बंद केलं.

"गुड मॉर्निंग, सार्जंट!"

"गुड मॉर्निंग, सर!" परिचित आवाज आला, "आपण पुढच्या काही दिवसांत लंडनला येणार आहात का? शक्य नसेल तर मी तुम्हाला तिथं येऊन भेटतो. आम्हाला तपासात काय आढळलं, ते तुम्हाला सांगायचंय."

आर्नल्डनं डायरी चाळली.

"नको." तो म्हणाला, "मी शुक्रवारी संध्याकाळी लंडनला येणारच आहे. माझ्या बहिणीच्या वाढदिवसानिमित्त मी तिला लंडन पॅलिडियममध्ये *'द साऊंड ऑफ म्युझिक'*ला घेऊन जाणार आहे."

"छान! मग संध्याकाळी पाचच्या सुमाराला थोडावेळ स्कॉटलंड यार्डमध्ये येता येईल? कमांडर हॅरिसन तुमच्याशी बोलू इच्छितात."

"ठीक आहे." आर्नल्ड डायरीत नोंद करत म्हणाला. अर्थात तो हे विसरणं शक्यच नव्हतं.

संपूर्ण आठवडाभर आर्नल्ड 'साउंड ऑफ म्युझिक'पेक्षा हॅरिसनच्या भेटीचीच अधिक आतुरतेनं वाट पाहत होता.

शुक्रवारी लंचनंतर आर्नल्ड बाहेर पडला. लंडनला महत्त्वाची अपॉइंटमेंट असल्याचं त्यानं सेक्रेटरीला सांगितलं.

लिव्हरपूलला पोचल्यावर तो टॅक्सी करून थेट स्कॉटलँड यार्डमध्ये पाचच्या आधीच पोचला. सार्जंट रॉबर्ट्स त्याच्या स्वागताला हजर होता.

"पुन्हा भेटून आनंद झाला, मि. पेनीवर्दी." रॉबर्ट्स शेकहँड करत म्हणाला. लिफ्टकडे जाताना 'साउंड ऑफ म्युझिक', इंग्लिश रग्बीची दुरवस्था, हेच चर्चेचे विषय होते. सहाव्या मजल्यावर पोचेपर्यंत हॅरिसनला त्याला का भेटायचंय याचा रॉबर्ट्सनं ओझरताही उल्लेख केला नाही.

कॉरिडॉरच्या शेवटच्या दारावर कमांडर मार्क हॅरिसन, ओबीई, अशी पाटी होती. हलकेच दार ठोठवून ते आत शिरले.

त्याला पाहताच कमांडर जागेवरून उठले आणि प्रसन्न हास्यानं त्यांनी त्याचं स्वागत केलं. "अखेर भेट झाली आपली! ड्रिंक घेणार?"

"नको थँक्स." आर्नल्ड म्हणाला. एवढ्या ज्येष्ठ अधिकाऱ्याला आपल्याला का भेटायचं, हे जाणून घ्यायला तो अधीर झाला होता.

"तुम्हाला संध्याकाळी थिएटरला जायचंय, याची मला कल्पना आहे; म्हणून सरळ मुद्द्याचं बोलतो." कमांडर म्हणाले. त्यांनी आर्नल्डला बसायची खूण केली. "आधीच काही गोष्टी स्पष्ट करतो. ज्या केसविषयी मी सांगणार

आहे, ती पुढच्या आठवड्यात ओल्ड बेली कोर्टात सुनावणीसाठी येईल. सर्व गोष्टीं मी सांगू शकत नाही; पण तुम्ही योग्य ती गुप्तता पाळाल, याची खातरी आहे.''

''मी पूर्णपणे समजू शकतो.'' आर्नल्ड म्हणाला.

''आधी मी स्कॉटलंड यार्डतर्फे तुमच्याविषयी मन:पूर्वक कृतज्ञता व्यक्त करतो. कुठलीही अतिशयोक्ती न करता असं म्हणता येईल की, तुम्ही दिलेल्या माहितीमुळे दहशतवाद्यांच्या देशातल्या बहुतेक तळांचा छडा लागला आहे. तुमच्यामुळे अनेकांचे प्राण वाचले आहेत.''

''छे! मी काही फार केलं नाही. मी फक्त माझं कर्तव्य पार पाडलं.'' आर्नल्ड म्हणाला.

''तुम्ही त्यापेक्षाही खूपच मोठं काम केलंय. मी खरं सांगतोय, कारण तुम्ही दिलेल्या माहितीच्या आधारे आम्ही पंधरा संशयित अतिरेक्यांना अटक करू शकलो. तुमच्या मजल्यावर राहणारा इसम नि:संशय त्यांचा म्होरक्या होता. त्याच्यामार्फत आम्ही बर्मिंगहॅममध्ये एका घरात पोचलो. तिथे आम्हाला स्फोटकं तसंच दहशतवाद्याचं लक्ष्य असलेल्या इमारतींचे नकाशे आणि अतिमहत्त्वाच्या व्यक्तींची नावं समजली. त्यात राजघराण्यातल्या एका व्यक्तीचं नावही होतं. तुम्ही अगदी वेळेवर आम्हाला कळवलंत.''

आर्नल्ड सुखावला. कमांडर पुढे म्हणाले, ''तुमच्या कामाचं खरं म्हणजे जाहीर कौतुक व्हायला हवं; पण आमच्यावरही काही बंधनं आहेत. आणि तुमची सुरक्षितताही महत्त्वाची आहे.''

''नक्कीच.'' आर्नल्ड निराशा लपवत म्हणाला.

''पुढच्या आठवड्यातली वृत्तपत्रं वाचलीत, तर या दहशतवाद्यांना जेरबंद करण्यात तुमची भूमिका किती महत्त्वाची आहे, हे तुम्हाला कळेल.''

''अगदी बरोबर, सर!'' सार्जंट म्हणाला.

काय बोलावं ते आर्नल्डला सुचेना.

कमांडर म्हणाले, ''आता मी तुमचा जास्त वेळ घेत नाही. तुम्हालाही थिएटरला जायचंय. पण आम्ही तुमचे कायम ऋणी राहू; माझं दार तुमच्यासाठी सदैव उघडं असेल.''

आर्नल्डनं नम्रपणे मान झुकवली.

कमांडरनं त्याचे आभार मानून त्याला निरोप दिला. त्याला बाहेर सोडताना सार्जंट रॉबर्ट्स म्हणाला, ''आणि व्यक्तिश: माझ्यातर्फेही आभार! आता मला इन्स्पेक्टर म्हणून बढती मिळणार आहे.''

''अभिनंदन!'' आर्नल्ड म्हणाला, ''तुम्ही त्यासाठी पात्र आहातच.''

बाहेर पडल्यावर आर्नल्ड व्हाइट हॉलच्या दिशेनं निघाला. अभिमानानं

त्याची मान ताठ झाली होती. या घटनेबद्दल बहिणीला कितपत सांगावं, याचा तो विचार करत होता. त्यानं पुन्हा टॅक्सी करायचं ठरवलं. आजच्या दिवस त्याच्यासाठी खास होता.

"कुठे जाणार साहेब?" टॅक्सीवाल्यानं विचारलं.

"पॅलिडियम."

टॅक्सी वेस्टएंडच्या दिशेनं निघाली. तो आजच्या संभाषणाची एखाद्या टेपरेकॉर्डसारखी मनातल्या मनात पुन:पुन्हा उजळणी करत होता. टॅक्सी मार्लबरो स्ट्रीटवर थांबली. वाटेत पोलिसांनी अडथळे उभे केले होते.

"आता काय झालं?" त्यानं ड्रायव्हरला विचारलं.

"राजघराण्यातलं कुणीतरी किंवा कुणीतरी परदेशी राष्ट्रप्रमुख आलेले दिसतात. मला वाटतं, तुम्हाला उरलेलं शंभर यार्ड अंतर चालत जावं लागेल."

"हरकत नाही." तो ड्रायव्हरच्या हातात दहा पौंडाची नोट देत म्हणाला.

गर्दीतून वाट काढत आर्नल्ड थिएटरकडे गेला. दरवाज्यात त्याचं तिकीट बारकाईनं तपासलं गेलं. लाल गालिच्या अंथरलेला रुंद जिना चढून तो वर गेला, आणि बहिणीला शोधू लागला. तिनं हातातलं तिकीट हलवून त्याचं लक्ष वेधून घेतलं. जॅनेट वेळेची पक्की होती.

त्यानं तिच्या गालाचं चुंबन घेऊन तिला वाढदिवसाच्या शुभेच्छा दिल्या.

"आधी शँपेन घेणार?" त्यानं विचारलं.

"छे! आज राजघराण्यातलं कोण आलंय, ते मला बघायचंय."

तेवढ्यात घोषणा झाली, "सर्वांनी बसून घ्या. कार्यक्रम पाच मिनिटांत सुरू होईल."

"मी या दिवसाची आतुरतेनं वाट पाहत होते." जॅनेट म्हणाली.

"डाव्या बाजूला." डोअरकीपर त्यांची तिकिटं फाडत म्हणाला.

'जी' रांगेत बसल्यावर ती म्हणाली, "काय मस्त जागा मिळाली, रे!"

तो तिचा हात धरत म्हणाला, "रोज काही कुणी चाळीस वर्षांचं होत नाही!"

"किती बरं झालं असतं!"

"नंतर आपण सिप्रियानीमध्ये जाऊ." तो म्हणाला.

"इतकं महागडं कशासाठी?"

"मग? माझ्या बहिणीचा वाढदिवस आहे, आणि माझ्यासाठीही आजचा दिवस खास आहे."

"तो कसा?" जॅनेटनं त्याच्या हातात कार्यक्रमपत्रिका देत विचारलं, "आणखी प्रमोशन मिळालं की काय?"

"त्याहीपेक्षा महत्त्वाचं..." आर्नल्ड बोलत असतानाच सर्वांनी उभं राहून

टाळ्या वाजवायला सुरुवात केली.

राजकन्या रॉयल बॉक्समध्ये प्रवेश करत होती. तिनं हात हलवून सर्वांना अभिवादन केलं. जॅनेटनंही तसंच प्रत्युतर दिलं.

सगळे पुन्हा स्थानापन्न झाल्यावर जॅनेट म्हणाली, ''ही माझी सर्वांत आवडती आहे. पण एक सांग, आजचा दिवस तुझ्यासाठी खास कसा?''

''मी नवीन जागेत राहायला गेल्यावर...''

''कुणाबद्दल बोलतोयंस?''

तेवढ्यात थिएटरमधले दिवे मंद होऊ लागले.

''खरं म्हणजे मला पहिल्यापासून त्याच्याबद्दल शंका...''

तेवढ्यात वाद्यवृंदाच्या संचालकानं खूण केली. ''मी डिनर घेताना सांगतो.''

वाद्यवृंदानं त्या सर्वांना पाठ असलेली सुरावट वाजवायला सुरुवात केली.

मैफलीचा पूर्वार्ध आर्नल्डला खूप आवडला. सर्व प्रेक्षकांनीही टाळ्यांच्या कडकडाटात दाद दिली.

अनेक प्रेक्षक आता माना उंचावून रॉयल बॉक्सकडे पाहत होते. राजकन्या तिच्या नवऱ्याशी बोलत होती. तेवढ्यात बॉक्सचं मागचं दार उघडलं गेलं आणि एक माणूस बाहेर पडला. त्याच्या अंगावर चुरगाळलेला कोट होता. त्याचा एक हात खिशात होता. त्याचा चेहरा आर्नल्ड जन्मभर विसरणं शक्य नव्हतं.

''ओ माय गॉड!'' आर्नल्ड म्हणाला, ''तो, तोच आहे!''

''कोण तोच आहे?'' जॅनेटनं विचारलं. तिची नजर रॉयल बॉक्सवर खिळली होती.

''मी तुला ज्याच्याबद्दल सांगत होतो तोच.'' आर्नल्ड म्हणाला, ''तो एक दहशतवादी आहे आणि काहीतरी युक्तीनं तो रॉयल बॉक्समध्ये घुसलाय.'' तो जॅनेटचा पुढचा प्रश्न ऐकायला थांबलाच नाही. त्याला त्याच्या कर्तव्याची पुरेपूर जाणीव होती. तो उठला आणि रांगेतल्या कुणाच्या पायावर पाय पडतोय याची पर्वा न करता सरळ निघाला. अनेक जण रागानं ओरडले. मधल्या पॅसेजमधून तो दाराच्या दिशेनं धावत सुटला. बाहेर आल्यावर सर्वत्र एक नजर टाकून, वेगानं तिथला गोल जिना चढून ड्रेस सर्कलच्या दिशेनं निघाला. मध्यंतरात बहुतेक प्रेक्षक बारच्या दिशेनं उतरत होते. तो त्या गर्दीच्या प्रवाहाच्या विरुद्ध जात होता. अनेकांना धक्के देत जावं लागल्यामुळे पुन्हा अनेक नजरा रागानं त्याच्यावर रोखल्या गेल्या. जिना चढून वर आल्यावर तो रॉयल बॉक्सच्या दिशेनं धावत सुटला. पण पोलिसांनी लावलेल्या लाल कापडी पट्टीजवळ त्याला थांबावं लागलं. दोन धिप्पाड पोलीस अधिकाऱ्यांनी त्याला एकदम अडवलं.

''सर, काही मदत हवीय का?'' एकानं विचारलं.

आर्नल्ड ओरडला, "रॉयल बॉक्समध्ये एक धोकादायक दहशतवादी घुसलाय. राजकन्येच्या जिवाला धोका आहे."

"शांत व्हा! सर, शांत व्हा," तो अधिकारी म्हणाला. "ते प्रख्यात अमेरिकन अस्थिरोगतज्ज्ञ प्रो. नरेश खान आहेत. ते ९।११ नंतर आलेल्या अडचणींविषयी व्याख्यान द्यायला आले आहेत."

"हो, तोच तो!" आर्नल्ड म्हणाला, "तो प्रसिद्ध सर्जनच्या मुख्यवट्याआड वावरत असेल, पण आहे मात्र एक फरार दहशतवादी."

तो अधिकारी त्याच्या सहकाऱ्यांकडे वळून म्हणाला, "साहेबांना त्यांच्या जागेवर नेऊन सोड."

"तुम्ही स्कॉटलंड यार्डच्या कमांडर हॅरिसनना फोन लावा." आर्नल्ड म्हणाला, "ते माझ्या म्हणण्याला दुजोरा देतील. माझं नाव आर्नल्ड पेनिवर्दी."

त्या दोघा अधिकाऱ्यांनी आधी एकमेकांकडे आणि मग आर्नल्डकडे पाहिलं. त्यातल्या ज्येष्ठ अधिकाऱ्यानं मोबाईलवरून फोन लावला.

"यार्डला जोडून द्या." मिनिटागणिक आर्नल्ड अगतिक होत होता.

"मला तातडीनं कमांडर हॅरिसनशी बोलायचंय." तो अधिकारी म्हणाला.

बऱ्याच वेळानं कमांडरनं फोन घेतला.

"गुड इव्हिनिंग, सर! मी बोल्टन, राजघराण्याच्या सुरक्षा दलात आहे. सध्या मी पॅलिडियममध्ये आहे. एक मि. पेनिवर्दी नावाचे गृहस्थ म्हणताहेत की, रॉयल बॉक्समध्ये एक दहशतवादी घुसलाय. तुम्ही त्यांना दुजोरा द्याल, असं त्याचं म्हणणं आहे." अजूनही राजकन्येचा जीव वाचवता येईल, अशी आर्नल्डला आशा होती. "मी त्यांच्याकडे फोन देतो, सर." त्या अधिकाऱ्यानं आर्नल्डच्या हातात फोन दिला.

"कमांडर, आज दुपारी आपण ज्या माणसाबद्दल बोललो तो निसटलाय. मी आताच त्याला रॉयल बॉक्समध्ये पाहिलं."

कमांडर शांतपणे म्हणाले, "मि. पेनिवर्दी, ते अशक्य आहे; कारण आपण आज ज्याच्याबद्दल बोललो, तो आज एका उच्च दर्जाची सुरक्षा असलेल्या तुरुंगात आहे आणि तुमच्या आयुष्यात तरी तो सुटणार नाही."

"पण मी आताच त्याला रॉयल बॉक्समध्ये पाहिलंय!" आर्नल्ड अगतिकपणे ओरडला. "फार उशीर होण्यापूर्वी तुमच्या माणसांना त्याला अटक करायला सांगा."

"सर, तुम्ही रॉयल बॉक्समध्ये कुणाला पाहिलं ते ठाऊक नाही. पण ते मि. झेबारी नाहीत, हे निश्चित!"

सैतानाशी संग

चेअरमनसाहेब गाडीतून उतरले आणि दमदार पावले टाकत बँकेत शिरले.

"गुड मॉर्निग, चेअरमन!" स्वागत कक्षात असलेला तरुण, रॉड म्हणाला.

ते त्याच्याकडं ढुंकूनही न पाहता सरळ लिफ्टच्या दिशेनं गेले. लिफ्टचं दार उघडल्यावर तिथे थांबलेले इतर लोक बाजूला सरकले. नोकरी टिकवायची असेल, तर चेअरमनसाहेबांबरोबर लिफ्टनं जाण्याचा विचार करणंही त्यांना शक्य नव्हतं.

लिफ्टनं ते सर्वांत वरच्या मजल्यावर गेले आणि रुबाबात त्यांच्या ऑफिसमध्ये शिरले. सेक्रेटरीनं त्यांच्या टेबलावर कागदपत्रांचे चार गठ्ठे व्यवस्थित मांडून ठेवले होते. मार्केट रिपोर्ट, टेलिफोनवर आलेले निरोप, ई-मेल्स आणि वर्तमानपत्रांची कात्रणं. पण आज त्यांना या गोष्टींकडे लक्ष द्यायला आतातरी वेळ नव्हता. कारण दुपारी बारा वाजता तपासणीसाठी कंपनीच्या डॉक्टरांकडे अपॉइंटमेंट होती.

खिडकीपाशी जाऊन त्यांनी तिथून दिसणाऱ्या शहराच्या दृश्यावर नजर टाकली. बँक ऑफ इंग्लंड, गिल्ड हॉल, टॉवर ऑफ लंडन, लॉईड्स, सेंट पॉल वगैरे इमारती ठळकपणे नजरेत भरत होत्या. पण त्यांनी गेल्या तीस वर्षांत नावारूपाला आणलेली बँक सर्वांत उंच होती. आणि आता तीच त्यांच्या हातून हिरावून घेतली जाण्याची भीती निर्माण झाली होती.

शहरात अफवांना ऊत आला होता. त्यांची कामाची पद्धत किंवा एखादा व्यवहार पूर्ण करतानाचे डावपेच अनेकांना पसंत नव्हते. "हे आपल्या लौकिकाला साजेसं नाही." एका संचालकांनी असं बोर्ड मीटिंगमध्ये बोलण्याचं धाडस केलं. त्या संचालकाची काही आठवड्यांत हकालपट्टी झाली. पण त्यामुळे संचालक मंडळात जास्तच अस्वस्थता निर्माण झाली.

गेल्या काही वर्षांत त्यांनी अनेक नियम वाकवले होते. त्यामुळे काहीजणाचं

नुकसानही झालं होतं; पण बँकेची मात्र भरभराट झाली होती आणि त्यांच्याशी एकनिष्ठ असणाऱ्यांचा फायदा झाला होता. त्यांनी स्वत:ही प्रचंड माया गोळा केली होती.

ते लवकरच वयाच्या साठाव्या वर्षी निवृत्त होतील, अशी अनेक संचालकांना आशा होती. पण तसं सुचवण्याची हिंमत मात्र कुणातच नव्हती. सनसनाटी बातम्या छापण्यात वाकबगार असणाऱ्या वृत्तपत्रांनी ते वारंवार हार्ले स्ट्रीटवरच्या डॉक्टरांच्या क्लिनिकमध्ये जात असल्याची बातमी दिली होती. पण तीच बातमी 'फायनान्शिल टाइम्स'मध्ये छापून आल्यावर मात्र लोकांनी हालचाल सुरू केली.

पुढच्याच बोर्ड-मीटिंगमध्ये चेअरमनसाहेबांना या बातमीच्या खरेखोटेपणाबद्दल स्पष्टीकरण मागण्यात आलं. सुरुवातीला त्यांनी वेळकाढूपणा केला. पण एका सदस्यानं मात्र त्याला न जुमानता आग्रह धरला की, त्यांनी या अफवेचं खंडन करण्यासाठी एक स्वतंत्र वैद्यकीय अहवाल सादर करावा. चेअरमननी मतदान घेतलं; पण निकाल त्याच्या विरोधात गेला. त्यांनी त्यांच्या वैयक्तिक डॉक्टरांऐवजी कंपनीच्या डॉक्टरांकडून रिपोर्ट आणावा, असा ठराव अकरा विरुद्ध नऊ मतांनी संमत झाला. आता मात्र विरोध करण्यात काहीच अर्थ नव्हता. कारण ते इतरांसाठी हाच आग्रह धरत. किंबहुना ते निमित्त साधून एखाद्या अकार्यक्षम किंवा अतिउत्साही अधिकाऱ्याची सोईस्करपणे हकालपट्टीही करत. आता तेच शस्त्र त्यांच्या विरोधात वापरलं जात होतं.

कंपनीचे डॉक्टर विकले जाणाऱ्यांपैकी नव्हते. चेअरमन कॅन्सरग्रस्त होते. त्यांच्या खाजगी डॉक्टरांच्या मते त्यांचं दोन ते तीन वर्षांचंच आयुष्य बाकी होतं. पण ही बातमी फुटली, तर बँकेचा शेअर कोसळला असता आणि नवीन चेअरमन येईपर्यंत तो सावरणं शक्य झालं नसतं.

आपलं मरण दूर नाही, हे त्यांना कळून चुकलं होतं. पण यापूर्वी त्यांनी अनेक संकटांवर मात केली होती. आणि आताही करता येईल, असा त्यांना विश्वास होता. आणखी एक संधी मिळावी म्हणून त्यांनी अगदी काहीही केलं असतं. काहीही...

"काहीही?" मागून आवाज आला.

चेअरमन त्यावर प्रतिसाद न देता खिडकीबाहेर टक लावून पाहत राहिले. कारण भेटीची वेळ घेतल्याशिवाय कुणालाही – अगदी डेप्युटी चेअरमननाही – त्यांच्या ऑफिसात प्रवेश नव्हता. पण तोच आवाज पुन्हा ऐकू आला– "काहीही?"

मग त्यांनी मागे वळून पाहिलं. आत एक माणूस उभा होता. रुबाबदार काळा सूट, पांढरा रेशमी शर्ट आणि अरुंद काळा टाय असा त्याचा वेष होता.

"माझं नाव यमाजी दूत" तो म्हणाला, "पृथ्वीवर माझीच हुकमत चालते."

"आत कसे आलात?"

"तुमची सेक्रेटरी मला पाहू शकत नाही. माझं बोलणंही ऐकू शकत नाही."

"बाहेर व्हा! नाहीतर मला सिक्युरिटीला बोलवावं लागेल." असं म्हणून त्यांनी टेबलाखालचं बटनं दाबलं.

क्षणातच त्यांची सेक्रेटरी लगबगीनं आत आली. तिच्या हातांत पॅड आणि पेन होतं. "आपण बोलावलंत सर?" तिनं विचारलं.

त्यांनी त्या आगंतुकाकडे बोट दाखवत विचारलं, "हा माणूस अपॉइंटमेंट शिवाय आत कसा आला?"

"सर, आज तुमची एकही अपॉइंमेंट नाही. फक्त बारा वाजता डॉक्टरांकडे जायचंय." ती गोंधळून आजूबाजूला पाहत म्हणाली.

"सांगितल ना," यमाजी दूत म्हणाले, "मी तिला दिसत नाही. फक्त ज्यांचं मरण जवळ आलंय अशांनाच मी दिसतो."

चेअरमननी तीव्र स्वरात सेक्रेटरीला फर्मावलं, "ठीक आहे. आता मला कुठलाच व्यत्यय नकोय."

"हो, सर." सेक्रेटरी घाईघाईनं बाहेर गेली.

यमाजी दूत म्हणाले, "आता माझ्याबद्दल खात्री पटली असेल, तर पुन्हा विचारतो. दुसरी संधी मिळण्यासाठी काहीही कराल, असं तुम्ही म्हणलात. खरंच काहीही कराल?"

"तसं मी म्हणालो असलो तरी ते शक्य नाही, हे आपणा दोघांनाही ठाऊक आहे."

"मला काहीही शक्य आहे. म्हणून तर तुमच्या मनातले विचार मी ओळखू शकलो. या क्षणी तुम्ही विचार करताय, 'हा खराच आहे का? आणि असला तर मला सुटकेचा मार्ग सापडलाय का?' "

"तुम्हाला कसं कळलं?"

"ते माझं कामच आहे. काहीही करायला तयार असलेल्यांनाच मी भेटतो. नरकात आम्ही दूरवरचा विचार करत असतो."

"पण या सौद्याचं स्वरूप काय?" चेअरमननी यमाजीच्या नजरेला नजर भिडवत विचारलं.

"तुम्ही निवडलेल्या व्यक्तीबरोबर तुम्हाला जागेची, आयुष्याची अदलाबदल करू देण्याचे अधिकार मला आहेत. उदाहरणार्थ, रिसेप्शनवर काम करणारा तरुण. तुम्हाला त्याचं अस्तित्वही जाणवलं नसेल. आणि त्याचं नाव तर नक्कीच माहीत नसेल."

"जर मी त्याच्याशी जागेची अदलाबदल केली, तर मला काय मिळेल?"

"त्याला तुमचं आयुष्य मिळेल."

"पण त्याच्या दृष्टीनं हे फारसं फायद्याचं नाही.''

"आयुष्यात इतके सौदे करताना तुम्ही असा विचार केल्याचं ऐकीवात नाही.'' आणि तुमच्या तथाकथित सदसद्विवेकबुद्धीच्या समाधानासाठी सांगतो – त्याला स्वर्गात स्थान मिळेल.'' यमाजी वर बोट दाखवत म्हणाले, "आणि तुम्ही याला कबूल झालात, तर तुम्हाला माझ्याबरोबर नरकात यावं लागेल.''

"पण तो एक सामान्य कारकून आहे.''

"चाळीस वर्षांपूर्वी तुम्हीही तसेच होता. आता तुम्ही ते कबूल करत नाही. हा भाग वेगळा.''

"पण त्याच्याजवळ माझी बुद्धी नाही.''

"आणि स्वभावही!''

"पण मला त्याच्या आयुष्याबद्दल, पार्श्वभूमीबद्दल काहीच माहिती नाही.''

"एकदा अदलाबदल झाल्यावर स्मरणशक्तीचीही अदलाबदल होईल.''

"पण माझा मेंदू? तोही त्याला मिळणार की काय?''

"नाही. तुमचा मेंदू आणि बुद्धी बदलणार नाही.''

"आणि मृत्यूनंतर तो स्वर्गात जाणार?''

"हो. आणि तुम्ही नरकात. अर्थात या करारावर सही केलीत तर!'' यमाजींनी चेअरमनना हाताला धरून खिडकीकडं नेलं. त्यांनी लंडन शहरावरून नजर फिरवली, "जर तुम्ही सही केली, तर हे सगळं तुमचं होईल.''

"कुठे सही करू?'' चेअरमन पेन उघडत म्हणाले.

यमाजी दूत म्हणाले, "माझ्या खालच्यांनी बजावलंय की, तुमचा या पूर्वीचा शब्द पाळण्याचा इतिहास पाहता, तुम्ही सही करण्यापूर्वी आमच्या शर्ती बारकाईनं तपासाव्या. कारण एकदा सही केलीत की, अंतिम निर्णय तुमच्यावर बंधनकारक असेल.'' चेअरमननी पेन ठेवलं. "या करारानुसार तुमच्या आणि त्या कारकुनाच्या आयुष्याची अदलाबदल केली जाईल. मेल्यावर तो स्वर्गात जाईल, तर तुम्ही नरकात.''

"हे सगळं तुम्ही आधीच सांगितलंय.'' चेअरमन म्हणाले.

"हो; पण यात बदल होणार नाही, हे लक्षात ठेवा. सुधारगृहात राहून त्याची भरपाई शक्य नाही. यातून ना सुटका आहे, ना अखेरच्या क्षणी होणारे बदल. हे प्रताप तुम्ही पूर्वी अनेकदा केले आहेत. एकदा सही झाली की, तो करार कायमचा असेल.''

"पण मी सही केली, तर मला त्या मुलाचं आयुष्य मिळेल आणि त्याला माझं, बरोबर?''

"हो. पण माझ्या खालच्या लोकांचे आदेश आहेत की, सही होण्यापूर्वी

तुमच्या सर्व प्रश्नांची प्रामाणिकपणे उत्तरं द्यावीत.''

''त्या मुलाचं नाव काय?'' चेअरमननी विचारलं.

''रॉड.''

''वय?''

''पुढच्या मार्चमध्ये पंचवीस पूर्ण होतील.''

''मग शेवटचा प्रश्न. त्याचं अपेक्षित आयुष्य किती?''

''तुमच्या इतर कर्मचाऱ्यांप्रमाणे त्याची कसून वैद्यकीय तपासणी झालेली आहे. त्याला 'ट्रिपल-ए' दर्जा मिळालाय. तो त्याच्या क्लबकडून फुटबॉल खेळतो. आठवड्यातून दोनदा जिममध्ये जातो. एप्रिलच्या लंडन मॅरॅथॉनमध्येही सहभागी होणार आहे. तो धूम्रपान करत नाही. मद्यपान क्वचितच. एखाद्या आयुर्विमा कंपनीसाठी आदर्श ग्राहक!''

''मग विचार कसला?'' चेअरमन म्हणाले, ''कुठे सही करू?''

यमाजी दूतांनी कागदांचा गठ्ठा काढला आणि पानं उलटली. शेवटच्या पानावर त्याचं नाव रक्तासारख्या लाल अक्षरांत लिहिलं होतं. चेअरमन बारीक अक्षरांतल्या ओळी वाचायच्या भानगडीत पडले नाहीत. हे काम ते त्यांच्या वकील आणि सल्लागारांवर सोपवत असत; पण आज ते तिथे नव्हते.''

त्यांनी झोकात सही ठोकली आणि पेन यमाजीच्या हातात दिलं. यमाजींनी 'खालच्या' अधिकाऱ्यांच्या वतीनं सही केली.

''आता कपडे घालायला हरकत नाही.'' डॉक्टर म्हणाले.

त्यांनी शर्ट घालेपर्यंत डॉक्टर एक्स-रे बघत होते.

डॉक्टर म्हणाले, ''सध्यातरी कॅन्सर आटोक्यात आल्याचं दिसतंय. नशिबानं साथ दिली, तर तुम्ही अजून पाच-दहा वर्षं जगायला काहीच हरकत नाही.''

''गेल्या कित्येक महिन्यांत मी एवढी चांगली बातमी ऐकली नव्हती.'' चेअरमन म्हणाले.

''पुन्हा तपासायला केव्हा येऊ?''

''दर सहा महिन्यांनी तपासलेलं बरं; निदान तुमच्या सहकाऱ्यांच्या समाधानासाठी. मी रिपोर्ट लिहून मोटरसायकलनं तुमच्या ऑफिसात पाठवून देतो आणि त्यात स्पष्ट उल्लेख करतो की, अजून दोन वर्षंतरी तुम्ही चेअरमनपदावर सहज राहू शकाल.''

''थँक यू, डॉक्टर! ऐकून खूप बरं वाटलं.''

''आणखी एक गोष्ट, तुम्ही काही दिवस सुट्टी घ्यावी हे उत्तम.'' डॉक्टर म्हणाले.

"मी शेवटची सुट्टी कधी घेतली, हेच मला आठवत नाहीये. त्यामुळे तुमचा सल्ला योग्यच आहे." चेअरमननी डॉक्टरांचा हात प्रेमानं हातात घेत निरोप घेत म्हटलं! "थँक यू. थँक यू व्हेरी मच!" त्यांनी डॉक्टरांचा निरोप घेतला.

त्या दुपारी डॉक्टरांच्या पत्त्यांवर एक मोठं खोकं आलं.

"हे काय आहे?" डॉक्टरांनी त्यांच्या असिस्टंटला विचारलं.

"चेअरमनसाहेबांकडून भेट."

"वा! आजचं दुसरं आश्चर्य!" डॉक्टर त्या बॉक्सवरील लेबल पाहत म्हणाले, "१९९४च्या मुरलेल्या वाइनच्या डझनभर बाटल्या. एवढा दिलदारपणा, आणि स्वभावाशी किती विसंगत?"

परतीच्या वाटेत चेअरमन मागे न बसता ड्रायव्हरच्या शेजारी बसले होते. बँकेत येईपर्यंत त्यांच्या गप्पा चालू होत्या. फ्रेडही त्यांच्यासारखाच आर्सेनलचा समर्थक असल्याचं त्यांना ठाऊक नव्हतं.

बँकेत आल्यावर दरवानानं त्यांच्यासाठी दार उघडून त्यांना सलाम केला.

"गुडमॉर्निंग, सॅम!" ते आत येत दरवानाला म्हणाले. त्यांच्यासाठी लिफ्टचं दार उघडून एक तरुण उभा होता.

"गुड मॉर्निंग, चेअरमन!" तो म्हणाला, "आपल्याशी थोडं बोलता येईल?"

"जरूर. तुझं नाव काय?"

"रॉड, सर." तो म्हणाला.

"रॉड, काय म्हणतोस, बोल."

"सर पुरवठाविभागात एक जागा रिकामी होतेय. त्यासाठी माझा विचार होईल?"

"जरूर रॉड, का नाही?"

"सर, पण माझ्याकडे तेवढी शैक्षणिक पात्रता नाही."

"अरे, नसू दे. मी तुझ्याएवढा असताना माझ्यातही नव्हती." चेअरमन म्हणाले, "प्रयत्न करायला काय हरकत आहे?"

"तू काय करतोयस, याची तुला जाणीव आहे ना?" ते गेल्यावर सीनियर क्लार्कनं रॉडला विचारलं.

"नक्कीच! मला काही संपूर्ण आयुष्य तुझ्यासारखं तळमजल्यावर काढायचं नाही."

चेअरमननी लिफ्टचं दार उघडून दोन बायकांना आत घेतलं.

"कितवा मजला?" त्यांनी विचारलं.

"पाचवा, सर!" त्यांतली एक बिचकत म्हणाली.

बटन दाबत चेअरमन म्हणाले, "तुम्ही कुठल्या विभागात काम करता?"

"आम्ही स्वच्छतेचं काम करतो." त्यांतली एक मुलगी म्हणाली.

"बरेच दिवस तुमच्याशी बोलायचं माझ्या मनात होतं."

त्या दोघींनी एकमेकींकडं चिंतेनं पाहिलं.

"तुमच्या कामाची कदर होत नाही. पण एक सांगतो, आपली ऑफिसेस शहरातील सर्वांत स्वच्छ ऑफिसेस आहेत. तुम्हाला तुमच्या कामाचा अभिमान वाटायला हवा."

लिफ्ट पाचव्या मजल्यावर थांबली.

"थँक यू, सर!" त्या बाहेर पडत म्हणाल्या. त्या आश्चर्यानं थक्क झाल्या होत्या. त्यांच्या सहकाऱ्यांना त्यांनी हे सांगितलं, पण त्यांचा विश्वास बसणं अशक्य होतं.

सर्वांत वरच्या मजल्यावर लिफ्ट थांबली. चेअरमन त्यांच्या सेक्रेटरीच्या ऑफिसमध्ये आले. "गुड मॉर्निंग, सॅली!" ते तिच्या जवळच्या खुर्चीवर बसत म्हणाले. ती उठून उभी राहिली. त्यांनी हसून तिला बसायची खूण केली.

"कशी झाली तपासणी?" तिनं भीतभीत विचारलं.

"अपेक्षेपेक्षा खूपच चांगली." ते म्हणाले, "कॅन्सर आटोक्यात आलाय. मी आणखी दहा वर्षं जगायला काहीच हरकत नाही."

"उत्तम बातमी!" सॅली म्हणाली, "म्हणजे आता तुम्हाला लगेच राजीनामा द्यायची गरज नाही?"

"डॉक्टर तेच म्हणाले. पण एक गोष्ट मला स्वीकारायलाच हवी. मी काही अमरपट्टा घेऊन आलेलो नाही. त्यामुळे इथे काही बदल करायला हवेत."

"तुमच्या मनात नेमकं काय आहे?" सेक्रेटरीने काळजीनं विचारलं.

"पहिली गोष्ट म्हणजे मी बोर्डानं उदारपणे देऊ केलेलं रिटायरमेंट पॅकेज स्वीकारावं आणि स्वीकृत संचालक म्हणून काम पाहावं; पण सुट्टीवरून परतल्यावर."

"पण तेवढं पुरसं होईल का?" तिचा अजून कानावर विश्वास बसत नव्हता.

"भरपूर होईल. थोडं समाजकार्य करावं म्हणतो. माझ्या फुटबॉल क्लबला मदत करीन. त्यांना नवीन चेंजिग रूमची गरज आहे. तुला माहितेय, तरुण असताना मी कायम तिथेच असायचो. आणि कदाचित त्यांनाही नवीन चेअरमनची गरज असेल?"

काय बोलावं, ते सेक्रेटरीला सुचेना.

"आणि जाण्यापूर्वी आणखी एक गोष्ट करावी म्हणतो, सॅली."

तिनं पॅड आणि पेन उचचलं. चेअरमननी खिशातून चेकबुक काढलं.

"तू माझ्याबरोबर किती वर्षं काम करतीयेस?"

"या महिन्याच्या अखेरीस सत्तावीस वर्षं होतील, चेअरमन."

त्यांनी सत्तावीस हजार पौंडांचा चेक लिहून तिच्या हातात दिला.

"तूसुद्धा सुट्टी घ्यायला हवी. मी बॉस म्हणून जरा त्रासदायक होतो ना?"

सॅली बेशुद्ध पडली.

"बरंय, मी लंचला जातोय." रॉड घड्याळाकडे पाहत म्हणाला.

"कुठे जायचा विचार आहे?" सॅमनं चेष्टेनं विचारलं, "सॅव्हॉय ग्रिल?"

"तिथेही जाईन आज ना उद्या;" रॉड म्हणाला, "पण सध्यातरी गार्टर आर्म्समध्ये जावं म्हणतो. पुरवठाखात्यातल्या माझ्या सहकाऱ्यांची ओळख करून घ्यावी म्हणतो."

"तू जरा जास्तच उड्या मारतोयस, असं नाही वाटत?"

"नाही, सॅम. बघच तू; मी बॉस होण्याचा दिवस लांब नाही आणि हे मी त्या दिशेनं टाकलेलं पाहिलं पाऊल आहे."

"नाही जमणार तुला." सॅम त्याचं सँडविचरॅपिंग काढत म्हणाला.

"एवढी खातरी बाळगू नकोस, सॅम." रॉड म्हणाला. त्यानं त्याचा कारकुनी कोट काढत स्पोर्ट्स जॅकेट घातलं आणि बाहेर फुटपाथवर आला. त्यानं समोरील रोडवर असलेल्या गार्टर आर्म्सकडे पाहिलं. आज तो कॉर्पोरेट शिडीची पहिली पायरी चढणार होता.

त्याच्या उजव्या बाजूला एक डबलडेकर बस येऊन थांबली. आतून बरेचजण उतरले. त्याला ट्रॅफिकमध्ये मोकळी जागा दिसली. तो रस्ता ओलांडू लागला. तेवढ्यात मेडिकल रिपोर्ट घेऊन येणाऱ्या मोटरसायकलनं बसला ओव्हरटेक केलं. रॉडला पाहिल्याबरोबर मोटरसायकलस्वारानं ब्रेक दाबून त्याला टाळायचा प्रयत्न केला, पण तोपर्यंत उशीर झाला होता. त्याची जोरदार धडक रॉडला बसली.

रॉड मोटरसायकलखाली येऊन काही अंतर फरफटत गेला. अखेर ती मोटरसायकल त्याच्या शरीरावर येऊनच थांबली.

डोळे उघडल्यावर रॉडला रस्त्यावर पडलेलं एक पाकीट दिसलं. त्याच्यावर लिहिलं होतं, 'अर्जंट. चेअरमनसाहेबांचा वैद्यकीय अहवाल.'

मान वर केल्यावर त्याला रुबाबदार काळा सूट, पांढरा रेशमी शर्ट आणि अरुंद काळा टाय घातलेला माणूस दिसला.

"तुम्ही मला तो तरुण किती दिवस जगणं अपेक्षित आहे, असं विचारण्याऐवजी त्याचं किती आयुष्य शिल्लक आहे, असं विचारायला हवं होतं."

रॉडनं जगाचा निरोप घेण्याआधी ऐकलेले, हे शेवटचे शब्द होते.

हाउसफुल्ल

बसमधून उतरताना रिचर्ड एडमिस्टम पार थकून गेला होता. त्याला भूकही सपाटून लागली होती. दिवसभराच्या दगदगीनंतर छानपैकी अंघोळ आणि जेवण करण्याची त्याची इच्छा होती. पण या दोन्ही गोष्टी त्याला परवडण्यासारख्या नव्हत्या.

त्याची सुट्टी संपत आली होती. एका दृष्टीनं तेही बरंच होतं; कारण त्याच्याजवळचे पैसेही संपत आले होते. त्याच्या पाकिटात आता जेमतेम शंभर युरो आणि लंडनच्या ट्रेनचं परतीचं तिकीट होतं.

पण त्याबद्दल त्याची तक्रार नव्हती. मिलॅनीनं कोणतंही कारणं न देता शेवटच्या क्षणी माघार घेतली होती. तरीही त्यानं तो महिना तुस्कॅनीच्या निसर्गरम्य परिसरात काढला होता. इटलीच्या या ग्रामीण भागात जर अनेक हॉटेलांमध्ये आधीच पैसे भरून ठेवले नसते, तर त्यानं ही ट्रिपच रद्द केली असती. गेलं वर्षभर तो उत्तर इटलीत भटकंती करण्याचे बेत आखत होता. रॉबर्ट ह्यूजनं टाइम्समध्ये लिहिलंच होतं की, जगातलं निम्मं वैभव या देशात दिसेल. त्यानं आणि मिलॅनीनं 'जॉन ज्यूलियस नॉर्विच' या प्रसिद्ध इतिहासकाराचं व्याख्यान ऐकलं होतं. समारोप करताना तो म्हणाला होता, "तुम्हाला जर दोन जन्म मिळाले, तर त्यातला एक इटलीत घालवा."

सुट्टीच्या शेवटी रिचर्ड जरी अगदी कफल्लक आणि भुकेला असला, तरी ह्यूज आणि नॉर्विचचं म्हणणं त्याला पटलं होतं. फ्लोरेन्स, सॅन जिमिग्नानो, कॉर्टोना, अरेझो, सिएना आणि लुका या ठिकाणांच्या कलाकृतींच्या वर्णनानं अन्य देशांच्या प्रवासी मार्गदर्शिकांची पानंच्या पानं भरली असती; पण इटलीत मात्र त्यांच्या वाट्याला फक्त एक तळटीप आली होती.

रिचर्डला दुसऱ्या दिवशी इंग्लंडला परतणं भाग होतं. ईस्ट लंडनच्या एका शाळेत त्याला इंग्लिशचा शिक्षक म्हणून रुजू व्हायचं होतं. त्याच्या स्वतःच्या

मार्लबरो शाळेच्या मुख्याध्यापकांनी त्याला पाचवीचा शिक्षक म्हणून संधी देऊ केली होती; पण त्याला त्याच शाळेत जाऊन पुन्हा तेच अनुभव घ्यायचे नव्हते.

त्याने त्याची सॅक खांद्यावर टाकली आणि आणि एका टेकडीच्या माथ्यावर वसलेल्या मॉन्टेर्की या पुरातन गावाच्या दिशेने जाणाऱ्या नागमोडी रस्त्यानं तो चालू लागला. या गावासाठी त्यानं मुद्दाम शेवटचा दिवस राखून ठेवला होता. कारण तिथं मॅडोना डेल पार्टोची गर्भवती व्हर्जिन मेरी आणि स्तनपान करणाऱ्या बालयेशूची 'पिएरो डे ला फ्रान्सेस्का' याची कलाकृती होती. अनेक अभ्यासकांच्या मते ही त्याची सर्वोत्तम कामगिरी होती, आणि पुनरुज्जीवन कालखंडाचे अनेक चाहते जगभरातून यात्रेकरूंसारखे या गावाला भेट देत असत.

पावलागणिक त्याला सॅकचं ओझं जास्त जाणवू लागलं; पण त्याच वेळी खालच्या दरीतलं दृश्य मात्र अधिकाधिक सुंदर दिसू लागलं. त्या हिरव्यागार नक्षीतून आर्नो नदी संथपणे वाहत होती. आणि मॉन्टेर्कीला पोचल्यावर तर त्यापुढं निसर्गाचं तेही रूप फिकं वाटू लागलं.

चौदाव्या शतकातल्या त्या गावाला आधुनिकतेचा स्पर्शही झाला नव्हता. ट्रॅफिक लाइट, रस्त्यांच्या नावाच्या पाट्या, रस्त्यांवरच्या पिवळ्या रेघा, मॅक्डोनाल्ड रेस्टॉरंट यांपैकी काही दिसत नव्हतं. रिचर्ड फिरत फिरत बाजाराच्या मुख्य चौकात आला. तेवढ्यात टाउन हॉलच्या घड्याळाचे नऊ ठोके पडले. रात्री नऊ वाजताही हवेत ऊब होती. त्याला ऑलिव्ह झाडांमध्ये लपलेलं एक रेस्टॉरंट दिसलं. त्यानं आत जाऊन मेनूवर नजर टाकली; पण त्याच्या लक्षात आलं की, ते रुचकर पदार्थ त्याच्या खिशाला परवडणारे नव्हते. नाहीतर त्याला रात्री शेतात झोपून दुसऱ्या दिवशी फ्लोरेन्सपर्यंत ९० कि.मी. वाट पायी तुडवावी लागली असती.

चौकाच्या पलीकडे त्याला एक लहानसं रेस्टॉरंट दिसलं. स्वच्छ टेबलक्लॉथ, करकरीत कपड्यांतले वेटर असं काहीच तिथं नव्हतं. तो एका कोपऱ्यात बसला. त्याला मिलॅनीची आठवण झाली. ती समोरच्या खुर्चीत बसलेली हवी होती. एकत्र राहायचं की नाही, हा निर्णय त्यांना सुट्टीनंतर घेता आला असता. ती बॅरिस्टर होती, तर तो शिक्षक. पण निर्णय होण्यासाठी तिला सुट्टीची गरज वाटली नाही.

गेल्या दोन आठवड्यांपासून कार्डावरील प्रत्येक मेनू वाचताना त्याचं पदार्थांच्या नावापेक्षा किमतीकडेच अधिक लक्ष असायचं. त्यानं त्याला परवडणारा पदार्थ निवडला आणि वाचायला त्याच्या शिक्षकांनी सुचवलेलं पुस्तक काढलं. त्यांनी रिचर्डला भारतातल्या त्यागाचे गोडवे गाणाऱ्या साहित्याकडे दुर्लक्ष करून आर. के. नारायणच्या असामान्य प्रतिभेचा आस्वाद घेण्याचा सल्ला दिला होता.

वाचता-वाचता लवकरच तो जगाच्या दूरवरच्या भागात एका खेड्यात करवसुली करणाऱ्या अधिकाऱ्याच्या अडचणींमध्ये एवढा गुंतून गेला की, वेट्रेस जवळ उभी असल्याचं त्याच्या गावीही नव्हतं. तिच्या हातात पाण्याचा जग, बशीभर ऑलिव्ह्ज आणि ताजा ब्रेड होता.

"स्पॅघेटी आणि रेड वाइन." तो म्हणाला. इथे आल्यापासून त्याचं वजन चांगलंच वाढलं होतं. पण त्याबद्दल त्याला विशेष काळजी नव्हती. नवीन काम सुरू झाल्यावर तो नेहमीप्रमाणे रोज पाच मैल रनिंग करणार होता. परीक्षांच्या काळातही तो रनिंग चुकवत नसे.

'मालगुडी डेज'ची काही पानं वाचून होईपर्यंत ती वेट्रेस स्पॅघेटीनं भरलेला भलामोठा बाऊल आणि वाइन घेऊन आली. तो त्या गोष्टीत एवढा गुंतून गेला होता की, स्पॅघेटी संपल्याचं त्याच्या लक्षातही आलं नाही. त्यानं पुस्तक बाजूला ठेवून उरलेला ब्रेड सॉसबरोबर खाल्ला. प्लेट उचलताना वेट्रेसनं विचारलं, "आणखी काही घेणार?"

"आणखी काही मला परवडणारच नाही." त्यानं प्रांजळपणे कबूल केलं. मेनू पाहिला तर खाण्याचा मोह होईल, अशी त्याला भीती वाटली. "बिल आणा." तो म्हणाला.

तो निघणार तेवढ्यात ती वेट्रेस प्लेटभर तिरामासू आणि कॉफी घेऊन आली. "पण मी तर..." तो पुढे बोलायच्या आत तिनं ओठांवर बोट ठेवलं आणि तिथून निघून गेली. मिलॅनी एकदा त्याला म्हणाली होती की, त्याच्या एखाद्या लहान मुलासारख्या निरागस मोहकपणामुळे स्त्रियांना त्याची आईसारखी काळजी घ्यावीशी वाटते. पण त्याच मोहकपणाचा मिलॅनीवरचा परिणाम मात्र ओसरला होता.

त्या रुचकर जेवणाचा आस्वाद घेताना त्यानं पुस्तकही बाजूला ठेवलं. आता रात्र कुठे काढावी हा विचार करत, तो कॉफीचे घोट घेऊ लागला. बिल आल्यावर त्याच्या लक्षात आलं की, तिनं वाइनचे पैसे लावलेच नव्हते. विसरून की मुद्दाम? तिच्या मिस्कील हास्यानं त्याला उत्तर मिळालं.

त्यानं तिला १० युरोची नोट दिली. "इथं रात्री झोपायला जागा कुठे मिळेल?" त्यानं विचारलं.

"या खेड्यात फक्त दोनच हॉटेल्स आहेत. एक ला-कॉंटेसिना – पण ते जरा..." ती जरा अडखळली.

"मला न परवडण्यासारखं..."

"दुसरं विशेष महाग नाही, पण साधंच आहे."

"हे योग्य वाटतं. फार लांब आहे का?"

“मॉटेर्कीत लांब काहीच नाही.” ती म्हणाली, “व्हाया द मेडिसीच्या टोकापर्यंत जा. मग उजवीकडे वळा. डाव्या बाजूला ते दिसेल – आल्बर्गो पिएरो.”

रिचर्ड उठला. निरोपादाखल त्यानं तिच्या गालाचं चुंबन घेतलं. ती लाजून पळाली. त्याला हॅरी चॉपिनचं ‘बेटर प्लेस टु बी’ हे गाणं आठवलं. त्यानं सॅक पाठीवर टाकली आणि निघाला. तिनं सांगितलेल्या पत्त्यावर त्याला ते हॉटेल सापडलं.

तो बाहेरच थबकला. आता या ८६ युरोंमध्ये रूम परवडेल की नाही, हीच शंका होती. काचेच्या दारातून त्याला एक रिसेप्शनिस्ट रजिस्टर चाळताना दिसली. तिनं वर पाहिलं आणि तिथे थांबलेल्या एका जोडप्याला रूमची किल्ली दिली.

प्रथम पाहताक्षणी त्याची नजर तिच्यावर खिळून राहिली. नजर हटली तर ती मृगजळासारखी अदृश्य होईल की काय, अशी त्याला भीती वाटली. अप्रतिम नितळ कांती, नाजूक, आकर्षक अशा खांद्यावर रुळणारे काळे केस आणि प्रत्येक हास्याबरोबर चमकणारे टपोरे तपकिरी डोळे. तिच्या अंगात एक गडद रंगाचा सूट आणि पांढरा ब्लाउज होता. एकूणच असं अभिजात सौंदर्य, जे इटालियन पुरुष गृहीत धरतात आणि ज्याच्यासाठी इंग्रज स्त्रिया पाण्यासारखा पैसा खर्च करतात. ती तिशीची असावी; पण त्या कालातीत सौंदर्यामुळे नुकतीच शाळेतून बाहेर पडल्यासारखी वाटत होती.

खोली परवडली नाही, तरी तिच्याशी बोलण्याची संधी तो सोडणार नव्हता. तो दार ढकलून आत गेला आणि तिच्याकडे पाहून हसला. तिनंही तसंच प्रत्युत्तर दिलं हसताना ती जास्तच सुंदर दिसली.

“एका रात्रीसाठी खोली हवीय.” तो म्हणाला.

तिनं रजिस्टरवर नजर टाकली. “सॉरी!” ती म्हणाली, “सर्व खोल्या भरल्या आहेत. शेवटची रूमही आत्ताच काही मिनिटांपूर्वीच गेली.”

रिचर्डला तिच्यामागे अनेक किल्ल्या लटकताना दिसल्या.

“एकही नाही? कितीही लहान असली तरी चालेल.” त्यानंही रजिस्टरवर नजर टाकली.

तिनं पुन्हा रजिस्टर चाळलं, “नाही. सॉरी!” ती म्हणाली, “एकदोन जणांनी रूम्स घेतलेल्या नाहीत; पण त्यांनी ॲडव्हान्स भरलेला असल्यामुळे त्या देता येत नाहीत. ‘ला काँटेसिना’मध्ये तुम्ही चौकशी केलीत? तिथे असेल कदाचित.”

“ते मला परवडण्यासारखं नाही.” रिचर्ड म्हणाला.

तिनं समजुतीनं मान डोलावली. “टेकडीच्या पायथ्याशी एक वयस्कर बाई

गेस्ट–हाउस चालवतात. पण तुम्हाला घाई करावी लागेल. अकरा वाजता त्या दार बंद करतात.''

''त्यांना प्लीज फोन करून विचारता?''

''त्यांच्याकडे फोन नाही.''

''मग मी आजची रात्र व्हरांड्यात झोपू?'' त्यानं आशेनं विचारलं, ''कुणाच्या लक्षात येईल?'' त्यानं पुन्हा ते मुलींना भुरळ पाडणारं मोहक हास्य केलं.

रिसेप्शनिस्टच्या कपाळाला हलकी आठी पडली. ''जर आमच्या मॅनेजरबाईंच्या लक्षात आलं, तर त्या तुम्हाला हाकलून तर देतीलच; पण माझीही नोकरी जाईल.''

''मग आता एखाद्या शेतातच झोपावं लागेल.'' तो म्हणाला.

तिनं त्याच्याकडे निरखून पाहिलं. मग पुढे झुकून कुजबुजली, ''लिफ्टनं सर्वांत वरच्या मजल्यावर जाऊन थांब. बुकिंग केलेल्यांपैकी कुणी आलं नाहीतर तुला रूम देईन.''

''थँक यू!'' त्याला तिला मिठी मारावीशी वाटली.

''सॅक इथेच राहू दे.'' ती म्हणाली.

तिनं त्याच्या हातून सॅक घेऊन पटकन काउंटरखाली ठेवली.

तिचे आभार मानून तो लिफ्टकडे गेला. तेवढ्यात लिफ्टचं दार उघडून पोर्टर बाहेर आला आणि त्याच्याकडं पाहून हसला.

लिफ्ट मंदगतीनं वरच्या मजल्यावर पोचली. समोर एक अंधारलेला कॉरिडॉर होता. वर एकच दिवा मिणमिणत होता. हॉटेलमध्ये असल्यासारखं मुळीच वाटत नव्हतं. तिथे एकही खुर्ची नसल्यामुळे तो तिथल्या कार्पेटवरच भिंतीला पाठ टेकून बसला. सॅकमधून पुस्तक न आणल्याचा त्याला पश्चात्ताप झाला. त्याला खाली जाऊन ते आणावंसं वाटलं, पण मॅनेजरबाईंच्या भीतीनं तो तिथेच थांबला.

थोड्या वेळानं तो अस्वस्थपणे येरझारा घालू लागला. मधूनच तो घड्याळाकडे नजर टाकत होता.

बाराचे टोल ऐकल्यावर त्यानं ठरवलं की, इथल्यापेक्षा मोकळ्या हवेत झोपलेलं बरं. त्यानं लिफ्टचं बटन दाबलं आणि वाट पाहत उभा राहिला. दार उघडलं गेलं, आत पाहतो तर ती उभी होती. मंद दिव्याच्या प्रकाशात ती आधीपेक्षा जास्तच सुंदर दिसत होती. ती बाहेर आली आणि त्याचा हात धरून ती त्याला कॉरिडॉरच्या टोकाकडे घेऊन गेली. तिथलं एक नंबर नसलेलं दार जवळच्या किल्लीनं तिनं उघडलं आणि त्याला ओढतच आत नेलं.

ती खोली रिचर्डच्या कॉलेजच्या खोलीएवढीच होती. आतली बहुतेक जागा

एका पलंगानं व्यापली होती. तो धड ना सिंगल बेड होता ना डबल. भिंतीवर कुटुंबाचे फोटो होते. ती इथेच राहत असावी. खोलीत एकच लहानशी खुर्ची होती. आता आपण कुठे झोपायचं, हा त्याला प्रश्न पडला.

"आलेच मी," असं म्हणून ती बाथरूममध्ये गेली. रिचर्ड तिची वाट पाहत त्या लाकडी खुर्चीवर बसला. शॉवर सुरू झाल्याचा आवाज आल्यावर अनेक विचार डोक्यात रुंजी घालू लागले. त्याला मिलॅनीची आठवण झाली. ती त्याची पहिली खरीखुरी गर्लफ्रेंड होती. तेवढ्यात बाथरूमचं दार उघडलं. गेल्या दोन वर्षांत त्यानं दुसऱ्या कोणत्याही मुलीकडे पाहिलं नव्हतं. तिच्या अंगात बाथरूम गाउन होता. त्याचा समोर पट्टा उघडा होता.

"तुलाही शॉवरची गरज आहे." ती म्हणाली.

"थँक यू!" असं म्हणून तो बाथरूममध्ये शिरला. गरम पाण्याचा झोत अंगावर घेताच त्याला बरं वाटलं. त्यानं साबण लावून दिवसभरची धूळ, घाम स्वच्छ धुऊन काढला. अंग पुसताना त्याच्या लक्षात आलं की, सॅक खाली राहिल्यामुळे त्याला आत टांगलेले कपडेच पुन्हा घालावे लागणार होते. पण तेवढ्यात त्याला आत टांगलेला हॉटेलचा बाथरूम गाउन दिसला. तो त्याच्या अंगाला अगदी व्यवस्थित येत असल्याचं पाहून त्याला आश्चर्य वाटलं.

त्यानं बाथरूमचा दिवा बंद करून हळूच दार उघडलं. खोलीत अंधार होता. पण पांघरुणाखाली तिची कमनीय आकृती दिसत होती. तो उभा असतानाच चादर खाली ओढली गेली. हलक्या पावलांनी येऊन तो पलंगाच्या कडेवर बसला. तिनं चादर आणखी खाली ओढली. तो तिच्याकडे पाठ करून आडवा झाला.

क्षणभरच एका नाजूक हातानं त्याच्या गाउनचा बंद सोडला, ती तो गाउन ओढत असताना त्याच्या डोक्यात मिलॅनीचे विचार होते. पण तिनं त्याच्या मानेचे चुंबन घ्यायला सुरुवात केल्यावर ते विचार विरून गेले. तिचा हात त्याच्या सर्वांगावर फिरू लागला. त्यानं वळून तिला मिठीत घेतलं. तिचा स्पर्श इतका जादुई होता की, त्याला दिवा लावून तिचं सौंदर्य डोळे भरून पाहावंसं वाटलं. कोणत्याही स्त्रीबद्दल न वाटलेली अनामिक ओढ त्याला वाटली. शरीरमिलनानंतरही त्यानं तिला बाहूत घेतलं.

तिचा हात शरीरावरून फिरू लागल्यावर त्याला पुन्हा जाग आली. त्या वेळी त्यांचा प्रणय अधिक संथ पण विश्वासपूर्ण होता. तिनंही भावना लपवायचा प्रयत्न केला नाही. असं रात्री किती वेळा घडलं, ते त्याला कळलंच नाही. सकाळी सूर्याचे कोवळे किरण आत आल्यावर त्याला तिचं खरं सौंदर्य जाणवलं.

सकाळी आठचे ठोके ऐकल्यावर ती म्हणाली, "आता तुला निघायला हवं,

प्रेमवीर. सकाळी नऊ वाजता मला कामावर हजर व्हायचंय.''

रिचर्ड तिचं चुंबन घेऊन बाथरूममध्ये गेला. शॉवर घेऊन त्यानं आधीचेच कपडे घातले. ती खिडकीजवळ उभी होती. त्यानं तिला जवळ घेऊन आशेनं पलंगाकडे पाहिलं.

''तुझी निघायची वेळ झालीय.'' ती त्याचं अखेरचं चुंबन घेत म्हणाली.

''मी तुला कधीच विसरणार नाही.'' तो म्हणाला.

तिच्या हास्यात तिची आसक्ती दिसत होती.

तिनं खिडकीची झडप उघडून आपत्कालीन जिन्याकडं बोट दाखवलं. रिचर्ड हलक्या पावलांनी तो लोखंडी जिना उतरून खाली आला. वर नजर टाकल्यावर त्याला तिचं अखेरचं दर्शन झालं. तिनं त्याच्या दिशेनं एक उडतं चुंबन फेकलं. आज सुट्टीचा शेवटचा दिवस असण्याऐवजी पहिला असता तर?

चोरट्या पावलांनी तो फाटकाकडे गेला आणि रस्त्यानं वळसा घालून पुन्हा हॉटेलच्या दर्शनी भागासमोर आला. त्यानं काचेच्या दारातून आत नजर टाकली. आत त्या सुंदर रिसेप्शनिस्टच्या जागी एक मध्यमवर्गीय स्त्री बसलेली होती. ती मॅनेजर असल्याचं स्पष्ट दिसत होतं.

रिचर्डनं घड्याळाकडं पाहिलं. आता रिचर्डला मॅडोना डेल पार्टोचं चित्र पाहून फ्लोरेन्सची ट्रेन पकडायची होती.

या खेपेला तो आत्मविश्वासानं हॉटेलमध्ये शिरला. काउंटरजवळ आल्यावर मॅनेजरनं मान वर करून त्याच्याकडं पाहिलं, पण ती काही हसली नाही. ''गुडमॉर्निंग!'' तो म्हणाला.

''गुड मॉर्निंग! मी तुमच्यासाठी काय करू शकते?'' ती त्यांच्याकडे रोखून पाहत म्हणाली.

''काल रात्री मी माझी सॅक इथे ठेवली होती. ती न्यायला आलोय.''

''तुला काही कल्पना आहे, डिमित्रियो?'' तिनं रिचर्डवरची नजर न काढता विचारलं.

''हो मॅडम.'' पोर्टर काउंटरखालून ती सॅक काढत म्हणाला, ''हीच ना?''

त्यानं रिचर्डकडे पाहून डोळे मिचकावले.

''थँक यू!'' त्याला पोर्टरला टिप द्यायचा मोह झाला, पण... त्यानं त्याची सॅक खांद्यावर टाकली आणि तो निघाला.

तो दारात असताना मॅनेजरनं विचारलं, ''काल रात्री तुम्ही आमच्याकडे राहिलात का?''

''नाही.'' तो म्हणाला, ''मला पोचायला उशीर झाला. तुमच्याकडे रूम शिल्लक नव्हती.''

"आश्चर्य आहे!" ती म्हणाली, "काल बऱ्याच रूम्स रिकाम्या होत्या."

काय बोलावं, ते रिचर्डला कळेना.

"डिमित्रियो, काल रात्री ड्यूटीवर कोण होतं?"

"कार्लोटा, मॅडम."

रिचर्ड मंद हसला. किती गोड नाव.

मॅनेजर मान हलवत म्हणाली, "तिच्याशी बोलायलाचं हवं. कधी येणार आहे ती?

नऊ वाजता – रिचर्डनं शब्द आवरले.

"नऊ वाजता, मॅडम." पोर्टर म्हणाला.

मॅनेजर रिचर्डकडे वळून म्हणाली, "माफ करा. तुमची गैरसोय तर नाही ना झाली?"

"छे, छे! मुळीच नाही." रिचर्ड दार उघडत म्हणाला. त्याच्या चेहऱ्यावरचं हसू ती पाहू शकली नाही.

दार पूर्ण बंद झाल्यानंतर मॅनेजर पोर्टरकडे वळली आणि म्हणाली, "असं करायची ही काही तिची पहिलीच वेळ नाही."

'जाता जात नाही...' *

उघड्या छताची एक आलिशान लाल पोर्शे गाडी ट्रॅफिक लाइटजवळ येऊन थांबली. ब्रेक दाबतानाच त्यानं घड्याळावर नजर टाकली. लंच अपॉइंटमेंटला त्याला काही मिनिटं उशीर झाला होता. आजूबाजूचे अनेक पुरुष त्याच्या गाडीकडे कौतुकानं पाहत होते. बायका त्याच्याकडे पाहून हसत होत्या.

जामवालनं हळूच ॲक्सिलरेटर दाबला. गाडीचं शक्तिशाली एंजीन एखाद्या वाघासारखं गुरगुरलं. आता आणखीनच लोक त्याच्याकडे पाहू लागले. सिग्नल हिरवा होताना त्याला डाव्या बाजूला एक गाडी आल्याचं जाणवलं. तो तिकडे बघेपर्यंत ती फेरारी निघालीसुद्धा, आणि गर्दीतून सफाईनं वाट काढत त्याच्या पुढे निघून गेली. तोही त्याचा मान हिरावून घेणाऱ्या त्या ड्रायव्हरचा पाठलाग करू लागला.

ती फेरारी पुढच्या ट्रॅफिक सिग्नलपाशी रस्त्यात ठाण मांडून बसलेल्या एका गायीला चुकवत करकचून ब्रेक दाबत थांबली. आपल्याला आव्हान देणारा कोण, हे पाहण्यासाठी जामवालनं त्याची गाडी बाजूला आणली. त्याचा स्वत:च्या डोळ्यांवर विश्वास बसेना. स्टिअरिंगमागे एक तरुणी होती. तिनं त्याच्याकडे ढुंकूनही पाहिलं नाही, त्याची नजर मात्र तिच्यावरून हटेना.

तेवढ्यात लाइट हिरवा झाला आणि पुन्हा ती त्याला मागे टाकून सुसाट सुटली. जामवालनं पुन्हा तिचा पाठलाग सुरू केला. तिच्यापुढे जाण्यासाठी तो त्या गर्दीत मोकळी जागा शोधत होता. पुढचे मिनिटभर त्यानं एका हातानं स्टिअरिंग धरून दुसरा हात हॉर्नवर दाबून धरला. बाजूला मुळीच न सरकणाऱ्या रिक्षा, सायकली, टॅक्सीज् , बसेस, ट्रक्स यांना चुकवत तो पुढे जात होता. तीही त्याच्या तोडीस तोड गाडी चालवत होती. नाइलाजाने पुढच्या सिग्नलपाशी थांबावं लागल्यावरच तो तिला गाठू शकला.

तिच्या शेजारी थांबल्यावर त्यानं तिच्याकडे निरखून पाहिलं. तिच्या गाडीप्रमाणेच

तिच्या अंगावरच्या ड्रेसचं डिझाइनदेखील इटालियन वाटत होतं. ड्रेसच्या बाजूचा कट थेट मांडीपर्यंत आल्यामुळे सुडौल पाय नजरेत भरत होते. त्याच्या आईला मात्र हे मुळीच रुचलं नसतं. तो पुन्हा तिच्या चेहऱ्याकडे बघेपर्यंत ती पुन्हा पुढे सरकली. त्यानं तिला पुढच्या चौकात गाठलं. तेव्हा मात्र तिनं मेहरबान होऊन एक स्मितहास्य केलं. तिचा चेहरा उजळून निघाला.

लाइट पुन्हा हिरवा होताना मात्र जामवाल तयारीत होता. ते दोघं एकदमच सुटले आणि गायी, रिक्षा, सायकली यांना चुकवत वेगानं निघाले. मात्र एका पोलिसाच्या हातामुळे त्यांना थांबावं लागलं.

पोलिसानं जायची खूण केल्यावर जामवाल एखाद्या शिकारी कुत्र्यासारखा झेपावला आणि पहिल्यांदाच त्यानं तिला मागे टाकलं. पण त्याचं विजयी हास्य लगेचच मावळलं; कारण त्याला आरशात ती वेग कमी करून ताजमहाल हॉटेलच्या फाटकातून आत शिरताना दिसली. एक शिवी हासडून त्यानं गर्रकन 'यू' टर्न घेतला. मागून कर्कश हॉर्न, उगारलेल्या मुठी, शिवराळ भाषा असा एकच गोंधळ उडाला. पण काहीही झाले; तरी तो तिला नजरेआड होऊ देणार नव्हता.

हॉटेलच्या पोर्चमध्ये तिनं गाडीतून उतरून किल्ली दरवानाकडे दिली. तो लॉबीत पोचेपर्यंत ती लिफ्टमध्ये शिरली. लिफ्ट कितव्या मजल्यावर थांबते, हे पाहत तो तिथेच उभा राहिला. पहिल्या मजल्यावर फॅशनेबल दुकानं, सलून आणि बार होता. तिला आता परत यायला काही मिनिटं लागणार की तास, हे त्याला कळेना. तो रिसेप्शन काउंटरकडे गेला.

"त्या मुलीला पाहिलंत?" त्यानं क्लार्कला विचारलं.

"इथल्या प्रत्येकानं पाहिलंय, साहेब."

जामवाल हसला. "कोण आहे ती?"

"मिस चौधरी."

"श्याम चौधरींची मुलगी?"

"हो."

जामवाल पुन्हा हसला. श्याम चौधरींच्या मुलीची इत्थंभूत माहिती मिळवायला काही फोन करण्याचा अवकाश होता. पुढच्या भेटीच्या वेळी त्याचा गिअर पडलेला असणार होता. यापूर्वीच तिची भेट कशी झाली नाही, याचं त्याला आश्चर्य वाटलं. त्यानं गेस्टसाठीचा लोकल फोन उचलून नंबर फिरवला.

"हाय, सुनीता. मी एका अर्जंट कामामुळे ऑफिसमध्ये अडकलोय. संध्याकाळी भेटू या का? हो तर, अर्थातच आठवण होती." एक डोळा लिफ्टकडे ठेवून तो बोलला, "हो, हो. रात्री आठला डिनर."

तेवढ्यात लिफ्टचं दार उघडून ती बाहेर आली. तिच्या हातात एक महागडी बॅग होती. "चल, मी घाईत आहे." तो म्हणाला, "पुढची अपॉइंटमेंट खोळंबली आहे." ती त्याच्यासमोरून चालत पुढे गेली. तो मागोमाग धावला.

"तुला मी त्रास दिला नसता; पण..." तो म्हणाला.

ती त्याच्याकडे पाहून गोड हसली.

"त्रास कसला? पण सध्यातरी मला शोफरची गरज नाही."

"मग बॉयफ्रेंडची?" त्यानं मुळीच विचलित न होता विचारलं.

"थँक्स! पण नको. तुला तो वेग झेपणार नाही."

"आज रात्री डिनर घेताना ते ठरवू या का?"

"विचारल्याबद्दल थँक्स!" ती चालण्याचा वेग कमी न करता म्हणाली, "पण माझी आधीच रात्रीच्या डिनरची डेट ठरली आहे."

"मग उद्या?"

"उद्या... परवा... आणि तेरवाही नाही."

"तेवढाच रोजच्या कामात बदल." तो म्हणाला.

"सॉरी!" ती म्हणाली. दरवानानं तिच्यासाठी गाडीचं दार उघडलं. "पण मला काळाच्या अंतापर्यंत वेळ नाही."

"मग कॉफी घेणार?" जामवाल म्हणाला, "आता मी मोकळाच आहे."

"ते दिसतंच आहे." अखेर तिनं थांबून त्याच्याकडे रोखून पाहिलं. "जामवाल, आपली शेवटची भेट झाली तेव्हा काय घडलं, ते तू पूर्णपणे विसरलेला दिसतोस."

"गेल्या वेळी आपण भेटलो तेव्हा?" कधी नव्हे ते जामवालला शब्द सुचेनात.

"हो. तू माझे केस बांधले होतेस."

"इतकं वाईट?"

"त्याहूनही. कारण ते तू दिव्याच्या खांबाभोवती बांधले होतेस."

"माझ्या बदनामीला काही अंत?"

"नाही. कारण तेवढ्यानं तुझं समाधान झालं नाही; मला तशीच सोडून तू निघून गेलास."

"मला तर नाही आठवत. नक्की तो मीच होतो?" जामवालनं चिकाटी सोडली नाही.

"लक्षात ठेव. ते मी कधीही विसरणं शक्य नाही."

"तुला मी अजूनही आठवतो, हा माझा सन्मानच म्हणायचा!"

"आणि मलाही गहिवरून आलंय." ती तेच लाघवी हास्य करत म्हणाली,

"कारण तू मला विसरलास."

"किती वर्षांपूर्वीची गोष्ट आहे ही?" ती गाडीत बसताना त्यानं विचारलं.

"तू मला विसरण्याइतक्या."

"पण मी आता बदललोय..."

"तुला माहीतेय जामवाल," गाडी सुरू करत ती म्हणाली, "इतक्या वर्षांनंतर तू थोडातरी नक्कीच शहाणा झाला असशील, अशी माझी समजूत होती." जामवालनं आशेनं पाहिलं. "तू माझ्यासाठी गाडीचं दार जरी उघडलं असतंस, तरी कदाचित मी बधले असते; पण अजूनही तू तसाच उर्मट, आत्मकेंद्रित मुलगा आहेस, ज्याला वाटतं की, आपल्याला कोणतीही मुलगी हवी तेव्हा उपलब्ध आहे. कारण सरळच आहे की, तू एका महाराजाचा मुलगा आहेस." तिनं गाडीचा गिअर टाकला आणि ती निघून गेली. तिची फेरारी दुपारच्या ट्रॅफिकमधून वाट काढून दूर निघून जाईपर्यंत तो तिथेच उभा राहिला, अन् तो तिथेच उभा असल्याची खात्री करून घेण्यासाठी ती वारंवार आरशात पाहत होती.

जामवाल सावकाशपणे त्याच्या बे स्ट्रीटच्या ऑफिसमध्ये गेला. तासाभरातच त्यानं निशा चौधरीबद्दल सर्व माहिती मिळवली. त्याच्या सेक्रेटरीनं पूर्वी अनेकदा हे काम केलं होतं. देशातले नामांकित उद्योगपती श्याम चौधरी याची निशा ही मुलगी होती. तिचं शिक्षण पॅरिसला झालं होतं. ती स्टॅनफर्ड युनिव्हर्सिटीत फॅशन डिझाइनिंगचं शिक्षण घेत होती. या उन्हाळ्यात शिक्षण संपवून दिल्लीतल्या एका प्रसिद्ध कंपनीत रुजू होणार होती.

सेक्रेटरी जी माहिती मिळवू शकली नाही, ती बाकी माहिती त्याला वृत्तपत्रांच्या चवीनं चर्चा करणाऱ्या 'गॉसिप कॉलम'मध्ये मिळाली. सध्या निशाच्या एका रेसिंग कार ड्रायव्हरबरोबरच्या प्रेमप्रकरणाची चर्चा रंगलेली होती. त्यातून त्याला दोन प्रश्नांची उत्तरं मिळाली. पूर्वी तिला मॉडेलिंग आणि बॉलिवूडमध्ये काम करण्याच्या अनेक संधी चालून आल्या होत्या; पण शिक्षण पूर्ण व्हायचं असल्यामुळे त्या सर्व तिनं नाकारल्या.

इतर मुलींपेक्षा निशाचं आव्हान कठीण असल्याचं त्यानं ओळखलं. आज तो जिच्याबरोबर लंच घेणार होता ती सुनीता देसाई इतर मैत्रिणींच्या मानानं बरेच दिवस टिकली होती. पण आता नवीन सावज सापडल्यावर त्यात बदल होणार होता.

कुणाबरोबर शरीरसंबंध ठेवावेत, याबद्दल जामवालला कसलाच विधिनिषेध नव्हता. एकदा दिवा विझला की मैत्रिणीची जात, वर्ण, वंश काय आहे याची का फिकीर करायची? फक्त स्वतःच्या राजपूत जातीच्या मुलीशी तो संबंध ठेवत

नसे कारण ती त्याची पत्नी होण्याचा लहानसा का होईना धोका होता. निर्णय शेवटी त्याच्या आईवडिलांचाच असणार होता. जामवालनं अनाघ्रात कुमारिकेशीच लग्न करावं, असा आग्रह ते धरणार हे निश्चित होतं.

आपल्यापेक्षा वरच्या सामाजिक स्तरात प्रवेश मिळवू पाहणाऱ्या मुलींना कटवण्यासाठी त्याचं वाक्य ठरलेलं असे : "हे बघ, आपलं हे नातं फार काळ टिकणार नाही; कारण माझे आईवडील तुला स्वीकारणार नाहीत."

हे वाक्य तो सहसा कपडे करून निघताना बोलत असे. मुलींना प्रचंड धक्का बसायचा. दहापैकी नऊ जणी त्यानंतर त्याच्याशी कधीच बोलत नसत. एकीचं नाव मात्र त्याच्या फोनच्या डायरीत कायम असायचं. त्यावर एक शेरा असे : 'कधीही उपलब्ध.'

आईवडिलांच्या पसंतीच्या मुलीशी लग्न होईपर्यंत तो हेच आयुष्य सोईस्करपणे जगणार होता.

लग्न झाल्यावर त्याला दोन मुलगे होणे आवश्यक होतं. एक वारस आणि एक पर्याय.

जामवालचा तिसावा वाढदिवस काही महिन्यांवर येऊन ठेपला होता. त्यामुळे त्याच्या आईने राजपुत्राला साजेशा मुली हेरून ठेवल्या असणार, याची त्याला कुणकुण होतीच.

एकदा या मुलींची यादी तयार झाली की, एकेक करून जामवालशी त्यांची भेट घडवून आणली जाणार होती. आईवडिलांचं एकमत झालं नाही तर कदाचित जामवालचं मतही विचारात घेतलं गेलं असतं. एखाद्या मुलीत सौंदर्य आणि बुद्धीचा मिलाफ असेल तर तो बोनस; पण ते अनिवार्य नव्हतं. आणि प्रेम काय, लग्नानंतर निर्माण होतंच. नाहीच झालं तर जामवाल त्याचं पूर्वीचं आयुष्य जगायला मोकळा होताच – पण जरा काळजीपूर्वक. तो कधीच प्रेमात पडला नव्हता आणि कधी पडू शकेल, असं त्याला वाटत नव्हतं.

जामवालनं एक फोन केला आणि फुलांच्या दोन गुच्छांची ऑर्डर दिली. लाल गुलाबांचा निशासाठी – नवीन मैत्रीप्रीत्यर्थ. दुसरा पांढऱ्या लिलीचा सुनीतासाठी – निरोपाची फुलं.

त्या संध्याकाळी जामवाल सुनीताच्या भेटीसाठी काही मिनिटं उशिरा पोचला. पण दिल्लीच्या ट्रॅफिकमुळे ते गृहीतच धरलं जातं.

तो वरच्या पायरीवर पोचण्याआधीच एका नोकरानं दार उघडलं. सुनीता स्वागताला हजर होतीच.

"वा! काय सुंदर ड्रेस आहे," जामवाल म्हणाला. हाच ड्रेस त्यानं तिच्या अंगावरून अनेकदा उतरवला होता.

"थँक यू!" सुनीता त्याच्या गालाचं चुंबन घेत म्हणाली, "आणखी दोन मित्र आलेत डिनरसाठी. तुला आवडतील ते. ते एकमेकांचा हात हातात घेऊन ड्रॉइंग रूमकडे चालू लागले.

"सॉरी! लंचचा बेत अगदी शेवटच्या क्षणी रद्द करावा लागला." तो म्हणाला, "एक कंपनी ताब्यात घ्यायची बोलणी चालू होती."

"मग, झालं काम?"

"प्रयत्न चाललाय."

बोलत बोलत त्यांनी ड्रॉइंगरूममध्ये प्रवेश केला. "ही माझी शाळेतली मैत्रीण, निशा चौधरी. ओळखतोस हिला?"

"अलीकडेच आमची अचानक भेट झाली," जामवाल म्हणाला, "पण रीतसर ओळख झाली नाही." तो तिच्याशी शेकहँड करत म्हणाला. पण तिच्या नजरेला नजर देणं त्यानं टाळलं.

"आणि हा संजय प्रोमित."

"यांच्याबद्दलही ऐकलंय." तो दुसऱ्या पाहुण्याकडे वळून म्हणाला, "मी याचा फॅन आहे."

सुनीतानं जामवालच्या हातात शँपेनचा ग्लास दिला. पण त्याचा दुसरा हात सोडला नाही.

"आपण कुठे जेवणार आहोत?" निशानं विचारलं.

"मी सिल्क ऑर्किडमध्ये टेबल बुक केलंय." सुनीता म्हणाली, "मला वाटतं की, तुम्हाला तिथलं थाई फूड आवडेल."

जामवालला त्यांची ही पहिली भेट कधीच नीट आठवत नसे; पण निशा त्या भेटीचं वर्णन करताना म्हणत असे की, त्याची नजर तिच्यावरून क्षणभरही हटली नाही. बँड सुरू झाल्यावर त्यानं तिला डान्सबद्दल विचारलं. संगीत थांबेपर्यंत त्यांचा डान्स चालूच होता. त्यामुळे त्यांचे जोडीदार मात्र चांगलेच वैतागले. रात्री जामवाल आणि निशानं नाइलाजानंच एकमेकांचा निरोप घेतला.

जामवालनं सुनीताला घरी सोडलं. वाटेत कुणी चकार शब्दही बोललं नाही. बोलण्यासारखं होतं तरी काय? गाडीतून उतरताना तिनं नेहमीप्रमाणे निरोपाचं चुंबन घेतलं नाही. "जामवाल, तू नीच माणूस आहेस", एवढंच ती म्हणाली. त्याचा अर्थ त्याच्यासाठी एवढाच होता की, 'चला, आता तिच्यासाठी त्याला निरोपाची फुलं पाठवावी लागणार नव्हती.'

दुसऱ्या दिवशी सकाळी जामवालनं निशाला लाल गुलाबांसोबत एक चिठ्ठीही

पाठवली. लंचला भेटू या? दर वेळी फोन वाजला की, तो आतुरतेनं उचलायचा. तिच्या मंजूळ आवाजात "सुंदर गुलाबांबद्दल थँक्स, लंचला कुठे भेटू या?" हे शब्द ऐकायला ते आसुसला होता. पण प्रत्येक वेळी दुसऱ्याच कुणाचातरी फोन निघायचा.

शेवटी बारा वाजता त्यानं फुलं मिळाल्याची खात्री करण्यासाठी फोन केला. घरी काम करणाऱ्या माणसानं फोन घेतला. "हो." तो म्हणाला, "फुलं मिळाली, पण मॅडम त्यापूर्वीच एअरपोर्टवर जायला निघाल्या होत्या. त्यामुळे फुलं आल्याचं त्यांना ठाऊकच नाही."

"एअरपोर्ट?"

"हो. त्या सकाळच्या विमानानं लॉस एंजेलिसला गेल्या. सोमवारपासून स्टॅनफर्डला त्यांची शेवटची टर्म सुरू होतेय."

जामवालनं त्याचे आभार मानून फोन ठेवला आणि इंटरकॉमचं बटन दाबलं. "पुढच्या विमानाचं माझं लॉस एंजेलिसचं बुकिंग कर." त्यानं सेक्रेटरीला सांगितलं. मग त्यानं घरी फोन करून नोकराला त्याची बॅग भरायला सांगितली.

"किती दिवस जाणार साहेब?"

"ठाऊक नाही." जामवाल म्हणाला.

गेल्या काही वर्षांत जामवाल अनेकदा सॅन फ्रॅन्सिस्कोला गेला होता; पण स्टॅनफर्डला कधीच नाही. कारण ऑक्सफर्डनंतरचं शिक्षण त्यानं हार्वर्डला घेतलं होतं.

वृत्तपत्रांच्या गॉसिप कॉलममध्ये जामवाचं वर्णन एक रंगेल करोडपती म्हणून केलं जायचं, पण ते तितकंसं खरं नव्हतं. जामवाल राजपुत्र होता खरा; पण गेली काही वर्षं त्यांच्या वैभवाला ओहोटी लागली होती. त्यामुळेच त्यांच्या राजवाड्याचं रूपांतर आता 'हॉटेल पॅलेस'मध्ये झाले होते. त्यामुळे तो हार्वर्डहून परत येताना त्याच्या सामानात दोनच गोष्टींची भर पडली होती. त्याला गणितात मिळालेलं पार्कर मेडल, आणि दहा सर्वोत्तम विद्यार्थ्यांमध्ये झालेल्या निवडीचं प्रशस्तिपत्रक. पण त्याची अशी भडक प्रतिमा निर्माण व्हायला त्याचीही हरकत नव्हती. कारण त्यामुळे त्याच्याबरोबर संध्याकाळ (आणि रात्रही) काढायला तयार असणाऱ्या मुली त्याच्याकडे आकर्षित व्हायच्या.

मायदेशी परतल्यावर जामवालनं राज ग्रुपमध्ये उमेदवारीसाठी अर्ज केला. तिथे त्याची झपाट्यानं प्रगती झाली. लोकांचं त्याच्याबद्दल काहीही मत असलं, तरी तो सकाळी सर्वांत आधी कामावर हजर असायचा आणि संध्याकाळी सर्व सहकारी घरी गेल्यानंतरही त्याचं काम चालूच असायचं.

पण जेव्हा तो एकदा ऑफिस सोडे, तेव्हा त्यानंतर मात्र तितक्याच उत्साहानं एका सर्वस्वी निराळ्या अशा जगात प्रवेश करायचा.

तेवढ्यात फोन वाजला.

"गाडी दारात हजर आहे, सर!"

<hr>

जामवालनं एखाद्या मुलीसाठी कधी डान्स फ्लोअरही ओलांडला नव्हता;   मग महासागर ओलांडणं तर दूरच!

सकाळी पावणे-सहा वाजता त्याचं विमान लॉस एंजेलिसला उतरलं. त्यानं लगेच टॅक्सी करून 'पालो आल्टो' हॉटेल गाठलं.

तिथे चौकशी केल्यावर – आणि दहा डॉलरची नोट सरकवल्यावर – त्याला हवी असलेली माहिती मिळाली. त्यानं झटपट दाढी, अंघोळ उरकून युनिव्हर्सिटी कँपस गाठलं.

त्याच्या अंगावरचे उंची कपडे आणि हार्वर्डचा टाय पाहून रिसेप्शनिस्टनं लगेच त्याला निशा चौधरीचा पत्ता दिला – नॉर्थ ब्लॉक, रूम नं. ४३.

जामवाल कँपसमधून चालत निघाला, तेव्हा तिथे तुरळकच माणसं होती. सकाळी जॉगिंग करणारे आणि पार्टीत रात्र जागवून येणारे विद्यार्थी. त्याला हार्वर्डची आठवण झाली.

नॉर्थ ब्लॉक जवळ आल्यावर तो लगेच आत शिरला नाही. ती एखाद्या दुसऱ्या पुरुषासोबत दिसते की काय, अशी त्याला धास्ती वाटली. तो समोरच्याच एका बाकावर बसून राहिला. नजर सारखी घड्याळाकडे वळत होती. आधी ती ब्रेकफास्टसाठी गेली असेल, असं त्याला वाटलं. डोक्यात शेकडो विचार धावू लागले. जर ती संजय प्रोमितच्या बाहूंत दिसली तर काय करायचं? दुसरं काय, दिल्लीचं विमान पकडायचं आणि जखमा चाटून पुढचं सावज शोधायचं. पण टर्म सुरू होण्यापूर्वी ती वीकएंडलाही बाहेर गेली असेल आणि सोमवारी परत येणार असली तर? सोमवारी नेमक्या त्याच्या बऱ्याच महत्त्वाच्या अपॉइंटमेंट्स होत्या. आणि एका मुलीच्या मागे धावत तो पृथ्वीच्या विरुद्ध बाजूला गेलाय आणि तीही अशी मुलगी, जिला तो फक्त दोनच वेळा भेटलाय, हे ऐकून ते लोक चांगलेच नाराज झाले असते.

पण जेव्हा तिला त्यानं दारातून बाहेर पडताना पाहिलं त्याच क्षणी त्याला जाणवलं की, तिच्यासाठी सकाळी आठ वाजता आपण अर्ध जग ओलांडून का आलोय?

निशा त्याच्यासमोरून चालत पुढे निघून गेली. ती त्याच्याकडे मुद्दाम दुर्लक्ष

करत नव्हती. पण बाकावर कोण बसलंय, हे तिच्या गावीही नव्हतं. तो तिच्या समोर आल्यावर तिनं क्षणभर त्याला ओळखलंच नाही. कारण तो इथे भेटेल, हे तिच्या ध्यानीमनीही नव्हतं. मग मात्र तिचा चेहरा उजळला. त्यानं उत्स्फूर्तपणे तिला मिठी मारली.

"जामवाल, तू इथे?"

"तुझ्यासाठीच!"

"पण का..." तिनं सुरुवात केली.

"तुला खांबाला बांधून ठेवल्याचे प्रायश्चित्त घेण्याचा मी प्रयत्न करतोय."

"मी तशीच तिथे राहिले असते, तरी तुला काय फरक पडणार होता?" ती हसत म्हणाली. "बरं, दुसऱ्या एखाद्या मुलीबरोबर तुझा ब्रेकफास्ट झालाय का?"

"तसं असतं तर इथे आलो असतो का?"

"नाही रे, मी सहज चौकशी केली." ती हळुवारपणे म्हणाली. त्याला आश्चर्य वाटले की, इतक्या सहजपणे तो कधीच शब्दांत अडकत नसे. तिनं त्याचा हात हातात घेतला अन् ते हात घालून लॉनवरून चालत निघाले.

तो दिवस त्याला विसरता येणं शक्य नव्हतं. त्यांनी मेसमधील इतर पाचशे विद्यार्थ्यांबरोबर ब्रेकफास्ट घेतला. तिथल्या तलावाला अनेक प्रदक्षिणा घातल्या. एका लहानशा हॉटेलमध्ये जेवण घेतलं. नाटकाला जावं, सिनेमाला जावं की संगीताच्या मैफलीला, यावर त्यांनी बराच खल केला. पण संपूर्ण संध्याकाळभर ते नुसतेच मनसोक्त गप्पा मारत हिंडत राहिले.

मध्यरात्री निरोप घेताना त्यानं प्रथमच तिचं चुंबन घेतलं. पण मर्यादा सोडली नाही. वर्तमानपत्रांच्या अगदी विरुद्ध. त्याची आई नक्कीच खूश झाली असती. निरोप घेताना तो म्हणाला, "आपण उरलेलं आयुष्य एकत्र काढणार आहोत, हे तुझ्या लक्षात आलंय ना?"

दिल्लीपर्यंतच्या विमानप्रवासात त्याच्या डोळ्याला डोळा लागला नाही. आपण प्रेमात पडल्याची बातमी आईवडिलांना कशी सांगावा, या विचारात तो होता. पोचताक्षणी त्यानं निशाला फोन करून तो काय करणार होता, ते सांगितलं.

"मी याच आठवड्यात जयपूरला जाऊन मला माझ्या आयुष्याची जोडीदारीण मिळाल्याचं आईवडिलांना सांगून त्यांचा आशीर्वाद घेणार आहे."

"नको डार्लिंग."तिनं विनवलं, "मी इकडे जगाच्या विरुद्ध बाजूला असताना असं काही करू नकोस. मी येईपर्यंत थांबू या."

"का? तुझा विचार बदलतोय की काय?" त्यानं पडेल आवाजात विचारलं.

"मुळीच नाही!" ती म्हणाली, "पण मलासुद्धा ही बातमी माझ्या आईवडिलांना सांगायचीय. पण फोनवर नाही. कारण त्यांचाही तुझ्या आईवडिलांइतकाच आपल्या लग्नाला विरोध असणार आहे."

मग निशा शिक्षण संपवून येईपर्यंत काही हालचाल न करण्याचं जामवालनं नाखुशीनं कबूल केलं. आपल्या चेन्नईत असलेल्या भावाची मदत घ्यावी, असं जामवालला वाटलं; पण त्यानं तो विचार बाजूला सारला. कारण आज ना उद्या त्याला वडिलांना सामोरं जावं लागणारच होतं. मग त्याला त्याच्या बहिणीची – शिल्पाची – आठवण झाली. पण तिनं ही बातमी आईजवळ फोडलीच असती.

त्यामुळे दर शुक्रवारी तो सॅन फ्रॅन्सिस्कोचं विमान का पकडत होता आणि त्याच्या फोनचं बिल तिपटीनं का वाढलं होतं, हे त्याच्या जवळच्या मित्रांनाही अगदी शेवटपर्यंत त्यानं सांगितलं नाही.

आपण निशा सोडून कुणाही मुलीवर प्रेम करूच शकत नाही, ही त्याची जाणीव आठवड्यागणिक ठाम होत गेली. पण आता आईवडिलांची भेट फार लांबणीवर टाकता येणार नव्हती.

दर शनिवारी सकाळी निशा त्याची वाट पाहत सॅन फ्रॅन्सिस्को एअरपोर्टवर उभी असायची. आणि रविवारी रात्री विमानात चढणारा तो शेवटचा उतारू असायचा.

◆

स्टॅनफर्डच्या पदवीदान समारंभात निशा जेव्हा अध्यक्षांच्या हस्ते तिची पदवी स्वीकारायला गेली, तेव्हा तिच्या आईवडिलांच्या डोळ्यांत अभिमान तरळत होता. हॉलच्या मागच्या भागात उभा असलेला तरुणही तितक्याच उत्साहानं टाळ्या वाजवत होता. निशा तिच्या आईवडिलांकडे गेली, तेव्हा मात्र त्यानं तिथून काढता पाय घेतला. पण हॉटेलवर परतल्यावर त्याला एक चिठ्ठी मिळाली.

'जामवाल;
आज बेल एअरमध्ये आमच्याबरोबर डिनरला येशील?'
– श्याम चौधरी.

त्यांना भेटल्यानंतर त्याच्या लक्षात आलं की, निशाच्या आईवडिलांना त्यांच्यातल्या संबंधाची पूर्ण माहिती होती. आज निशाची पदवी आणि तिच्या प्रियकराशी भेट असा दुहेरी आनंद ते साजरा करणार होते.

डिनर रात्री उशिरापर्यंत चाललं. जामवाल त्यांच्या संगतीत चांगलाच खुलला. पण...

"हे माझ्या मुलीच्या ग्रॅज्युएशनसाठी!" श्याम चौधरी त्यांचा ग्लास उंचावत म्हणाले.

"डॅड, हे करण्याची तुमची सहावी वेळ आहे." निशा म्हणाली.

"असं?" ते ग्लास उंचावत म्हणाले, "मग हे जामवालच्या ग्रॅज्युएशनसाठी!"

"सर, पण ते अनेक वर्षांपूर्वी झालंय." जामवाल म्हणाला.

आपल्या भावी जावयाकडे पाहत ते म्हणाले, "जर तू माझ्या मुलीशी लग्न करणार असलास, तर तू पुढे काय करणार आहेस ते तरी कळू दे."

"माझे वडील आता मला हाकलून देतात की, देवापुढं माझा बळी देतात, यावर ते अवलंबून आहे." त्याच्या या विनोदाला कुणीच हसलं नाही.

"एक लक्षात घे जामवाल, तू एका राजपूत संस्थानिकाचा मुलगा आहेस आणि निशा..."

"मला त्याची पर्वा नाही..." जामवाल म्हणाला.

"तुला नसेल;" चौधरी म्हणाले, "पण तुझ्या वडिलांना नक्कीच असेल. ते खूपच रूढिप्रिय आहेत. जर निशाशी लग्न केलंस, तर तुला त्याचे परिणाम भोगावे लागतील."

"खरंय तुमचं म्हणणं, सर!" जामवाल शांतपणे म्हणाला, "माझं माझ्या आईवडिलांवर प्रेम आहे, परंपरांचा मीही आदर करतो; पण माझ्या निर्णयावर मी ठाम आहे."

"यासाठी फक्त तुलाच ठाम राहावं लागणार नाही, जामवाल." श्याम चौधरी म्हणाले, "माझ्या मुलीलाही ती तुझ्यायोग्य आहे, हे सिद्ध करण्यात आयुष्य घालवावं लागेल."

"तिला काही सिद्ध करण्याची गरज नाही," जामवाल म्हणाला.

"मला तुझ्याबद्दल खात्री आहे."

त्यानंतर काही दिवसांनी निशा दिल्लीला तिच्या आईवडिलांच्या चाणक्यपुरीतल्या घरी परतली. जामवालला लवकरात लवकर लग्न करण्याची इच्छा होती. निशाला मात्र त्यानं हे अखेरचं पाऊल उचलण्यापूर्वी पुन्हा विचार करावा, असं वाटत होतं.

पण जामवाल आयुष्यात यापूर्वी कोणत्याही निर्णयावर एवढा ठाम नव्हता. दिवसेंदिवस तो जोमानं काम करू लागला. दर संध्याकाळी त्याच्या स्वप्नातल्या

स्त्रीला भेटण्यासाठी त्यानं सर्व मोहांकडे पाठ फिरवली. उच्चभ्रू क्लब किंवा वेगवान गाड्या यापेक्षा आता तो नाटक, बॅले, ऑपेरा यांत रमू लागला.

बॉलिवूड स्टार्स, मॉडेल्सच्या वर्दळींच्या ठिकाणापेक्षा जेवणाच्या दर्जाविषयी चोखंदळ असणाऱ्या रेस्टॉरंटमध्ये ते जेवत असत. तिला घरी सोडताना त्याचं निरोपाचं वाक्य ठरले असे– "लग्नासाठी आणखी किती दिवस थांबायचं?"

"फार नाही." तिला सांगावंसं वाटायचं. पण तेवढ्यात नियतीनं तो निर्णय तिच्या हातून हिरावून घेतला.

एका संध्याकाळी जामवाल काम संपवून निशाला भेटायला निघण्याच्या तयारीत असताना फोन वाजला.

"जामवाल, आई बोलतेय. बरं झालं भेटलास." पुढच्या वाक्याच्या कल्पनेनं त्याची छाती धडधडू लागली. "या वीकएंडला जयपूरला ये. तुझी एका मुलीशी भेट घालून द्यायची आहे."

जामवालनं फोन ठेवला. तो निशाला फोन करायच्या भानगडीत पडला नाही. कारण बदललेला प्लॅन प्रत्यक्ष भेटूनच सांगायला हवा होता. जामवाल सावकाश गाडी चालवत तिच्या चाणक्यपुरीतल्या घरी पोचला. तिचे आईवडिल हैदराबादला गेले होते.

निशानं दार उघडलं. त्याच्या चेहऱ्याकडे पाहताक्षणी काय घडलंय, हे तिनं ताडलं. तो म्हणाला, "या वीकएंडला मी जयपूरला जाणार आहे. पण त्यापूर्वी तुला एक विचारायचंय."

या क्षणासाठी निशानं मनाची तयारी केली होती. आता निरोपाचा क्षण आलाय, असं तिला वाटलं. पण त्याच्यासमोर न रडण्याचा तिनं निश्चय केला होता. तिनं हाताच्या मुठी घट्ट आवळल्या. थरथर लपवण्यासाठी ती हेच करायची.

"मला वाटतं की, मी का चाललोय हे तू समजवून घ्यावंस." तिच्या मुठी जास्तच आवळल्या गेल्या. पण जामवाल त्यापेक्षाही अधिक थरथरत होता. "पण आधी एक गोष्ट मनापासून सांग, अजूनही तुला माझी पत्नी व्हावंस वाटतंय? कारण तू तयार नसलीस, तर माझ्या जगण्याला काही अर्थच उरणार नाही."

"ये जामवाल, बरं झालं आलास." त्याच्या आईनं त्याचं स्वागत केलं.

"खूप बरं वाटलं घरी येऊन." तो आईला मिठी मारत म्हणाला.

"चल, आत आपल्याला वेळ नाही. तयार होऊन जेवायला ये. पाहुणे

येण्याआधी आम्हाला तुझ्याशी काही महत्त्वाचं बोलायचंय.''

नोकरानं येऊन त्याच्या हातातली बॅग घेतली. जामवाल म्हणाला, ''मलाही तुमच्याशी काही बोलायचंय.''

''ते नंतर बोलता येईल.'' त्याची आई हसत म्हणाली, ''कारण आजच्या पाहुण्यांपैकी एक व्यक्ती तुला भेटायला आतुर झालीय.''

हेच शब्द आई आणि निशाची भेट घडताना बोलता आले, तर किती बरं होईल, असं जामवालला वाटून गेलं. पण त्याच्या पत्नीच्या गृहप्रवेशासाठी घरासमोर पाकळ्यांचा गालीचा अंथरला जाण्याची त्याला मुळीच शक्यता वाटत नव्हती.

''आई, मला जे सांगायचंय, ते आताच सांगायला हवं. जेवणाच्या आधी.'' तो म्हणाला. आई काही बोलणार तितक्यात त्याचे वडील हसत त्यांच्या स्टडीमधून बाहेर पडले.

''कसा आहेस?'' ते शेकहँड करत म्हणाले. जणू तो शाळेतूनच परत आला होता!

''उत्तम!'' तो मान झुकवून म्हणाला, ''तुम्ही कसे आहात?''

''झकास! आणि तुझ्या कामातल्या प्रगतीचं मी खूप कौतुक ऐकलंय.''

''थँक यू!''

''आज संध्याकाळी आम्ही तुला एक सरप्राइज देणार असल्याचं आईनं तुला सांगितलं असेलच.''

''बाबा, मीही तुम्हाला एक सरप्राइज देणार आहे.'' जामवाल शांतपणे म्हणाला.

''आणखी एखादं प्रमोशन?''

''नाही. त्याहूनही महत्त्वाचं.''

''बापरे, मला धोका दिसतोय. चल, आपण माझ्या स्टडीत जाऊन बोलू. तोपर्यंत तुझ्या आईला तयार होता येईल.''

''पण मला आईसुद्धा इथं हवीय.''

राजेसाहेबांच्या चेहऱ्यावर काळजी उमटली. ते तिघे स्टडीत गेले. राणीसाहेब स्थानापन्न होईपर्यंत ते दोघं उभेच होते.

जामवाल त्याच्या आईकडे पाहत सौम्यपणे म्हणाला, ''मी एका खूप चांगल्या मुलीच्या प्रेमात पडलोय आणि तिला लग्नाची मागणी घातलीय.''

राणीसाहेबांनी मान खाली घातली.

जामवालनं वडिलांकडे पाहिलं. त्यांनी खुर्चीचे हात घट्ट धरले होते. चेहरा पांढराफटक पडला होता. जामवाल काही बोलायच्या आतच ते म्हणाले, ''तुझ्या दिल्लीतल्या आयुष्यात मी कधीच ढवळाढवळ केली नाही. पेपरमधल्या भडक बातम्यांकडेही दुर्लक्ष केलं. एके काळी मीही तरुण होतो. पण तुला तुझ्या

कर्तव्याची जाणीव असणं अपेक्षित होतं. तू आमच्या पसंतीनं, आपल्या तोलामोलाच्या मुलीशी लग्न करायला हवंस.''

''निशाची आणि माझी पार्श्वभूमी सारखीच आहे बाबा; पण तिच्या पार्श्वभूमीपेक्षा माझी जात हा आता कळीचा मुद्दा आहे.''

''नाही.'' त्याचे वडील म्हणाले, ''आपण बोलतोय ते तुला जन्म देणाऱ्या, तुझं संगोपन करणाऱ्या, तुला जन्मापासून वैभवात वाढवणाऱ्या तुझ्या कुटुंबाबद्दल.''

''बाबा,'' जामवाल शांतपणे म्हणाला, ''मी तुम्हाला दुखावण्यासाठी प्रेमात पडलोय का? माझ्यात आणि निशात एक सुंदर दुर्मीळ असं नातं तयार झालंय, ज्याचं खरंतर, स्वागत व्हायला हवं; हेटाळणी नाही. खरंतर त्यासाठी तुमचे आशीर्वाद घ्यायलाच मी घरी आलो होतो.''

''ते तुला कधीच मिळणार नाहीत.'' वडील म्हणाले, ''पण तू असाच तुझा हट्ट चालू ठेवलास, तर या घराचे दरवाजेही तुझ्यासाठी कायमचे बंद होतील.''

जामवालनं आईकडे पाहिलं. ती काहीच बोलली नाही.

''बाबा, तुमचा निर्णय घेण्यापूर्वी तुम्ही निशाला भेटून तरी पाहा.''

''मी भेटणार तर नाहीच; पण आपल्या कुटुंबापैकी कुणाचाही तिच्याशी संपर्क येऊ देणार नाही. आता या विजोड लग्नाची बातमी कळण्याच्या आधीच तुझी आजी आपल्याला सोडून जाईल. आणि तुझा भाऊ, ज्यानं लग्न करताना समजूतदारपणा दाखवला, यापुढे तोच माझा एकमेव वारस असेल, आणि तुझ्या वाटचे सर्व हक्क तुझ्या बहिणीला मिळतील.''

''मी प्रेमात पडून कदाचित वेडेपणा करत असेन, बाबा; पण निशा सुंदर, बुद्धिमान आणि खूप चांगली व्यक्ती आहे. ती माझी पत्नी आणि माझ्या मुलाची आई होणार आहे.''

''पण ती राजपूत नाही,'' वडील ताठ्यात म्हणाले.

''ते तिच्या हातात नव्हतं,'' जामवाल म्हणाला, ''आणि माझ्याही.''

वडील म्हणाले, ''आता ही चर्चा चालू ठेवण्यात अर्थ नाही हे उघड आहे. तुझा निर्णय तर झालाच आहे. आता आपल्या कुटुंबाची मान तर खाली गेलीच आहे; पण आपल्या आजच्या पाहुण्यांचाही अपमान झाला आहे.''

''आणि एकदा शब्द दिल्यावर मी जर निशाशी लग्न केलं नाही, तर माझीही मान खाली जाईल आणि तिच्याही कुटुंबाचा अपमान होईल.''

राजेसाहेबांनी उठून त्याच्याकडे एक जळजळीत कटाक्ष टाकला. जामवालनं त्यांच्या नजरेत इतका राग कधीच पाहिला नव्हता. त्यानं त्याच्या संतापाला सामोरं जायची मनाची तयारी केली. पण थोडं थांबून त्यांनी मोजून मापून बोलायला सुरुवात केली–

"आता कुटुंबाच्या इच्छेविरुद्धच लग्न करायचं तू ठरवलेलं दिसतंय आणि हे लग्न अयोग्य आणि निंद्य ठरणार आहे. तेव्हा मी तुझ्या आईदेखतच जाहीर करतो की, यापुढे तू माझा मुलगा नाहीस.''

❖

जामवालच्या विमानाची वाट पाहत निशा उभी होती. तो त्याच दिवशी परत येत असल्यामुळे बातमी चांगली नसणार, हे तिनं ओळखलं होतं. पण ती रडल्याचं त्याला जाणवू देणार नव्हती; पण तो गावाला गेल्यावर तिनं मनोमन निश्चय केला होता की, त्याच्या वडिलांनी त्याला त्याचं कुटुंब आणि निशा यांपैकी एकाची निवड करायला सांगितली, तर त्याला वचनातून मुक्त करायचं.

जामवालचा चेहरा गंभीर पण निश्चयी दिसत होता. त्यानं निशाचा हात घट्ट पकडून तिला बाहेर नेलं. सर्वांसमक्ष त्याला सगळं सांगायचं नव्हतं. तिच्या मनात शंकेची पाल चुकचुकली.

ती दोघं टॅक्सीत बसली.

"कुठे जाणार साहेब?'' टॅक्सीवाल्यानं विचारलं.

"हायकोर्ट.'' जामवाल निर्विकारपणे म्हणाला.

"हायकोर्टात कशाला?'' निशानं विचारलं.

"लग्न करायला.''

❖

निशाच्या आईवडिलांनी त्यांच्या चाणक्यपुरीतील लॉनवर एक सुरेख समारंभ आयोजित केला. त्यापूर्वी आठवडाभर काही ना काही कार्यक्रम चालू होते. पण आज शेवटची जंगी पार्टी होती. हजारांवर निमंत्रित जमले होते. पण जामवालच्या कुटुंबापैकी कुणीही आलं नव्हतं.

सप्तपदी होऊन त्यांच्या विवाहावर शिक्कामोर्तब झालं, आता श्री. व सौ. रामेश्वरसिंग सगळीकडे फिरत जास्तीत जास्त पाहुण्यांच्या भेटी घेत होते.

"हनिमूनला कुठे जाणार?'' नोएल कुमारनं विचारलं.

"गोव्याला. राज हॉटेलमध्येच काही दिवस.'' जामवाल म्हणाला.

"हनिमूनला त्याहून सुंदर ठिकाण शोधून सापडणार नाही.'' नोएल म्हणाला.

"ही तुझ्याच काकांकडून मिळालेली भेट आहे.'' निशा म्हणाली, "हा त्यांचाच दिलदारपणा आहे.''

"पण त्याला सोमवारच्या बोर्ड मीटिंगपर्यंत परत घेऊन ये, म्हणजे झालं. कारण एक महत्त्वाचा प्रकल्प सुरू करायचा आहे. आणि मला वाटतं, चेअरमनला

त्यासाठी प्रमुख म्हणून जामवालच हवा आहे.''

''त्याबद्दल काही कल्पना?'' जामवालनं विचारलं.

''छे!'' नोएल म्हणाला, ''पण आता हनिमून एंजॉय कर. कामाचं नंतर बघू.''

''आणि या गर्दीत आता आपण आणखी थांबलो, तर विमान चुकेल.'' निशा तिच्या नवऱ्याचा हात धरत म्हणाली.

नवदांपत्य गाडीत बसले. सर्व आमंत्रितांनी फुले उधळून त्यांना निरोप दिला.

श्री. व सौ. रामेश्वरसिंग एका खाजगी धावपट्टीवर पोचले. त्यांना नेण्यासाठी कंपनीचं गल्फस्ट्रीम विमान सज्ज होतं.

''तुझ्या घरच्यांपैकी कुणीतरी यायला हवे होते. तुझा भाऊ किंवा बहीण कदाचित येतील, असं वाटलं होतं.''

जामवाल म्हणाला, ''जर आलं असते, तर त्यांच्या वाट्याला माझ्यासारखंच नशीब आलं असतं.'' निशा दिवसभरात प्रथमच काहीशी उदास झाली.

अडीच तासांनी त्यांचं विमान गोव्याच्या दाबोलिम एअरपोर्टवर उतरलं. त्यांना हॉटेलवर न्यायला गाडी हजर होतीच. रात्रीचं जेवण हॉटेलच्याच डायनिंग रूममध्ये घ्यायचा त्यांचा विचार होता. पण त्यांच्या स्वीटमध्ये पोचताक्षणी त्यांनी कपडे उतरवायला सुरुवात केली. बेलबॉयनं घाईघाईनं तिथून काढता पाय घेतला आणि दारावर 'डू नॉट डिस्टर्ब'ची पाटी अडकवली. मग त्यांना रात्रीच्या जेवणाचंच काय, पण सकाळच्या ब्रेकफास्टचंही भान उरलं नाही. अखेर लंचच्या वेळी ते बाहेर आले.

''चल, ब्रेकफास्टच्या आधी थोडं पोहू या,'' जामवाल म्हणाला.

''डार्लिंग, मला वाटतं तुला लंच म्हणायचंय,'' निशा बाथरूमकडे जात म्हणाली.

जामवालनं त्याची स्विमिंग ट्रंक चढवली. आणि बेडच्या कडेला बसून तो निशाच्या बाहेर येण्याची वाट पाहू लागला. काही मिनिटांतच निळसर रंगाचा स्विमिंग ड्रेस घालून ती बाहेर आली. तिच्याकडे पाहून जामवालला लंचही रद्द करावसं वाटलं.

''चल, बाहेर जाऊ या. किती सुंदर वातावरण आहे!'' तिनं पडदा बाजूला केला. तिथे सुंदर लॉन आणि रंगीबेरंगी फुलांची उधळण दिसत होती.

हातात हात घालून ते बीचच्या दिशेनं निघाले. तेवढ्यात जामवालला स्विमिंग पूल दिसला, ''तुला माहित्येय, मला शाळेत डायव्हिंगचं गोल्ड मेडल मिळालं होतं?''

''नाही, मला नाही तसं वाटत.'' निशा उत्तरली, ''असं सांगून तू दुसऱ्या एखाद्या मुलीवर छाप पाडली असशील.'' ती खळखळून हसत म्हणाली.

"हे बोलल्याचा तुला पश्चात्ताप होणार आहे, बघ. असं म्हणून त्यानं तिचा हात सोडला आणि पूलच्या दिशेनं धावायला सुरुवात केली. काठावर पोचल्यावर त्यानं हवेत झेपावून एक सुंदर, अचूक सूर मारला.

निशा हसत मागोमाग धावली, "नॉट बॅड!" ती म्हणाली, "ती दुसरी मुलगी नक्कीच खूश झाली असणार!"

ती पूलच्या काठावर गुडघे टेकून बसली. आणि तिनं त्या उथळ पाण्याकडे नजर टाकली. जेव्हा तिनं पाहिलं की, पाण्याचा पृष्ठभाग हळूहळू लाल होतोय, तेव्हा तिच्या तोंडून किंकाळी बाहेर पडली.

दिलेली वेळ मी काटेकोरपणे पाळतो. मला ते वेडच आहे म्हणा हवं तर! पण जेव्हा जेव्हा मी भारतात जातो, तेव्हा मात्र माझ्या संयमाची चांगलीच कसोटी लागते. मी ड्रायव्हरच्या विनवण्या केल्या, खडसावलं, ओरडलो, तरीही मला माझ्याच सन्मानार्थ आयोजित केलेल्या डिनरला काही मिनिटं उशीर हा झालाच.

सर्व जण आधीच येऊन स्थानापन्न झाले होते. मी यजमानाकडे तोंड भरून दिलगिरी व्यक्त केली, पण त्याला त्याचं फारसं काही वाटलेलं दिसलं नाही. त्यानं माझी सर्वांशी ओळख करून दिली. त्यात मी आधी न पाहिलेल्या एका जोडप्याचाही समावेश होता.

संध्याकाळ संपूच नये, असं वाटतं होतं. सुग्रास अन्न, मुरलेली वाइन आणि जोडीला रंगलेल्या गप्पा. मध्यरात्र उलटेपर्यंत तिथे फक्त आम्हीच राहिलो होतो.

पूर्वी कधीही न पाहिलेला एक आमंत्रित माझ्यासमोर बसला होता, देखणा आणि फिट. तरुणपणी तो एक उत्तम ॲथलिट असावा. बोलण्यात तो हजरजबाबी आणि बहुश्रुत वाटत होता. जवळजवळ प्रत्येक गोष्टीबद्दल त्याचं मत हजर होतं. सचिन तेंडुलकरपासून (तो पन्नास कसोटी शतकं ठोकणारा पहिलाच फलंदाज ठरणार होता.) ते राहुल गांधीपर्यंत (त्यानं मनात आणलं तर भारताचा भावी पंतप्रधान). त्याची पत्नी माझ्या उजव्या बाजूला बसली होती. मध्यम वयातदेखील तिचं खानदानी सौंदर्य उठून दिसत होतं. तरुणांची अशाच सुंदर प्रौढत्वाकडे जाण्याची इच्छा असते. पण ते जमतं मात्र क्वचितच!

तिच्या काहीशा अहंमन्य नवऱ्याला जरा डिवचण्यासाठी म्हणून मी तिच्याशी थोडं जास्तच सलगीनं वागत होतो. त्यानं मात्र मला एखादी माशी झटकावी, तसं झटकून टाकलं. अखेर मी हार पत्करली आणि तिच्याशी गंभीरपणे बोलायला सुरुवात केली.

सौ. रामेश्वर सिंग भारतातल्या एका अग्रगण्य फॅशन हाउसमध्ये कार्यरत

होती. तिला इंग्लंडला यायला नेहमीच आवडत असल्याचं तिनं मला सांगितलं. पण तिच्या नवऱ्याला मात्र प्रत्येकवेळी कामातून ओढून काढावं लागे. "अजूनही तो तसाच आडमुठा आहे," ती म्हणाली.

"तुम्हाला मुलं आहेत?" मी विचारलं.

"दुर्दैवानं नाही." ती उदास होत म्हणाली.

"तुमचे यजमान काय करतात?" मी विषय बदलत विचारलं.

"जामवाल राजग्रूपच्या बोर्डावर संचालक आहे. त्यांच्या सर्व हॉटेलचा कारभार तोच सांभाळतो."

"मी गेल्या नऊ दिवसांत सहा राज हॉटेल्समध्ये राहिलोय." मी म्हणालो. "मी पाहिलेली सर्वोत्तम हॉटेल्स."

"वा! हे त्याला सांगा." ती हळूच म्हणाली, "तो खूश होईल, कारण ही संपूर्ण संध्याकाळ तुम्ही दोघंही आपण किती मर्दानी आहोत, हे दाखवण्याच्या खटपटीत होता."

तिनं छानपैकी आम्हा दोघांना आमची जागा दाखवून दिली.

अखेर ती संध्याकाळ संपली. माझ्या समोरचा माणूस वगळता सर्वजण उठले. निशा पटकन टेबलाला वळसा घालून नवऱ्याजवळ गेली. मग माझ्या लक्षात आलं की, जामवाल व्हीलचेअरवर होता.

मी त्याच्याकडे सहानुभूतीनं पाहिलं. ती त्याची व्हीलचेअर ढकलत नेऊ लागली. मध्येच तिनं त्याच्या खांद्यावर हात ठेवून इतर कुणाच्या वाट्याला न आलेलं मंद स्मित केलं. त्यातून तिचं प्रेम दिसत होतं.

तो मात्र तिला कठोरपणे चिडवत होता. "त्या साल्या लेखकाबरोबर संध्याकाळभर तुझे कसले चाळे चालले होते?" मुद्दाम मला ऐकू जाईल, अशा आवाजात तो म्हणाला.

"डार्लिंग, म्हणजे तुला चिडवण्यात तो यशस्वी झाला तर!" ती म्हणाली.

मी हसून माझ्या यजमानाच्या कानात कुजबुजलो. "काय छान जोडी आहे! पण ते एकत्र आले तरी कसे?"

तो हसला. "तिच्या म्हणण्याप्रमाणे तो तिला दिव्याच्या खांबाला बांधून ठेवून निघून गेला."

"आणि त्याचं म्हणणं काय?" मी विचारलं.

"ते प्रथम दिल्लीच्या ट्रॅफिक लाइटजवळ भेटले... आणि ती त्याला सोडून गेली."

तर अशी ही विलक्षण कहाणी आहे.

✦ ✦ ✦

www.ingramcontent.com/pod-product-compliance
Lightning Source LLC
LaVergne TN
LVHW092353220825
819400LV00031B/354